എതിർവാ

Ethirva
Novel

Original
The Resilient Rebel

Salin Manguzhi

CHINTHA PUBLISHERS
Thiruvananthapuram

First Edition
May 2023

Second Edition
December 2023

Second Impression
September 2024

Third Edition
October 2024

Published
Chintha Publishers, Thiruvananthapuram

Printed at
Akshara Offset, Thiruvananthapuram

Cover Design
Vinod Mangoes

Illustrations
K P Muraleedharan

ISBN : 978-81-19131-21-1

CR - 3602 / 7220

₹ 300

Email: chinthapublishers@gmail. com
Website: www. chinthapublishers. com

A version is available at National Libraries
Kolkata, Mumbai, Chennai and Delhi

Distribution
DESHABHIMANI BOOKHOUSE
H O Thiruvananthapuram 695035

Branch
Head Office Kunnukuzhi • Statue Thiruvananthapuram
Saphalyam Complex Thiruvananthapuram
Machingal Lane Thrissur • IG Road Kozhikode
Mavoor Road Kozhikode • NGO Union Building Kannur
Central Bus Terminal Complex Thavakkara Kannur

എതിർവാ

സലിൻ മാങ്കുഴി

ചിന്ത പബ്ലിഷേഴ്സ്
തിരുവനന്തപുരം-695 035
വില : ₹ 300

സലിൻ മാങ്കുഴി

തിരുവനന്തപുരം ജില്ലയിലെ വെഞ്ഞാറമൂടിന് സമീപം മാങ്കുഴിയിൽ ജനനം. അദ്ധ്യാപകരായിരുന്ന പരേതനായ ജി വിദ്യാധരൻ, എൻ ഗിരിജാമണി എന്നിവരാണ് മാതാപിതാക്കൾ. ചീരാണിക്കര ഗവൺമെന്റ് എൽ പി എസ്, തേമ്പാംമൂട് ജനതാ ഹൈസ്കൂൾ, തിരുവനന്തപുരം എം ജി കോളേജ്, ലാ കോളേജ് എന്നിവിടങ്ങളിൽ വിദ്യാഭ്യാസം. മലയാള സാഹിത്യത്തിൽ ബിരുദാനന്തരബിരുദം, നിയമബിരുദം, പത്രപ്രവർത്തനത്തിൽ ബിരുദാനന്തര ഡിപ്ലോമ എന്നിവ നേടിയിട്ടുണ്ട്. മാധ്യമ പ്രവർത്തകനായി തിരുവനന്തപുരത്തും ദുബായിലുമായി ആറ് വർഷം ജോലി ചെയ്തു. വിവിധ ടെലിവിഷൻ ചാനലുകളിൽ അഭിമുഖകാരനായി പ്രവർത്തിച്ചിട്ടുണ്ട്. ദുബായ് റേഡിയോ ഏഷ്യയിൽ പ്രോഗ്രാം പ്രൊഡ്യൂസർ/ ന്യൂസ് റീഡർ, പൊതു വിദ്യാഭ്യാസ വകുപ്പിന്റെ കീഴിലുള്ള വിക്ടേഴ്സ് ചാനൽ മേധാവി, ആകാശവാണി തിരുവനന്തപുരം നിലയത്തിൽ ന്യൂസ് റീഡർ ആയി പ്രവർത്തിച്ചിട്ടുണ്ട്. ഇപ്പോൾ ഇൻഫർമേഷൻ പബ്ലിക് റിലേഷൻസ് വകുപ്പ് അഡീഷണൽ ഡയറക്ടർ.

ദേശീയ അന്തർദ്ദേശീയ അംഗീകാരങ്ങൾ നേടിയ *നോട്ടം* എന്ന സിനിമയുടെ കഥ, സംഭാഷണവും *വൈറ്റ് പേപ്പർ*, *ക്രോസ് റോഡ് ആന്തോളജിയിലെ കാവൽ* എന്നീ സിനിമകളുടെ കഥ, തിരക്കഥ, സംഭാഷണവും രചിച്ചു. *എസ്കേപ്പ് ഫ്രം ഉഗാണ്ട*യുടെ സംഭാഷണ രചനാ പങ്കാളിയാണ്.

മികച്ച കഥാകൃത്തിനുള്ള സംസ്ഥാന ടെലിവിഷൻ അവാർഡ് (2015), മികച്ച കമന്റേറ്റർക്കുള്ള സംസ്ഥാന ടെലിവിഷൻ അവാർഡ് (2016), മികച്ച ലേഖകനുള്ള സംസ്ഥാന ടെലിവിഷൻ അവാർഡ് (2017), കേരള ഗവൺമെന്റ് സെക്രട്ടേറിയറ്റ് എംപ്ലോയീസ് അസോസിയേഷൻ ഏർപ്പെടുത്തിയ സുരേന്ദ്രൻ സ്മാരക കഥാ പുരസ്കാരം (2017), സാഹിതി ലളിതാംബിക അന്തർജ്ജനം സാഹിത്യ പുരസ്കാരം (2022), തിക്കുറിശ്ശി ഫൗണ്ടേഷൻ കഥാ പുരസ്കാരം (2022) എന്നിവ ലഭിച്ചിട്ടുണ്ട്. *പേരാൾ*, *പത* U/A എന്നീ കഥാസമാഹാരങ്ങൾ പ്രസിദ്ധീകരിച്ചിട്ടുണ്ട്.

ഭാര്യ : ജി ഷീല
മക്കൾ : അനേന, അദ്വൈത
വിലാസം : ബോധി
അമ്മൻ നഗർ, 170/എഫ്
കരകുളം പി ഒ
തിരുവനന്തപുരം 695564

പ്രസാധകക്കുറിപ്പ്

തിരുവിതാംകൂർ ചരിത്രം അതിഭാവുകത്വവും ഐതിഹ്യവുമായി കെട്ടുപിണഞ്ഞു കിടക്കുന്നു. ആ കാലഘട്ടത്തിന്റെ മൂർത്ത സാഹചര്യങ്ങളിൽ നിർത്തി തിരുവിതാംകൂർ ചരിത്രത്തെ പുനരാവിഷ്കരിക്കുകയാണ് സലിൻ മാങ്കുഴി ഈ നോവലിൽ. എട്ടുവീട്ടിൽ പിള്ളമാർ എന്ന നാട്ടു പ്രഭുക്കൾ സകല കുടില തന്ത്രങ്ങളുടെയും വിളനിലങ്ങൾ, എന്നാൽ മാർത്താണ്ഡവർമ്മ സകലധർമ്മനീതികളുടെയും ധീരതയുടെയും മൂർത്തിമദ്ഭാവം. ഈ ലളിതാഖ്യാനത്തെ ഉല്ലംഘിക്കുന്ന നോവലാണിത്. ആറ്റിങ്ങൽ കലാപം തുടങ്ങി അവ്യക്തമായ സൂചനകൾ മാത്രമുള്ള ചരിത്ര ഘട്ടത്തെ മികവോടെ അവതരിപ്പിക്കുകയാണീ നോവലിൽ. അധികാരം എന്ന അവസ്ഥയെ സൂക്ഷ്മപരിശോധനയ്ക്ക് വിധേയമാക്കുകയും ചരിത്ര ധാരണകളെ അപനിർമ്മിക്കുകയും ചെയ്യുന്ന നോവലാണ് *എതിർവാ.*

ചിന്ത പബ്ലിഷേഴ്സ്

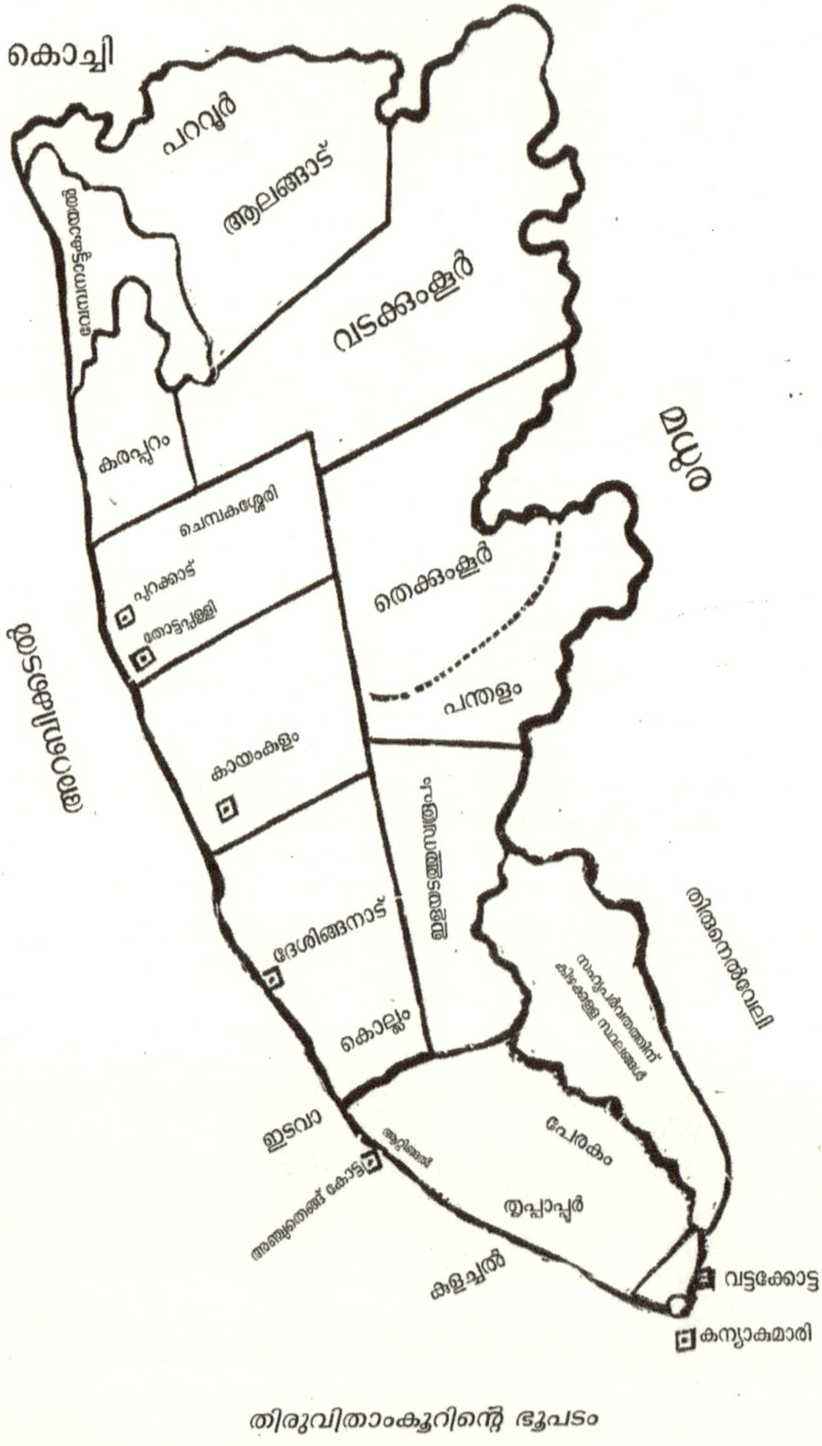

തിരുവിതാംകൂറിന്റെ ഭൂപടം

ആമുഖം

തിരുവിതാംകൂർ ചരിത്രത്തിലെ എക്കാലത്തെയും വലിയ വില്ലൻമാരാണ് എട്ടുവീട്ടിൽ പിള്ളമാർ. മുഖമില്ലാത്ത അവരുടെ വിശദവിവരങ്ങളോ പേരു പോലുമോ ചരിത്രത്തിൽ അവശേഷിക്കുന്നില്ല. 1721 ൽ ബ്രിട്ടീഷുകാർക്കെതിരെ ഇന്ത്യയിൽ നടന്ന ആദ്യ സായുധവിപ്ലവമായ ആറ്റിങ്ങൽ കലാപത്തെ ചരിത്രം ഇന്നും പടിക്ക് പുറത്തുതന്നെയാണ് നിർത്തിയിരിക്കുന്നത്. ആ പോരാട്ടത്തെ രാജ്യത്തെ ആദ്യ സ്വാതന്ത്ര്യ സമരമെന്ന് പറയാനും സമരനായകൻ കൊടുമൺപിള്ളയെ അംഗീകരിക്കാനുമുള്ള നെഞ്ചുറപ്പ് ഇനിയും നാം ആർജ്ജിച്ചിട്ടില്ല. അന്ന് രാജാവ് വിദേശികൾക്കൊപ്പമായിരുന്നതിനാലാണ് ചരിത്രകാരന്മാർ ഈ വിപ്ലവത്തെ കലാപമെന്ന് വിളിച്ച് തമസ്കരിച്ചത്. ഇന്നും നമ്മളത് തുടരുന്നു. കണ്ടെടുക്കാനാകാത്ത വിധം ആ മുഖം ഇരുളിൽ മറഞ്ഞു.

എതിർവാ ഖണ്ഡശ്ശ:യായി *കലാകൗമുദി* വാരികയിൽ പ്രസിദ്ധീകരിച്ചത് 2022 ഫെബ്രുവരി മുതലാണ്. 24 ആഴ്ചകളിലായി പൂർത്തീകരിച്ച നോവൽ പരിഷ്കരിച്ചാണ് പുസ്തകരൂപത്തിലാക്കിയത്. ചരിത്രത്തെ സൂക്ഷ്മമായി പിന്തുടരുകയല്ല, മറിച്ച് ചരിത്രം വിട്ടുകളഞ്ഞതിനെ ഭാവന കൊണ്ട് പൂരിപ്പിക്കുകയാണ് ചെയ്തത്. ഊഹങ്ങളും കൽപ്പനകളും കൊണ്ടാണ് ഈ കൃതിയുടെ അടിത്തറ പണിതിരിക്കുന്നത്. ലഭ്യമായ ചരിത്രപുസ്തകങ്ങളും രേഖകളും പരിശോധിച്ചശേഷം നടത്തിയ ഊഹം ഒരുപക്ഷേ, സത്യമായിരിക്കുമെന്നു തന്നെയാണ് എന്റെ വിശ്വാസം. തിരുവിതാംകൂർ ചരിത്രത്തെക്കുറിച്ച്, പ്രത്യേകിച്ച് അനിഴം തിരുനാൾ മാർത്താണ്ഡവർമ്മ (1706–1758) യെക്കുറിച്ച് നാം ചരിത്ര പുസ്തകങ്ങളിൽ നിന്നു മനസ്സിലാക്കിയതിൽ പലതും കെട്ടുകഥയാണെന്നു കരുതുന്നവരുടെ കൂട്ടത്തിലാണ് ഞാനും അണിചേരുന്നത്.

വഴികാട്ടിയോ ഗൂഗിൾമാപ്പോ ചാറ്റ് ജി പി ടിയോ ഇല്ലാതെ ഭൂതകാലത്തിലേക്കു നടത്തിയ ദുർഘടയാത്രയുടെ ശേഷിപ്പാണ് ഈ നോവൽ. കൽപ്പനകളാൽ ഊതിവീർപ്പിച്ച നമ്മുടെ ചരിത്രത്തിന്റെ കാറ്റഴിച്ചുവിടാൻ എളുപ്പമല്ലെന്നറിയാം. പക്ഷേ, കള്ളക്കഥകളുടെയെല്ലാം പരിസരത്ത് സത്യം പൂഴിയിൽ പുതഞ്ഞു കിടപ്പുണ്ടെന്ന് തന്നെയാണ് കരുതുന്നത്. അതിനെ അന്വേഷിക്കാനുള്ള ശ്രമമാണ് *എതിർവാ.*

മാടമ്പികളായ പിള്ളമാരെ വെള്ളപൂശുകയോ മഹത്വവല്ക്കരിക്കുകയോ അല്ല. പോരാട്ടത്തിൽ പരാജയപ്പെട്ടുപോയ ഒരു കൂട്ടം മനുഷ്യരെ വെളിച്ചത്തിൽ നിർത്തുകയാണ്. പാർശ്വവല്ക്കരിക്കപ്പെട്ടവരും പിന്തള്ളപ്പെട്ടവരും പരാജിതരുമൊക്കെ കേന്ദ്രകഥാപാത്രങ്ങളാകുമ്പോഴാണല്ലോ സാമൂഹിക ചരിത്രരചന പൂർണ്ണമാകുന്നത്.

തിരുവിതാംകൂർ ചരിത്രത്തെക്കുറിച്ചുള്ള പൂർണ്ണ ബോദ്ധ്യമല്ല മറിച്ച് ചരിത്രത്തിലില്ലാത്തതിനെക്കുറിച്ചറിയാനുള്ള ദീർഘകാല പരിശ്രമമാണ് ഈ രചനയ്ക്ക് പ്രേരകമായത്. പത്മനാഭസ്വാമി ക്ഷേത്രത്തിലെ ദൈനംദിന വരവുചെലവു കണക്കുകൾ രേഖപ്പെടുത്തിയ മതിലകം രേഖകളെയാണ് തിരുവിതാംകൂർ ചരിത്രകാരന്മാർ പ്രധാനമായും ചരിത്രരചനയ്ക്ക് അടിസ്ഥാനമാക്കിയിട്ടുള്ളത്. അതും ഊഹംകൊണ്ട് പൂരിപ്പിക്കൽ തന്നെയാണ്.

ചരിത്രത്തിൽ നിന്നു നിഷ്കരുണം തുടച്ചുമാറ്റപ്പെട്ട മനുഷ്യരെക്കുറിച്ചുള്ള അന്വേഷണം സ്വാഭാവികമായും ചെന്നെത്തുന്നത് ചരിത്രപുസ്തകത്തിൽ കുടിവച്ചു പാർക്കുന്ന കെട്ടുകഥകളിലേക്കു കൂടിയാവും.

ഇതെന്റെ ആദ്യ നോവലാണ്. കുട്ടിക്കാലത്തു കേട്ട തിരുവിതാംകൂർ രാജകഥകളിലെ വില്ലൻമാരെ കാലമിത്രയും ഉള്ളിൽക്കൊണ്ടു നടന്നു. അവരുടെ മുഖം എങ്ങനെയായിരിക്കും? എങ്ങനെയാവും അവർ ജീവിച്ചതും മരിച്ചതുമെന്നൊക്കെയുള്ള ഒരു കുട്ടിയുടെ കൗതുകവും ഭയവും നിറഞ്ഞ നിരന്തര ചോദ്യങ്ങളാണ് കാലാനന്തരം അക്ഷരരൂപമായത്. മനസ്സിൽ നോവൽ രൂപംകൊണ്ടിട്ട് ഏഴെട്ടു വർഷമായി. അത് പൂർത്തിയാക്കാനുള്ള തീവ്രമായ ഉൾപ്രേരണയോടൊപ്പം നിരവധിപേരുടെ പ്രോത്സാഹനങ്ങളും സഹായകമായി.

പ്രിയ വായനക്കാരീ/രാ, നിങ്ങളീ പുസ്തകം വായനക്കെടുത്തതിൽ സന്തോഷം. ഇനിയുള്ള താളുകളിലൂടെ സഞ്ചരിക്കുമ്പോൾ, ജീവിച്ചിരുന്ന നിരവധി മനുഷ്യരെ മുഖാമുഖം കാണുമ്പോൾ നിങ്ങൾക്കും മനസ്സിലാകും കൽപ്പനകൾ എങ്ങനെയാണ് യാഥാർത്ഥ്യമാകുന്നതെന്നും പുനർവ്യാഖ്യാനങ്ങൾ എങ്ങനെയാണ് വിശ്വാസങ്ങളെ പുതുക്കിപണിയുന്നതെന്നും.

History is a never-ending dialouge between the past and the present, as we constantly reinterpret and reinterpret our understanding of the past. (Karl Marx)

*എതിർവാ*യ്ക്ക് പുസ്തകസാക്ഷാൽക്കാരം നൽകിയ ചിന്ത പബ്ലിഷേഴ്സ്, ചരിത്രകാരനായ വെള്ളനാട് രാമചന്ദ്രൻ, കെ എസ് എഫ് ഇ ചെയർമാൻ കെ വരദരാജൻ, ചിത്രകാരൻ കെ പി മുരളീധരൻ എന്നിവർക്ക് പ്രത്യേക നന്ദി.

പ്രൊഫ: വി കാർത്തികേയൻ നായർ, ഡോ. എം ജി ശശിഭൂഷൺ, സുബ്രഹ്മണ്യൻ ചെന്നൈ, ഡോ: ജി സന്തോഷ് കുമാർ, വി ഡി ശെൽവരാജ്, ബി റ്റി അനിൽകുമാർ, വി ഷിനിലാൽ, എസ് രാധാകൃഷ്ണൻ, പി ദീപു, ദിലീപ് കുറ്റിയാനിക്കാട്, പ്രമോദ് കാരുവള്ളിൽ, സുജ പി എസ്, എൻ എസ്. സുമേഷ് കൃഷ്ണൻ, സുനകുമാർ, തുളസീദാസ് പി എസ്, ഷീല ജി എന്നിവർക്കും നന്ദി.

മുഖമില്ലാത്ത ഒരുപാടു മനുഷ്യർക്കും നന്ദി പറയണമെന്നുണ്ട്. പക്ഷേ, ചരിത്രത്തിലില്ലാത്ത, മൺമറഞ്ഞ അവർക്കെന്തിനാണ് നന്ദി; മാപ്പ്.

സ്നേഹത്തോടെ
സലിൻ മാങ്കുഴി

ചരിത്രവും ചരിത്രാഖ്യായികയും

പ്രൊഫ. വി കാർത്തികേയൻ നായർ

മലയാളസാഹിത്യത്തിൽ ചരിത്രാഖ്യായിക ജനിച്ചിട്ട് നൂറ്റിമുപ്പതു വർഷം തികയുന്നു. സി വി രാമൻപിള്ള *മാർത്താണ്ഡവർമ്മ* എഴുതിയ കാലത്തു തന്നെ അച്ചടിച്ചിരുന്നുവെങ്കിൽ അത് *കുന്ദലത*യ്ക്കും മുമ്പെ പ്രസിദ്ധീകൃതമാകുമായിരുന്നു. ഭാഷാചരിത്രകാരനായ പി ഗോവിന്ദപ്പിള്ള അതിന്റെ കൈയെഴുത്തുപ്രതി കണ്ടിരുന്നതായി രേഖപ്പെടുത്തിയിട്ടുണ്ട്. സി വി യുടെ ചരിത്രാഖ്യായികകളെല്ലാംതന്നെ തിരുവിതാംകൂർ രാജവംശത്തെ ചുറ്റിപ്പറ്റിയുള്ളതാണ്. അതുകൊണ്ടു തന്നെ കഥയുടെ ഇതൾ വിടരുന്നത് തലസ്ഥാനനഗരിയായ തിരുവനന്തപുരം കേന്ദ്രീകരിച്ചാണ്.

തിരുവിതാംകൂറിന്റെ പൂർവ്വരൂപമായ വേണാടിന്റെ രാജസ്ഥാനത്തേക്കു നടന്ന അധികാരത്തർക്കത്തിന്റെ കഥനമാണ് സി വിയുടെ ആദ്യ ആഖ്യായികയിലുള്ളത്. തന്റെ ആഖ്യാനപാടവത്തിന്റെ സവിശേഷത കൊണ്ട് സത്യമേത് മിഥ്യയേത് എന്ന് തിരിച്ചറിയാനാവാത്തവിധം ചരിത്രവസ്തുതകളെ സി വി വളച്ചൊടിച്ചിട്ടുണ്ട്. ആഖ്യായികാകാരന്റെ വ്യാഖ്യാനങ്ങളാണ് അവയെന്ന് ഗ്രന്ഥകാരനും അനുയായികൾക്കും സമർത്ഥിക്കാമെങ്കിലും അത് വായനക്കാരുടെ ബോധത്തിൽ വസ്തുതകളിൽനിന്നും അകന്നുനില്ക്കുന്ന ചരിത്രധാരണകൾ ഉദിപ്പിക്കുന്നതിന് കാരണമാകും. തിരുവിതാംകൂർ രാജകുടുംബത്തിന്റെ ചരിത്രത്തിൽ ഇതു വളരെ വ്യക്തമാണ്. രാജ്യത്തിന്റെ ചരിത്രത്തെയും രാജകുടുംബത്തിന്റെ ചരിത്രത്തെയും വേറിട്ടു കാണേണ്ടതായിട്ടുണ്ട്.

ആറ്റിങ്ങൽ റാണി ദത്തെടുത്ത ഒരു തമ്പുരാട്ടിയുടെ മകനായിട്ടാണ് മാർത്താണ്ഡവർമ്മയുടെ ജനനം. അദ്ദേഹത്തിന്റെ അധികാരാരോഹണത്തിനെതിരെ മുൻഗാമിയുടെ മക്കളും ഭൂരിഭാഗം മാടമ്പിമാരും അണിനിരന്നെങ്കിലും അവരെയെല്ലാം ക്രൂരമായി കൊന്നൊടുക്കിയതിനുശേഷമാണ്

മാർത്താണ്ഡവർമ്മ അധികാരം കൈയടക്കുന്നത്. തദ്ദേശീയരെ വിശ്വാസമില്ലാത്തതിനാൽ തിരുനെൽവേലിയിൽനിന്നും മറവപ്പടയെന്ന കൂലിപ്പട്ടാളത്തെ വാടകക്കെടുത്താണ് അദ്ദേഹം ബന്ധുജനങ്ങളെയും മാടമ്പിമാരെയും കൊന്നൊടുക്കിയത്. ഇത്തരത്തിൽ സ്വാർത്ഥനും ക്രൂരനുമായ ഒരു അധികാരമോഹിയുടെ സ്ഥാനാരോഹണത്തെ മഹത്വവൽക്കരിക്കാൻ സി വി യുടെ *മാർത്താണ്ഡവർമ്മ*ക്കു കഴിഞ്ഞിട്ടുണ്ട്. അത് പിൽക്കാലചരിത്രരചനയെ സ്വാധീനിച്ചിട്ടുണ്ട്. ആറ്റിങ്ങലിൽനിന്നും ആലുവാപ്പുഴയോരം വരെയുള്ള നാടുവാഴികളെ ഉന്മൂലനം ചെയ്തും അവരുടെ സ്വർണ്ണവും പണ്ടങ്ങളും കൊള്ളയടിച്ച് തലസ്ഥാനനഗരിയിലേക്ക് കൊണ്ടു വന്നതുമെല്ലാം സി വി കൃതികളിലൂടെ ന്യായീകരിക്കപ്പെടുകയും അവയെല്ലാം ചരിത്രരചനയെ സ്വാധീനിക്കുകയും ചെയ്തിട്ടുണ്ട്.

സി വി ജീവിച്ചിരുന്ന കാലഘട്ടത്തിന്റെ സവിശേഷതയാണത്. പരദേശികളായ ദിവാന്മാർക്കും പരദേശിബ്രാഹ്മണരായ ഉദ്യോഗസ്ഥർക്കുമെതിരെ ഉയർന്നുവന്ന അഭ്യസ്തവിദ്യരുടെ രോഷപ്രകടനമായിരുന്നു 'മലയാളിമെമ്മോറിയൽ'. മെമ്മോറിയലുകാർ ദിവാൻ ഭരണത്തെ എതിർത്തിരുന്നുവെങ്കിലും രാജാവിനെ എതിർത്തിരുന്നില്ല. സി വിയുടെ രാജഭക്തിയുടെ പ്രതിഫലനമാണ് അദ്ദേഹത്തിന്റെ ചരിത്രാഖ്യായികകളിൽ ദർശിക്കാനാവുന്നത്. അതിനുശേഷം ഇതേകാലഘട്ടത്തെ പശ്ചാത്തലമാക്കി നിരവധി ചരിത്രാഖ്യായികകൾ പ്രസിദ്ധീകൃതമായിട്ടുണ്ട്. അവയിലെ രചനാ കാലം മാറുന്നതിനനുസരിച്ച് അവതരണത്തിലും മാറ്റം വന്നിട്ടുള്ളതായി കാണാം.

വേണാടിന്റെ ചരിത്രത്തിൽ മുഗളന്മാരുടെ ആക്രമണത്തെക്കുറിച്ചു പരാമർശമുണ്ട്. അത് ഔറംഗസീബിന്റെ കാലത്ത് കന്യാകുമാരിയും പശ്ചിമതീരവും കീഴടക്കാനുള്ള ശ്രമത്തിന്റെ ഭാഗമായുള്ള മുഗള ആക്രമണമാണ് എന്ന് ചിത്രീകരിക്കുന്ന ഒരു ചരിത്ര നോവൽ ഈയടുത്ത കാലത്ത് പ്രസിദ്ധീകൃതമായിട്ടുണ്ട്. മുഗളന്റെ ആക്രമണഭീഷണിയെ നേരിടുന്നതിനുവേണ്ടിയാണ് ആറ്റിങ്ങൽ റാണി ബ്രിട്ടീഷുകാരെ ക്ഷണിച്ചു കൊണ്ടു വന്ന് അഞ്ചുതെങ്ങിൽ കോട്ടകെട്ടാൻ അനുവാദം കൊടുത്തത് എന്ന വാദമാണ് പ്രസ്തുതനോവലിൽ ഉന്നയിക്കുന്നത്. ഇവിടെ ചരിത്രവും ഭാവനയും ഇണചേർന്ന് ഒരു പുതിയ സങ്കൽപ്പനത്തെ മുന്നോട്ടുവയ്ക്കുന്നു.

മാർത്താണ്ഡവർമ്മയെ സ്ഥാനാരോഹണത്തിനു സഹായിച്ച കളരിഗുരുക്കളായിരുന്ന അനന്തപദ്മനാഭനെ സൈനികത്തലവനായി നിയമിക്കാൻ രാജാവ് ആഗ്രഹിച്ചിരുന്നുവെന്നും എന്നാൽ സിൽബന്ധികളായ മാടമ്പിമാരുടെ ജാതിചിന്ത അതിനനുവദിച്ചില്ലെന്നും പ്രശ്നപരിഹാരത്തിനായി കളരിഗുരുക്കളെ ചതിയിൽ കൊലപ്പെടുത്തിയെന്നുമാണ് മറ്റൊരു നോവലിൽ അവതരിപ്പിക്കുന്നത്. മാർത്താണ്ഡവർമ്മയുടെ സ്ഥാനാരോഹണത്തിനുശേഷം ഒരു നൂറ്റാണ്ടു കഴിഞ്ഞപ്പോൾ തെക്കൻ തിരുവിതാംകൂറിൽ വസ്ത്രധാരണാവകാശത്തിനു വേണ്ടി പൊട്ടിപ്പുറപ്പെട്ട ചാന്നാർല

ഹളയ്ക്കുശേഷം നിരന്തരമായി നടന്നുവന്നിരുന്ന നായർ–നാടാർ ഏറ്റുമുട്ടലുകളെ മുൻകാല പ്രാബല്യത്തോടെ അവതരിപ്പിക്കുന്നതാണ് നോവലിലെ ഇതിവൃത്തം. ജാതിവിവേചനവും ജാതി വിവേചനത്തിനെതിരായ സമരങ്ങളും നടന്നിരുന്ന ഒരു ചരിത്രഭൂമികയിൽ നിന്നുമാണ് ആ നോവലിന്റെ ജനനം.

സലിൻ മാങ്കുഴി രചിച്ച *എതിർവാ* എന്ന ചരിത്രാഖ്യായിക മാർത്താണ്ഡവർമ്മയുടെ സ്ഥാനാരോഹണം വരെയുള്ള ഒരു ദശാബ്ദക്കാലത്തെ ചരിത്രം അനാവരണം ചെയ്യുന്ന കൃതിയാണ്. പരമ്പരാഗത ദായക്രമമായ മരുമക്കത്തായത്തിനെതിരെ മക്കത്തായത്തിനു വേണ്ടി വാളെടുക്കുന്ന രാജപുത്രന്മാരും അവരെ സഹായിക്കുന്ന മാടമ്പിമാരും കഥാപാത്രങ്ങളായി രംഗത്തെത്തുകയാണ് നോവലിൽ. പാരമ്പര്യമൂല്യങ്ങളെ വെല്ലുവിളിക്കാൻ ധൈര്യമേകിയ തദ്ദേശീയ സാമൂഹിക പരിഷ്കരണ പ്രസ്ഥാനങ്ങളുടെ സന്ദേശത്തിന്റെ അദൃശ്യസാന്നിദ്ധ്യം ഈ കൃതിയിൽ നിഴലിക്കുന്നുണ്ട്. കേരളത്തിലെ സാമൂഹിക പരിഷ്കരണ പ്രസ്ഥാനങ്ങൾ തുടങ്ങുന്നത് തെക്കൻ വേണാട്ടിലാണ്. അവർണജാതിയിൽ നിന്നാണ് തുടക്കം. അതിനു നേതൃത്വം കൊടുത്തത് റാംമോഹൻ റായിയുടെ സമകാലികനായിരുന്ന അയ്യാവൈകുണ്ഠനായിരുന്നു. റാംമോഹൻ ബ്രഹ്മസമാജം (1829) സ്ഥാപിച്ചപ്പോൾ അയ്യാവൈകുണ്ഠൻ സ്ഥാപിച്ചത് സമത്വസമാജമായിരുന്നു (1839). ഈ താരതമ്യം ഒരുപക്ഷേ, അരോചകവും അനവസരത്തിലുള്ളതുമാണെന്ന് തോന്നിയേക്കാം. എങ്കിലും അവയൊക്കെ ചരിത്രസത്യങ്ങളാണ്.

യൂറോപ്യൻ ചരിത്രം കേരളത്തിലെ ഇംഗ്ലീഷ് സ്കൂളുകളിലും കോളേജുകളിലും പഠിച്ചവർ അറിഞ്ഞോ അറിയാതെയോ ചില വാർപ്പുമാതൃകകളെ ഇവിടെ അവതരിപ്പിക്കുകയുണ്ടായി. അങ്ങനെയാണ് ജന്മിത്തത്തിന് ഫ്യൂഡലിസമെന്നും ജന്മിമാരെ (മാടമ്പി) അമർച്ച ചെയ്ത നാടുവാഴികൾ ആധുനികതയുടെ അവതാരകരായിരുന്നുവെന്നുമുള്ള ചിത്രീകരണങ്ങളുണ്ടാകുന്നത്. അങ്ങനെയാണ് മാർത്താണ്ഡവർമ 'ആധുനിക' തിരുവിതാംകൂറിന്റെ സ്ഥാപകനാകുന്നത്. ഇംഗ്ലണ്ടിൽ ആധുനികതയ്ക്കു തുടക്കംകുറിച്ച ട്യൂഡർ വംശത്തിലെ ഹെൻറി എട്ടാമൻ (ഒന്നാം എലിസബത്തിന്റെ പിതാവ്) ദേവാലയങ്ങളിലെയും സന്യാസിമഠങ്ങളിലെയും സമ്പത്ത് കവർന്നെടുത്ത് പ്രജാക്ഷേമത്തിനായി വിനിയോഗിച്ചപ്പോൾ മാർത്താണ്ഡവർമ്മ കൊള്ളയടിച്ച സമ്പത്ത് പദ്മനാഭസ്വാമിക്ഷേത്രത്തിലെ നിലയറയിൽ ഒളിപ്പിച്ചിട്ട് ഉടവാൾ ഭഗവത്സന്നിധിയിൽ അടിയറവച്ച് പദ്മനാഭദാസനാവുകയാണ് ചെയ്തത്. പട്ടിണികൊണ്ടുഴലുന്ന അനന്തപുരവാസികൾക്ക് യാതൊരു പ്രയോജനവുമില്ലാതെ അത് പദ്മനാഭന്റെ നികുംഭിലകളിൽ കുമിഞ്ഞുകൂടിയിരിക്കുന്നു. അതിനെ കാത്തുസൂക്ഷിക്കുന്നതിന് പട്ടിണിക്കാരിൽനിന്നും പിരിച്ചെടുക്കുന്ന നികുതിപ്പണം വിനിയോഗിക്കുകയും ചെയ്യുന്നു.

സലിൻ മാങ്കുഴിയുടെ *എതിർവാ* അധികാരമോഹിയായ ഒരു യുവാ

വിന്റെ ചെയ്തികളെ അനാവരണം ചെയ്യുന്നു. തമിഴ്നാട്ടുകാരിയായ അഭിരാമിയെന്ന സുന്ദരിയെ ഭാര്യയാക്കിയ വേണാട് രാജാവിന്റെ ആത്മസംഘർഷങ്ങളും നോവലിൽ അനാവരണം ചെയ്യപ്പെടുന്നു. മകൻ രാജാവാകണമെന്ന അമ്മയുടെ ആഗ്രഹവും മുറച്ചെറുക്കൻ രാജാവാകണമെന്ന മകളുടെ ആഗ്രഹവും തമ്മിലുള്ള വൈരുദ്ധ്യവും ഇതിൽ പ്രകടമാണ്. മകൻ രാജാവായാൽ അമ്മയ്ക്ക് രാജമാതാവാകാം. അനന്തിരവൻ രാജാവായാൽ മകൾക്ക് പട്ടമഹിഷിയാകാം. കൊട്ടാരത്തിനകത്തെ ഈ പെണ്ണവകാശപ്പോരാട്ടത്തിനിടയിൽ പാരമ്പര്യവാദികളും പാരമ്പര്യവിരുദ്ധരും തമ്മിലുള്ള ഏറ്റുമുട്ടൽ കൊട്ടാരത്തിനു വെളിയിൽ നടക്കുന്നു. ഇതിന്റെ അന്ത്യമെന്നു പറയുന്നത് ക്രൂരമായ നരഹത്യയാണ്. ആണും പെണ്ണുമടക്കം എത്രപേർ കൊല്ലപ്പെട്ടുവെന്ന് കണക്കില്ല. ഒരുപക്ഷേ, സ്ത്രീത്വം ഏറ്റവും കൂടുതൽ അപമാനിക്കപ്പെട്ടത് മാർത്താണ്ഡവർമ്മയുടെ കാലത്താവാം.

വേണാടിന്റെ ചരിത്രത്തിൽ രാജസ്ഥാനത്തെ നിർണ്ണയിക്കുന്നതിൽ മാടമ്പിമാർക്ക് നിർണായകമായ പങ്കാണുണ്ടായിരുന്നത്. കർഷകർക്കും നാടുവാഴിക്കുമിടയിൽ നിന്നിരുന്ന മാടമ്പിമാരിൽ സാമ്പത്തികവും രാഷ്ട്രീയവുമായ ശക്തിയുടെ കേന്ദ്രീകരണമുണ്ടായിരുന്നു. ഭൂമിയിൽ ഉടമസ്ഥത എന്ന നിയമവ്യവസ്ഥ അന്നുണ്ടായിരുന്നോ എന്നറിയില്ല. എങ്കിലും അവർ ഭൂവുടമകളായിരുന്നു. ഭൂമിയിലുള്ള അവകാശമായിരുന്നു അവരെ ശക്തരാക്കിയത്. കൂട്ടത്തിൽ കച്ചവടവും. തെക്ക് കുളച്ചൽ മുതൽ തേങ്ങാപ്പട്ടണം പൂവാർ, വിഴിഞ്ഞം, ഇടവ എന്നിവിടങ്ങളിലൂടെ ഇവിടെ എത്തിയിരുന്ന വിദേശവ്യാപാരികൾ വേണാടിന്റെ അധികാരാരോഹണങ്ങളിൽ ഇടപെട്ടിട്ടുണ്ട്. യൂറോപ്യന്മാരായ പോർച്ചുഗീസുകാരും ഡച്ചുകാരും ഇംഗ്ലീഷുകാരും എത്തിയതോടുകൂടി ഈ ഇടപെടൽ സീമാതീതമാകുന്നുണ്ട്.

മാടമ്പിമാരിൽ പ്രബലന്മാരായ കുടമൺ പിള്ളയും വഞ്ചിമുട്ടത്തു പിള്ളയും തമ്മിലുള്ള വൈരമാണ് രാജാധികാരത്തെ ഭയപ്പെടുത്തുന്ന ഘടകം. നോവലിൽ ഇത് ഭംഗിയായിത്തന്നെ അവതരിപ്പിക്കുന്നുണ്ട്. ആറ്റിങ്ങൽ മൂത്തതമ്പുരാനായിരുന്ന ഉമയമ്മറാണി ഇംഗ്ലീഷ് ഈസ്റ്റിന്ത്യാക്കമ്പനിയെ ക്ഷണിച്ചു വരുത്തി അഞ്ചുതെങ്ങിൽ കോട്ടകെട്ടാൻ അനുവദിച്ചത് വേണാടിന്റെ ചരിത്രത്തിൽ ഒരു വഴിത്തിരിവായിരുന്നു. റാണിയെയും ഇംഗ്ലീഷുകാരെയും പിന്തുണച്ച വഞ്ചിമുട്ടത്തു പിള്ളയും അവരെ എതിർത്ത കുടമൺ പിള്ളയും ശക്തമായ രണ്ടു കഥാപാത്രങ്ങളാണ്.

അഞ്ചുതെങ്ങുകോട്ടയിൽനിന്നും റാണിക്ക് പാരിതോഷികങ്ങളും കുടിശ്ശിക കപ്പവുമായി എത്തിയ ഇംഗ്ലീഷുകാരും സിൽബന്തികളും തിരിച്ചുപോകുംവഴി ദാരുണമായി കൊല്ലപ്പെടുന്നു. ഇതാണ് ചരിത്രത്തിൽ ആറ്റിങ്ങൽ കലാപമെന്ന പേരിലറിയപ്പെടുന്നത്. ഇംഗ്ലീഷു വിരുദ്ധ കലാപത്തിന് നേതൃത്വം കൊടുത്തത് കുടമൺ പിള്ളയായിരുന്നു. കളരിഗുരുക്കന്മാരും ശിഷ്യന്മാരും കൂടിയാണ് ആ കൂട്ടക്കുരുതി നിർവ്വഹിച്ചത്. ഈ കുടമൺ പിള്ളയുടെ സഹായത്തോടുകൂടിയാണ് രാജപത്നിയായ അഭി

രാമി പരമ്പരാഗതമായി നിലനിന്നിരുന്ന മരുമക്കത്തായ ദായക്രമത്തെ മാറ്റി സ്ഥാപിക്കാൻ ശ്രമിക്കുന്നത്.

*എതിർവാ*യിലെ ശക്തമായ സ്ത്രീ കഥാപാത്രമാണ് അഭിരാമി. ശുചീന്ദ്രം ക്ഷേത്രത്തിലെ ഉത്സവവേളയിൽ യുവരാജാവായ ബാലരാമ വർമ്മ അവളിൽ അനുരക്തനാവുകയും തുടർന്ന് യുവരാജാവ് അവളെ വിവാഹം കഴിക്കുകയും ചെയ്തതോടുകൂടിയാണ് വേണാടിന്റെ ചരിത്ര ഗതിയിൽ മാറ്റം വരുമായിരുന്ന സംഭവപരമ്പരകൾക്ക് തുടക്കംകുറിച്ചത്. മരുമക്കത്തായത്തിനു പകരം മക്കത്തായം കൊണ്ടുവന്ന് വേണാടിന്റെ രാജാവായി തന്റെ മകനെ വാഴിക്കണമെന്ന അഭിരാമിയുടെ മോഹം നടപ്പായില്ല. എങ്കിലവൾക്ക് രാജമാതാവാകാമായിരുന്നു. അവളുടെ മകൾ തങ്ക തന്റെ മുറച്ചെറുക്കനും യുവരാജാവുമായ മാർത്താണ്ഡൻ രാജാവാകണമെന്നും അങ്ങനെ രാജപത്നിയാകണമെന്നും മോഹിച്ചു. അങ്ങനെ രണ്ടു സ്ത്രീ കഥാപാത്രങ്ങൾ തമ്മിലുള്ള വൈകാരികമായ ഏറ്റുമുട്ടലിന്റെയും രംഗം സൃഷ്ടിച്ചിരിക്കുകയാണ് നോവലിൽ.

എതിർവാ പുതിയ ചർച്ചകൾക്ക് നിമിത്തമായേക്കാം. ചരിത്രാന്വേഷകർക്ക് പുതിയ കരുക്കൾ തേടാനുള്ള അവസരമൊരുക്കിയേക്കാം. ഡച്ചുകാരും ഇംഗ്ലീഷുകാരും തമ്മിലുള്ള വാണിജ്യയുദ്ധങ്ങൾക്കിടയിൽപ്പെട്ട തിരുവിതാംകൂറിന്റെ ചരിത്രം അന്വേഷണ വിഷയമാകാം. പാശ്ചാത്യശക്തിയായ ഡച്ചുകാരെ കുളച്ചൽ യുദ്ധത്തിൽ തോൽപ്പിച്ച മാർത്താണ്ഡ വർമ്മയുടെ ശൗര്യം വാഴ്ത്തപ്പെടുമ്പോൾ അത് ഈ സംസ്ഥാനത്തെ ബ്രിട്ടീഷുകാരുടെ കീഴിൽ അടിയറവച്ചതിന്റെ ചരിത്രവും ചർച്ച ചെയ്യപ്പെടും. *എതിർവാ* ചരിത്രാഖ്യായികയാണെങ്കിലും ചരിത്രത്തിന്റെ പുനരാഖ്യാനത്തിനും തിരികൊളുത്തുമെന്നുള്ളത് തീർച്ചയാണ്.

ചിത്രകാരനും നോവലും

2021 ഏപ്രിൽ 14. രാത്രി 10:30

***എ**തിർവാ* നോവലിന്റെ 25 അദ്ധ്യായവും വായിച്ചു കഴിഞ്ഞപ്പോൾ ആദ്യം ഏതു ചിത്രം വരയ്ക്കണമെന്നു പ്രകാശന് സംശയം തോന്നി. ഖണ്ഡശഃ പ്രസിദ്ധീകരിക്കുന്നതിനുള്ള നോവൽ എഡിറ്റർ വരയ്ക്കാനേല്പിച്ചിട്ട് രണ്ടാഴ്ചയോളമായി. വരച്ചു തുടങ്ങിയോ എന്ന് രണ്ടു ദിവസം മുമ്പ് നോവലിസ്റ്റ് ഫോണിൽ ചോദിച്ചതിനുശേഷമാണ് പ്രകാശൻ വായന ആരംഭിച്ചത്.

നോവലുകൾക്ക് ഇല്ലസ്ട്രേഷൻ വരയ്ക്കുകയല്ല, സമാന്തരമായി ഒരു ചിത്രനോവൽ രൂപപ്പെടുത്തുകയാണ് ചിത്രകാരൻ ചെയ്യേണ്ടത്. നോവൽ വായിക്കുന്നതിനിടയിൽ ചിലപ്പോൾ ഏതെങ്കിലും അപ്രധാന കഥാപാത്രങ്ങൾ ചിത്രകാരനൊപ്പം കൂടിയെന്നിരിക്കും. പിന്നെ ആ കഥാപാത്രത്തിന്റെ മനസ്സിലൂടെയാവും കഥയ്ക്കകത്തേക്കും പുറത്തേക്കും പ്രവേശിക്കുന്നത്. നോവലിസ്റ്റ് കല്പിക്കുന്ന നായകനും നായികയുമൊന്നുമാവണമെന്നില്ല വായനക്കാരന്റേതെന്ന പോലെ ചിത്രകാരന്റെയും കേന്ദ്ര കഥാപാത്രങ്ങൾ. ചലച്ചിത്രത്തിൽ നടീനടന്മാരും സംവിധായകരും പശ്ചാത്തലസംഗീതജ്ഞരും കലാസംവിധായകരും ചിത്രസംയോജകരും സമാന്തരവും സൂക്ഷ്മവുമായി അനുബന്ധകലാസൃഷ്ടി നിർമ്മിക്കുന്നതു പോലെയാണത്. മുഖ്യകഥയുമായി സമാന്തരകലാസൃഷ്ടി സമഞ്ജസപ്പെടാം, പെടാതിരിക്കാം. പക്ഷേ, സമാന്തരസൃഷ്ടി എല്ലാ കലാരൂപങ്ങളോടൊപ്പവും രൂപപ്പെടുന്നു. അത് പലപ്പോഴും ആധാരസൃഷ്ടിയെ താങ്ങിനിർത്തുകയും പരിമിതികൾ വിട്ടുയർത്തുകയും ചെയ്യുന്നു. ചിലപ്പോൾ സമാന്തരസൃഷ്ടി ആധാര സൃഷ്ടിയെ അപ്രസക്തമാക്കി വളർന്നുയർന്നെന്നുമിരിക്കും.

1721 മുതൽ 1737 വരെയുള്ള കാലത്താണ് നോവലിലെ കഥ നടക്കുന്നത്. കഥാസ്ഥലം തിരുവിതാങ്കോട്. നോവലിന്റെ മൂന്നാം അദ്ധ്യായത്തിൽ പറയുന്ന ആറ്റിങ്ങൽ കലാപത്തെ കേവലമൊരു കൊള്ളയായാണ് ചരിത്രം രേഖപ്പെടുത്തുന്നത്. ബ്രിട്ടീഷുകാർക്കെതിരെ ഇന്ത്യയിൽ ആദ്യമായി നടത്തിയ ആ സായുധവിപ്ലവത്തെ ചരിത്രകാരന്മാർ അപഹാസത്തോടെ അവഗണിച്ചു. ആറ്റിങ്ങൽ കലാപം കഴിഞ്ഞ് 136 വർഷത്തിനുശേഷം 1857 ൽ നടന്ന 'ശിപായി ലഹള'യെന്നു വിളിപ്പേരുള്ള വിപ്ലവത്തെ ആദ്യ സ്വാതന്ത്ര്യ സമരമായി അടയാളപ്പെടുത്തുന്നു. അതിന് നേതൃത്വം നല്കിയ മംഗൽപാണ്ഡെയെ ആദ്യത്തെ സ്വാതന്ത്ര്യസമര നായകനായി വാഴ്ത്തുന്നു. 1721 ൽ നടന്ന ആറ്റിങ്ങൽ കലാപത്തെയും നായകൻ കൊടുമൺ പിള്ളയെയും ചരിത്രം തമസ്കരിച്ചു. അതിനുള്ള കാരണം കൊടുമൺ പിള്ള രാജഭരണത്തിനും വിദേശശക്തികൾക്കും എതിരെ സ്വരം ഉയർത്തിയതാണ്. ഭരണാധിപനെതിരെ ശബ്ദം ഉയർത്തുന്നവരെ വർത്തമാനകാലത്തിൽനിന്നും പിന്നീട് ചരിത്രത്തിൽ നിന്നും പുറത്താക്കുന്നതാണ് എക്കാലത്തെയും വഴക്കം. ദാസന്മാരും വിനീതവിധേയരും കാലാനന്തരം വീരനായകരായി പുനരവതരിപ്പിക്കപ്പെടും. എത്രയോ ഭീരുക്കൾ വീരപുരുഷന്മാരായി ചരിത്രത്തിലേക്ക് കുടിയേറ്റം നടത്തിയിരിക്കുന്നു. മുതുകിൽ വെടിയേറ്റു മരിച്ചവരുടെ നെഞ്ചിന്മേൽ പണിത എത്രയെത്ര വീരകുടീരങ്ങൾ ചരിത്രത്തിന് അലങ്കാരമായിരിക്കുന്നു.

നോവലിന്റെ അഞ്ചാമദ്ധ്യായം വായിച്ചപ്പോൾ പ്രകാശന്റെ മനസ്സിൽ ആദ്യചിത്രം തെളിഞ്ഞു. കൊടുംവേനലിലെരിഞ്ഞ സേലത്തെ അയോദ്ധ്യാപുരിയിൽനിന്നുള്ള കുതിരവണ്ടിയുടെ പിന്നിൽ പുറത്തേക്ക് നോക്കിയിരിക്കുന്ന അഭിരാമി എന്ന കൗമാരപ്രായക്കാരിയുടെ നഷ്ടബോധവും ആശങ്കയുമുള്ള നോട്ടത്തിനിടയിൽ ഒളിച്ചുപാർത്ത പ്രത്യാശയുടെ കിരണം പ്രകാശന്റെ ഉള്ളിലുടക്കി.

ഇനിയൊരു മടക്കം ഉണ്ടാകുമോ?

എന്താവും ഭാവി?

ആ കണ്ണുകളിൽ തെളിഞ്ഞ ചോദ്യം പ്രകാശൻ കേട്ടു.

1721 മുതൽ 1729 വരെ തിരുവിതാങ്കോട് ഭരിച്ച രാമവർമ്മ മഹാരാജാവിന്റെ മുന്നിൽ എത്തപ്പെട്ട അഭിരാമിയുടെ ജീവിതം ഒരു ചിത്രകാരനെ ഭ്രമിപ്പിക്കുന്ന വിധത്തിൽ സംഭവബഹുലവും ദുരൂഹവുമായിരുന്നു.

കൗമാരപ്രായക്കാരായ മാർത്താണ്ഡവർമ്മയും രാമൻ തമ്പിയും തമ്മിൽ മല്ലയുദ്ധം നടത്തുന്നതും വിവിധ ഇടങ്ങളിൽ നിന്ന് പപ്പുത്തമ്പി, ഉമ്മിണിത്തങ്ക, കൊച്ചുകുമാര പിള്ള, അഭിരാമി എന്നിവർ അത് വീക്ഷിക്കുന്നതും ചിത്രകാരനുവേണ്ടി സൃഷ്ടിച്ച മുഹൂർത്തം തന്നെയാണെന്ന് പ്രകാശനു തോന്നി. ചിത്രത്തിലുള്ള ആറുപേർക്കും ആറു വിരുദ്ധ ഭാവം, ആറു ലക്ഷ്യം.

നോവൽ ഖണ്ഡശഃ പ്രസിദ്ധീകരിക്കുന്നതിനാൽ ചിത്രങ്ങൾ ഒരുമിച്ച് വരച്ചു നല്കണമെന്നില്ല. നോവലിലെ അദ്ധ്യായങ്ങളുടെ മുറയനുസരിച്ചല്ല പ്രകാശൻ ചിത്രം വരയ്ക്കുന്നത്. കഥയുടെ സസ്പെൻസ് പൊളിക്കാൻ പാടില്ല. നോവലിൽ പറഞ്ഞിരിക്കുന്ന മുഹൂർത്തങ്ങൾ അതേപടി പുനരാവിഷ്കരിക്കുന്നതിൽ പ്രകാശന് താല്പര്യം ഇല്ലായിരുന്നു. കഥാകാരൻ പറയാത്ത പക്ഷി മൃഗാദികളും വൃക്ഷലതാദികളും മനുഷ്യരും ജലാശയവും പുൽമേടുകളും ആകാശവും ചിത്രങ്ങളിൽ വന്നു നിറയണം. അവയെയും കഥാപാത്രങ്ങളാക്കണം. എങ്കിലേ ചിത്രപ്രപഞ്ചം സൃഷ്ടിക്കാനാവൂ.

മറ്റൊരു ചിത്രകാരനായിരുന്നെങ്കിൽ ഒരുപക്ഷേ, കൊടുമൺ സൂര്യരാഘവപിള്ളയിൽനിന്നു വരച്ചു തുടങ്ങിയേനെ. വായന അവസാന അദ്ധ്യായമായപ്പോൾ കൊടുമൺപിള്ളയ്ക്ക് സദ്ദാം ഹുസൈനുമായി എവിടെയൊക്കെയോ സാമ്യം ഉള്ളതുപോലെ പ്രകാശന് തോന്നി. അമേരിക്കയ്ക്ക് അനഭിമതനായ ശേഷം ക്രൂരനായ ഭരണാധികാരിയെന്നും കൊലപാതകിയെന്നും മുദ്രകുത്തപ്പെടുകയും ലോകത്തെകൊണ്ട് അത് വിശ്വസിപ്പിക്കുകയും ചെയ്തു. അധികാരസ്ഥാനത്തിനു നേരേ ചൂണ്ടുവിരൽ ഉയർത്തുന്നവർക്കെതിരെ നുണക്കഥകൾ ചമയ്ക്കുകയും ക്രൂരനായി അവതരിപ്പിക്കുകയും ചെയ്യുന്നത് ചരിത്രാതീതകാലം മുതലേ ഉള്ള പ്രവണതയാണ്. എട്ടുവീട്ടിൽ പിള്ളമാർ എങ്ങനെയാണ് ക്രൂരന്മാരും ദേശവിരുദ്ധരുമായത്? എന്തിനു വേണ്ടിയാണവർ നിലകൊണ്ടത്? അവരുടെ നാമംപോലും ചരിത്രത്തിൽനിന്നു മായ്ച്ചു കളഞ്ഞതെന്തിനാണ്?

പ്രകാശൻ സമയം നോക്കി. രാത്രി പതിനൊന്നു കഴിഞ്ഞു. അയാൾ നോവലിസ്റ്റിന്റെ ഫോൺ നമ്പർ ഡയൽ ചെയ്തു.

“ഹലോ, ഉറങ്ങിയോ?”

“ഇല്ല.” നോവലിസ്റ്റ് പറഞ്ഞു.

“എവിടെ നിന്ന് വരച്ചു തുടങ്ങണമെന്ന് ഒരു സംശയം.”

“എവിടെനിന്നും തുടങ്ങാം.”

“മാർത്താണ്ഡവർമ്മയുടെ അവസാനകാലം എങ്ങനെയായിരുന്നു?” പ്രകാശൻ ചോദിച്ചു.

“മാർത്താണ്ഡവർമ്മ 1729 ലാണ് അധികാരം ഏറ്റത്. നോവൽ 1737 ൽ അവസാനിക്കുന്നു. അദ്ദേഹം മരിച്ചത് പിന്നെയും 21 വർഷം കഴിഞ്ഞാണ്. നിലനിന്നിരുന്ന മാടമ്പിത്തം അവസാനിപ്പിച്ചെന്ന ചരിത്രപ്രസക്തി കാലാന്തരം അദ്ദേഹത്തിന് വന്നുചേർന്നതാണ്.” നോവലിസ്റ്റ് പറഞ്ഞു.

“ഒരാളുടെ അവസാനകാലം, പ്രത്യേകിച്ച് ചരിത്രപുരുഷന്മാരുടേത് എങ്ങനെയായിരുന്നുവെന്നറിഞ്ഞാലേ അവരുടെ ചെറുപ്പം വരയ്ക്കാനാവൂ. കുട്ടിക്കാലത്തും വാർദ്ധക്യത്തിലുമാണ് മനുഷ്യന്റെ യഥാർത്ഥ മനോനില വെളിവാകുന്നത് ” പ്രകാശൻ പറഞ്ഞു.

"1758 ൽ അദ്ദേഹം മരിക്കുമ്പോൾ 52 വയസ്സു കഴിഞ്ഞിട്ടേയുള്ളൂ. ഇരുപത്തിമൂന്നാമത്തെ വയസ്സിൽ രാജാവായി. 1737 ൽ എട്ടുവീട്ടിൽ പിള്ള മാരുടെ യുഗം അവസാനിക്കുന്നതുവരെ ഒരു നിമിഷംപോലും അദ്ദേഹം സ്വസ്ഥത അനുഭവിച്ചിട്ടില്ല. അതു കഴിഞ്ഞും അദ്ദേഹം മാനസിക സമ്മർദ്ദത്തിലായിരുന്നു. ഉറക്കം തീരെ ഇല്ലാതായി. പാപഭയവും പ്രേതഭയവും കുറ്റബോധവുംകൊണ്ട് അടിമുടി ഉരുകി ജീവിച്ച രാജാവാ യിരുന്നു അദ്ദേഹം. ജ്യോതിഷികളെയും മന്ത്രവാദികളെയും വിളിച്ച് പരിഹാരം തേടി. ഗതി കിട്ടാതെ അലഞ്ഞ എട്ടുവീട്ടിൽ പിള്ളമാരുടെ ആത്മാക്കളെ എട്ട് കുടങ്ങളിൽ ആവാഹിച്ച് പ്രതിഷ്ഠിക്കാൻ തീരുമാനിച്ചു. കുഴിത്തുറ കൊട്ടാരവളപ്പിലെ ചാമുണ്ഡി ക്ഷേത്രത്തിൽ ആത്മാക്കളെ ആവാഹിച്ചിരുത്തി. അതുകഴിഞ്ഞും സമാധാനം കിട്ടിയില്ല. വീണ്ടും പ്രശ്നം വച്ചു. പിള്ളമാരുടെ ആത്മാക്കളെ ആവാഹിച്ച കുടങ്ങൾ ഏഴാറു കടത്തി ചങ്ങനാശ്ശേരി വേട്ടടിക്കാവിലെ ശാസ്താക്ഷേത്രത്തിൽ കുടിയി രുത്തി." നോവലിസ്റ്റ് പറഞ്ഞു.

"അതിന്റെ അവശിഷ്ടം എന്തെങ്കിലും ഇന്നുണ്ടോ?" പ്രകാശൻ ചോദിച്ചു.

"കുഴിത്തുറ പോസ്റ്റോഫീസിനടുത്ത് ഇടിഞ്ഞു പൊളിഞ്ഞ നിലയിൽ കൊട്ടാരം ഇപ്പോഴും ഉണ്ട്. ചങ്ങനാശ്ശേരി മുനിസിപ്പാലിറ്റി ഓഫീസിനടുത്ത് വേട്ടടിക്കാവിൽ, പിള്ളമാരുടെ പ്രതിഷ്ഠയുടെ അവശിഷ്ടം ഇന്നും കാണാം."

"മാർത്താണ്ഡവർമ്മ വിവാഹം കഴിച്ചിട്ടില്ലേ?"

"മാർത്താണ്ഡവർമ്മയ്ക്ക് ഒരു വയസ്സുള്ളപ്പോൾ അച്ഛൻ മരിച്ചു. രണ്ടു വയസ്സു തികയുംമുമ്പ് അമ്മയേയും നഷ്ടമായി."

"ഒരുകാലത്തും അദ്ദേഹം സ്വസ്ഥനായിരുന്നിട്ടില്ല. പിന്നെങ്ങനെ വിവാഹം കഴിക്കും. ഒരു പ്രണയമുണ്ടായിരുന്നത് ദുരന്തത്തിലവസാനിച്ചു. 1756 ൽ തന്റെ എല്ലാമായിരുന്ന രാമയ്യൻ മരിച്ചതോടെ രാജാവ് വിഷാദ രോഗത്തിനടിപ്പെട്ടു. അതിനു മുമ്പേ അദ്ദേഹത്തിനു തളർവാതം വന്നു പരസഹായമില്ലാതെ നടക്കാൻപോലുമാകാതെ കിടപ്പായി. രാജ്യം തന്നെ ദൈവത്തിന് സമർപ്പിച്ചില്ലേ. എന്താ കാര്യം?" നോവലിസ്റ്റ് ചോദിച്ചു. പ്രകാശൻ നിശ്ശബ്ദനായി.

"ഞാൻ ഒന്നുകൂടി വായിക്കട്ടെ."

"ശരി."

ഫോൺ കട്ടിലിലേക്ക് ഇട്ടിട്ട് പ്രകാശൻ നോവൽ എടുത്തു നിവർത്തി. രണ്ടാം വായന ആരംഭിച്ചു.

ഒന്ന്

1721 വിഷുദിനം, പ്രഭാതം

ഏഴു തിരി പ്രകാശമേറ്റു ജ്വലിച്ച ദേവീവിഗ്രഹത്തിനു മുന്നിൽ സാഷ്ടാംഗം പ്രണമിച്ചിട്ട് കൊടുമൺ സൂര്യരാഘവപിള്ള കുടുംബത്തിലെല്ലാവർക്കും വിഷുക്കൈനീട്ടം നല്കി. പടിപ്പുരയ്ക്കു പുറത്ത് കാത്തുനിന്നവർക്ക് കൈനീട്ടം നല്കാൻ അനുജൻ രുദ്രപ്രതാപൻപിള്ളയെ ചുമതലപ്പെടുത്തിയിട്ടു കളരിയിലേക്കു പോയ കൊടുമൺപിള്ളയെ കാണാൻ ഒരാൾ കാത്തു നില്പുണ്ടായിരുന്നു. ഒത്ത ഉയരവും ഉറച്ച ശരീരവും ഇരുനിറവുമുള്ള ആ യുവാവ് ഒരു അഭ്യാസിയാണെന്ന് ഒറ്റനോട്ടത്തിൽ അറിയാം. പിള്ളയെ കണ്ടപ്പോൾ അയാൾ നെഞ്ചിൽ കൈവച്ച് തലകുമ്പിട്ടു വണങ്ങി.

എന്തെങ്കിലും അത്യാവശ്യം ഉണ്ടെങ്കിലേ കാവല്ക്കാർ കളരിയിലേക്ക് രാവിലെ ആരെയെങ്കിലും കടത്തിവിടൂ.

കൊടുമൺപിള്ള പുലർച്ചെ കളരിയിൽ കയറിയാൽ രണ്ടു മണിക്കൂർ മുറതെറ്റാതെ വ്യായാമം ചെയ്യും. അതു കഴിഞ്ഞാൽ കളരി ആശാന്മാരുമായി വാൾപ്പയറ്റാണ്. ഒരിക്കൽ പോലും അവർക്കാർക്കും പിള്ളയെ തോല്പിക്കാൻ കഴിഞ്ഞിട്ടില്ല. തിരുനെൽവേലിയിൽനിന്നും മധുരയിൽനിന്നും വടക്കൻ പ്രദേശങ്ങളിൽ നിന്നുമൊക്കെ പേരുകേട്ട കളരി അഭ്യാസികളെ ക്ഷണിച്ചുവരുത്തി പയറ്റു നടത്തുന്നതും പിള്ളയുടെ പതിവായിരുന്നു. ആദ്യചുവടുവച്ച് വാൾ ചുഴറ്റുമ്പോൾ അഭ്യാസി ഏതു കളരിക്കാരനാണെന്നു മനസ്സിലാക്കാനുള്ള പ്രാപ്തി പിള്ളയ്ക്കുണ്ടായിരുന്നു. തമിഴ്നാട്ടിൽ നിന്ന് മറവപ്പടയാളികളെ വരുത്തി ദിവസങ്ങളോളം മൽപ്പിടിത്തവും വാൾപ്പയറ്റും നടത്താറുമുണ്ട്. ഒരിക്കൽ

മറവപ്പടയിലുണ്ടായിരുന്ന ഇരുളനുമായി പയറ്റ് നടത്തുന്നതിനിടയിൽ പിള്ളയുടെ നെറ്റിയിൽ വാൾത്തലപ്പുകൊണ്ട് മുറിവേറ്റു. ആ തഴമ്പ് നെറ്റിയുടെ ഇടതു വശത്ത് മായാതെ കിടപ്പുണ്ട്. മുറിവേല്പിച്ച ഇരുളന് പണവും കാഴ്ചവസ്തുക്കളും നല്കിയാണ് പിള്ള യാത്രയാക്കിയത്. പിള്ളയോളം കരുത്തനായ ഒരു അഭ്യാസിയെ ഇരുളനും മുമ്പ് കണ്ടിട്ടില്ലായിരുന്നു.

മുന്നിൽ തൊഴുതുനിന്ന യുവാവിനെ കണ്ടപ്പോൾ പിള്ളയ്ക്ക് ഇരുളനെ ഓർമ വന്നു. അല്പം അകലെയായി കാവല്ക്കാരുടെ കൂട്ടത്തിൽ നിന്ന തലവൻ കുമാരപിള്ള യുവാവിനു നേരേ തലനീട്ടിക്കാട്ടുക കൂടി ചെയ്തപ്പോൾ അവന്റെ ആഗമനോദ്ദേശ്യം അന്വേഷിച്ചിട്ട് കളരിയിലേക്കു കയറാമെന്ന് തീർച്ചപ്പെടുത്തി.

അടുത്തെത്തിയപ്പോൾ പിള്ള യുവാവിനോട് ചോദിച്ചു:

"ആരാ?"

യുവാവ് തല കുമ്പിട്ട് ഒന്നുകൂടി വണങ്ങിയിട്ട് അല്പംകൂടി അടുത്തുവന്ന് ശബ്ദം താഴ്ത്തി ഒരു ശ്ലോകം ചൊല്ലി.

"കറി വളർചിലമ്പിൻ വഴങ്കലാ നടപ്
പുലിയെന്റെ ഓർക്കും ഇക്കിലിക്കേട് ഊരേ."

പനയറ ശങ്കരൻ പണ്ടാരത്ത് കുറുപ്പിന്റെ സന്ദേശവുമായി വന്നവനാണ് യുവാവെന്ന് ശ്ലോകം കേട്ട മാത്രയിൽ പിള്ള ഊഹിച്ചു. സാധാരണ കാര്യങ്ങൾക്ക് ഓല കൊടുത്തയയ്ക്കുകയാണ് പതിവ്. അതീവ രഹസ്യ കാര്യങ്ങൾ അറിയിക്കാൻ വിശ്വസ്തരെ ദൂതുമായി അയയ്ക്കും. ദൂതനെ അടയാളവാക്യമോ ശ്ലോകമോ പഠിപ്പിച്ചിട്ടാവും അയയ്ക്കുന്നത്. ഒരു അടയാള ശ്ലോകം ഒരു തവണയേ ഉപയോഗിക്കൂ.

നാലുവീട്ടിൽ പിള്ളമാരും നാലുവീട്ടിൽ കുറുപ്പന്മാരുമാണ് ഇത്തരം അടയാള ശ്ലോകം സന്ദേശ വിനിമയത്തിനായി ഉപയോഗിക്കുന്നത്.

മാസത്തിലൊരിക്കൽ നാലുവീട്ടിൽ പിള്ളമാരുടെയും നാലുവീട്ടിൽ കുറുപ്പന്മാരുടെയും കുടുംബത്തിലെ തലമൂത്തവരോ അവർ ചുമതലപ്പെടുത്തുന്ന സഹോദരങ്ങളോ ശേഷക്കാരോ എട്ടുവീട്ടിൽ പിള്ളമാരുമായി യോഗം ചേരാറുണ്ട്. എല്ലാ കുടുംബത്തിലെയും എല്ലാ മൂത്ത അംഗങ്ങളും ഒരുമിച്ചു കൂടാറില്ല. പൊതുവേ നാലുവീട്ടിൽ പിള്ളമാരുടെയും നാലുവീട്ടിൽ കുറുപ്പന്മാരുടെയും കുടുംബത്തിലെ മൂത്ത ഒരാൾ മാത്രമേ യോഗത്തിൽ പങ്കെടുക്കാറുള്ളൂ. പതിനാറു പേരിൽ നാലു പേരിലധികം മൂത്തയാൾക്കാർ പങ്കെടുക്കാൻ പാടില്ലെന്നും അവർ തീരുമാനിച്ചിട്ടുണ്ട്.

അടുത്തേക്കു വന്ന യുവാവ് ശബ്ദം താഴ്ത്തി പറഞ്ഞതു കേട്ട പിള്ളയുടെ ഉള്ള് വാൾത്തലപ്പുപോലെ മിന്നി.

ദൂതുമായി വന്ന പൊന്നാമ്പിയെന്ന യുവാവ് ആചാരപ്രകാരം വണങ്ങിയിട്ട് മടങ്ങി.

കളരിയിലേക്ക് കയറാതെ പിള്ള അനുജനെ ഉറക്കെ വിളിച്ചു.

"ഉരിത്തരാ."

കരക്കാർക്ക് കൈനീട്ടം നല്കി നിന്ന രുദ്രപ്രതാപൻ പിള്ള ജ്യേഷ്ഠന്റെ വിളി കേട്ട് തിരിഞ്ഞു. പൊതുവേ സൗമ്യനായ പിള്ള 'തമ്പി' എന്നാണ് അനുജനെ സാധാരണ വിളിക്കുന്നത്. പ്രധാന തീരുമാനം അറിയിക്കാനാണ് പേരു വിളിക്കുന്നത്. രുദ്രന്റെ മനസ്സ് ആശങ്കപ്പെട്ടു. കൈനീട്ടം നല്കാൻ ശേഷക്കാരൻ വിക്രമൻ പിള്ളയെ ചുമതലപ്പെടുത്തിയിട്ട് ധൃതിയിൽ ജ്യേഷ്ഠന്റെ അടുത്തേക്കു നടന്നു.

സൂര്യരാഘവപിള്ള എന്തോ ഗൗരവമുള്ള ചിന്തയിലാണെന്ന് രുദ്രൻ പിള്ളയ്ക്ക് മനസ്സിലായി. മണമ്മേൽ ഗുരുക്കളുടെ ശിഷ്യന്മാരാണ് പുലർച്ചെ കളരിപ്പുര തുറന്ന് പരദേവതയ്ക്കു മുന്നിൽ പൂക്കളും എണ്ണയും ഒരുക്കിവയ്ക്കുന്നത്. ഉറക്കമുണർന്ന് ദേഹശുദ്ധി വരുത്തിയാലുടൻ ജലപാനം പോലും നടത്താതെ കൊടുമൺ പിള്ള കളരിയിൽ വന്ന് കെടാവിളക്കിൽ എണ്ണ പകർന്ന് വിഗ്രഹത്തിൽ പൂമാല ചാർത്തി സാഷ്ടാംഗം പ്രണമിച്ച് ഉടവാൾ തൊട്ടു വണങ്ങും. എല്ലാ ദിവസവും കുലദേവതാസ്തുതിയോടെ നാവുണർത്തണമെന്ന നിശ്ചയം പരമ്പരാഗതമായി കുടുംബത്തിലെ മൂത്തയാൾ പാലിച്ചുവരുന്ന ആചാരമാണ്. പൂജയും പ്രാർത്ഥനയും കഴിഞ്ഞാൽ ലഘു പ്രാതൽ കഴിക്കും. അതു കഴിഞ്ഞാണ് കളരിയിലേക്കുള്ള രണ്ടാം വരവ്.

എട്ടുവീട്ടിൽ പിള്ളമാർക്ക് രാജാവിനെ വിറപ്പിക്കാനുള്ള പടക്കരുത്തും സമ്പത്തുമുണ്ടായിരുന്നു. എട്ടുവീട്ടിൽ പിള്ളമാരെന്ന് പരക്കെ അറിയപ്പെട്ടിരുന്ന എട്ടു കുടുംബക്കാരുടെയും ബൗദ്ധികനേതൃത്വം നാലുവീട്ടിൽ പിള്ളമാർക്കും നാലുവീട്ടിൽ കുറുപ്പന്മാർക്കുമായിരുന്നു.

ആറുകൂട്ടത്തിൽ പിള്ളമാരും ഇടത്തറ പോറ്റിമാരും ഇളമ്പയിൽ പണ്ടാലയും 41 മാടമ്പി പ്രഭു കുടുംബങ്ങളും അവരുടെ ആജ്ഞാനുവർത്തികളായ നിരവധി മാടമ്പികളും ചേരുന്ന വലിയ സംഘം എട്ടുവീട്ടിൽ പിള്ളമാരോടും നാലു വീടരോടും ഒന്നിച്ചു നിന്ന് തിരുവിതാംകോടിനെയും മറ്റ് മൂന്നു സ്വരൂപങ്ങളെയും സ്വന്തം ഇംഗിതങ്ങളുടെ അച്ചുതണ്ടിൽ കറക്കാൻ തുടങ്ങിയിട്ട് തലമുറകൾ എത്രയോ ആയി.!

"നെഞ്ചൊറപ്പില്ലാതേം ചങ്കൊറപ്പില്ലാതേം പെറന്നാലും എളവ് കിട്ടും പിള്ളേ. കിരീടോം വച്ച് ചെങ്കോലും പിടിച്ച് സിംഹാസനത്തിലിരുന്ന് നീട്ടി ആജ്ഞാപിക്കേം ചെയ്യാം. കല്പനകൾ നടപ്പാക്കാനക്കൊണ്ട് പഞ്ചപുച്ഛമടക്കി പിള്ളമാരും കുറുപ്പന്മാരും നായന്മാരും നില്ക്കേല്ലേ. പിന്നെയെന്തരിന് അമാന്തിക്കണം. കഷ്ടം! സമ്പത്തില്ലേ? പടയില്ലേ? അറുത്തിട്ടാൽ തുടിക്കണ ഒടമ്പില്ലേ? എന്റെ പിള്ളേ, പെറന്നത് രാജകുടുംമ്മത്തിലല്ലെന്നേയുള്ളൂ. ആ ഇരിപ്പിടത്തി ഇരുത്തിയാ കോട്ടമില്ലാത ഭരിപ്പാനുള്ള തെങ്ങനേന്നു നമ്മള് കാണിച്ചു കൊടുക്കും."

മാസയോഗത്തിൽ രോഷംപൂണ്ട കൊടുമൺ പിള്ളയെ പനയറ ശങ്കരൻ പണ്ടാരത്ത് കുറുപ്പും കൊച്ചു മാതേവൻ പണ്ടാരത്ത് കുറുപ്പും ഒരേ സ്വരത്തിൽ പ്രോത്സാഹിപ്പിച്ചു.

"എന്റെ പൊന്നപ്പിച്ചോ; അങ്ങനെ കേള്, കേപ്പാനും കേൾവിയുമില്ല ന്നാരും നിരീക്കണ്ട."

പരദേവതയുടെ വിഗ്രഹത്തിനു മുന്നിൽ വച്ചിരുന്ന ഉടവാൾ തൊട്ടുവണങ്ങി കൊടുമൺ പിള്ള ഭക്തിപൂർവ്വം അത് കൈയിലെടുത്തു. വാൾ തൊട്ടപ്പോൾ പിള്ളയുടെ മുഖം അഗ്നിയായി ജ്വലിച്ചു. വേണാടിനെ ചുറ്റി വളഞ്ഞ് സമ്പത്ത് കൊള്ളയടിക്കുകയും നാട്ടുകാരെ നിഷ്കരുണം കൊന്നു തള്ളുകയും ചെയ്യുന്ന ഇംഗ്ലീഷ് ഈസ്റ്റ് ഇന്ത്യാ കമ്പനിയോടുള്ള കോപമായിരുന്നു ആ മുഖത്ത് ജ്വലിച്ചത്.

"ഒരുങ്ങിക്കോ, ഇവിടെ കൊറച്ച് വാൾക്കാരും വേൽക്കാരും മതി. ബാക്കിയുള്ളോര് ഒറ്റമനതായി പാത്തും പതുങ്ങീം നീങ്ങണം."

എങ്ങോട്ടാണു പുറപ്പെടേണ്ടതെന്നറിയാതെ ശങ്കിച്ചുനിന്ന അനുജ നോട് ഉറച്ച സ്വരത്തിൽ പിള്ള പറഞ്ഞു:

"ഇരുട്ടു വീണപെറകേ ആറ്റിങ്ങ എത്തണം. നാലു ദിക്കിക്കൂടെ പതിനാറു കൂട്ടമായി കാട്ടു വഴീക്കൂടെ വേണം പൂവാൻ. ഓരോ കൂട്ടത്തി ന്റേയും തലവനോട് മാത്രം കാര്യങ്ങള് ചൊല്ലിയാ മതി കേട്ടോ. മറ്റുള്ളോ രോടൊന്നും കൊട്ടിഘോഷിക്കണ്ട. കരിങ്കാളിയേയും അബ്ബറിനേം പടയു മായി അവിടെ എത്തിച്ചേരാനക്കൊണ്ട് ചട്ടം കെട്ടണം. നീ കോയിക്ക പുഴേര വലത്തേ ചരിവിലെ പാറക്കൂട്ടത്തി കരിങ്കാളിയുമായി പതുങ്ങി ക്കോ. മറ്റുള്ളോര് രണ്ട്കരേലുമായി പമ്മിയിരിക്കണം. തീ തുപ്പണ തുപ്പാ ക്കീം ഉണ്ടവെടി പൊട്ടണ പെരുങ്കൊഴലുമായിട്ട് അവര് പത്ത് നൂറ്റമ്പ തെണ്ണം കാണും."

ആജ്ഞ കേട്ട രുദ്രപ്രതാപൻ പിള്ളയുടെ ഉള്ളിൽ ശത്രുവിനെക്കു റിച്ച് ഏകദേശ ധാരണ തെളിഞ്ഞു. അയാളുടെ മുഖം ചുവന്നു വിറച്ചു. ഉറയിൽ നിന്ന് ഉടവാൾ വലിച്ചൂരി. വാൾമുഴക്കം അവിടെയാകെ പ്രതിദ്ധ്വനിച്ചു.

രണ്ട്

അഞ്ചുതെങ്ങിൽനിന്ന് ജലപാതയിലൂടെ പ്രഭാതത്തിൽ ആരംഭിച്ച യാത്ര ആഘോഷവും ആർപ്പുവിളികളും പൊട്ടിച്ചിരികളുംകൊണ്ട് ഉല്ലാസഭരിതമായിരുന്നു. വലിയ മുളംകുറ്റികളിൽ നിറച്ച മദ്യവും ഇറച്ചിയും മറ്റ് ആഹാരപദാർത്ഥങ്ങളും ആവശ്യത്തിലധികം കരുതിയിരുന്നു. മുടങ്ങിക്കിടന്ന വാർഷികകപ്പവും പാരിതോഷികങ്ങളും ആറ്റിങ്ങൽ മൂത്ത തമ്പുരാൻ പാർവതീഭായിക്ക് സമർപ്പിക്കാൻ ഈസ്റ്റ് ഇന്ത്യാ കമ്പനിയുടെ പ്രതിനിധികളായ വില്യം ഗിഫോർഡ്, സൈമൺ കൗസി, ഇഗ്നേഷ്യോ മലീറിയാസ്, സെസാർ ബർട്ടൺ, മേജർ ജനറൽ വാൾട്ടർ ബ്രൗൺ എന്നിവരുടെ നേതൃത്വത്തിൽ സായുധരായ 146 പട്ടാളക്കാരും പ്രാദേശീയരായ ആറ് കമ്പനി പടയാളികളുമാണ് യാത്രാ സംഘത്തിലുണ്ടായിരുന്നത്.

ആറ്റിങ്ങൽ റാണിയുടെ മന്ത്രി വഞ്ചിമുട്ടത്തു പിള്ള മുൻകൈയെടുത്താണ് ഇടഞ്ഞുനിന്ന ഈസ്റ്റ് ഇന്ത്യാ കമ്പനിയുമായി ചർച്ചകൾ നടത്തി അനുരഞ്ജനത്തിന് വഴിയൊരുക്കിയത്. നാട്ടുകാരിൽ നിന്ന് ഉണ്ടായ പ്രകോപനങ്ങളും പ്രതിഷേധങ്ങളും ഇനിമേൽ ഉണ്ടാകില്ലെന്നും വ്യാപാരം ഊർജ്ജിതപ്പെടുത്താൻ എല്ലാ സഹായവും ചെയ്യാമെന്നുമുള്ള റാണിയുടെ വാഗ്ദാനം രേഖപ്പെടുത്തിയ ഓലയും വഞ്ചിമുട്ടത്തു പിള്ളയുടെ നയപരമായ ഇടപെടലും നിമിത്തം മുടങ്ങിക്കിടന്ന വാർഷികകപ്പം നല്കാമെന്ന് ഗിഫോർഡ് ഒടുവിൽ സമ്മതിച്ചു.

വഞ്ചിമുട്ടത്തു പിള്ളയ്ക്ക് ഗിഫോർഡുമായി സന്ധിയുണ്ടാക്കണമെന്ന ആഗ്രഹം തീവ്രമായിരുന്നു. അഞ്ചുതെങ്ങ് കോട്ടയുടെ അമരക്കാരനായ വില്യം ഗിഫോർഡിന് തദ്ദേശീയരെ അമർച്ച ചെയ്യാ

നുള്ള സൈനിക ബലമുണ്ടെന്നതു മാത്രമല്ല, എന്തിനും പോന്നവനും കരുത്തനും ഗിഫോർഡിന്റെ വിശ്വസ്തനുമായ ഇഗ്നേഷ്യോ മലീറിയാസ് എന്ന ഭ്രാന്തൻ പറങ്കിയുമായി ചങ്ങാത്തം ഉണ്ടാക്കണമെന്ന ഗൂഢോദ്ദേശ്യവും പിള്ളയ്ക്ക് ഉണ്ടായിരുന്നു.

വ്യാപാരം തടസ്സമില്ലാതെ നടക്കണമെന്നു മാത്രമേ ഗിഫോർഡ് ചിന്തിച്ചുള്ളൂ. കള്ളത്തരങ്ങളും വഞ്ചനയുമായിരുന്നു ആ ബ്രിട്ടീഷുകാരന്റെ സ്വത്വമുദ്ര! പക്ഷേ; അയാളുടെ ഭാര്യ കാതറിൻ ജെറാർഡ് കനിവുള്ളവളായിരുന്നു. ഇഗ്നേഷ്യോ മലീറിയാസാകട്ടെ, നിരന്തരമായി നാട്ടുകാർക്കിടയിൽ പ്രകോപനം സൃഷ്ടിക്കുകയും ആക്രമണം നടത്തുകയും ചെയ്തു. വഞ്ചികളിൽ ചെറിയ വിളക്കുമായി വലയെറിയാൻ പോകുന്നവരെ രാത്രി കടൽക്കരയിൽ ഒളിഞ്ഞിരുന്ന് വെടിവച്ചു കൊല്ലുന്നത് അയാളുടെ വിനോദമായിരുന്നു. കാറ്റിൽ ഉലയുന്ന ചെറിയ വഞ്ചിയിലെ നേർത്ത പ്രകാശത്തിനു നേർക്ക് അയാൾ ഇരട്ടക്കുഴൽ തോക്ക് ഉന്നംപിടിച്ച് വെടി പൊട്ടിക്കും. വഞ്ചി ഉലഞ്ഞു തിരയിൽ തലകീഴായി മറിയും. പ്രകാശം കെടും. ഇരുളിന്റെ മറവിലിരുന്ന് ഇഗ്നേഷ്യോ ഭ്രാന്തമായി നിലത്തടിച്ച് ഉറക്കെ ശബ്ദമുണ്ടാക്കി ചിരിച്ചു മറിയും. വെടിയുണ്ട തറച്ച മൃതദേഹങ്ങൾ പിറ്റേന്നോ അടുത്ത ദിവസങ്ങളിലോ കടൽത്തീരത്തടിയും. ആർത്തുവിളിച്ച് ഇളകിവരുന്ന ജനക്കൂട്ടത്തെ പലപ്പോഴും ഇഗ്നേഷ്യോ ഒറ്റയ്ക്ക് നേരിട്ടു. അസാധാരണ ശബ്ദങ്ങൾ പുറപ്പെടുവിച്ച്, തോക്കുമായി അയാൾ ചീറ്റപ്പുലിയെപ്പോലെ ഓടിയടുക്കുമ്പോൾ ജനം ചിതറിയോടും. ജനക്കൂട്ടത്തിനുനേരേ അയാൾ നിറയൊഴിച്ചലറും.

ഒരിക്കൽ ഒളിയാക്രമണത്തിൽ കൈയിൽ മുറിവേറ്റ ഇഗ്നേഷ്യോ പുഴയോരത്തിരുന്നു പച്ചിലകൾ പിഴിഞ്ഞ് നീര് മുറിവിലേക്ക് ഒഴിച്ചിട്ട് ലവലേശ ഭാവവ്യത്യാസമില്ലാതെ തുന്നിക്കെട്ടുന്നത് അകലെ നിന്ന നാട്ടുകാർ ഭയത്തോടെ കണ്ടു. ചിറയിൻകീഴിലെ മുസ്ലീം കച്ചവടക്കാരായ 'മൂർ' മാരോട് ഏറ്റുമുട്ടിയപ്പോഴാണ് മുറിവുണ്ടായത്. ആ സംഭവത്തിനു ശേഷം അയാൾ 'മൂർ'മാരോട് നിരന്തരം ഏറ്റുമുട്ടി. അവരെ അപഹസിക്കുകയും അവരുടെ മുതൽ കൊള്ളയടിക്കുകയും ചെയ്തു. ഗത്യന്തരമില്ലാതെ മുസ്ലീം കച്ചവടക്കാർ സംഘടിതരായി അഞ്ചുതെങ്ങ് കോട്ടയിൽ ചെന്ന് ഗിഫോർഡിനോട് പരാതി ഉണർത്തിച്ചു. പരാതിക്കാരെയെല്ലാം അയാൾ ക്രൂരമായി മർദ്ദിച്ചിട്ടു തുറങ്കിലടച്ചു. തദ്ദേശീയരോട് കരുണയും അനുഭാവവും കാട്ടിയിരുന്ന കാതറിൻ ജെറാർഡ് അല്പദിവസത്തിനകം അവരെയെല്ലാം നിരുപാധികം മോചിപ്പിച്ചു.

23 വയസ്സുകാരിയായ കാതറിന്റെ മൂന്നാമത്തെ ഭർത്താവായിരുന്നു ഗിഫോർഡ്. പതിനാലാം വയസ്സിൽ അമ്പതുകാരനായ ജോൺഹാർവിയെ വിവാഹം കഴിക്കുകയും പതിനാറാം വയസ്സിൽ വിധവയാകുകയും

ചെയ്ത കാതറിന്റെ രണ്ടാം ഭർത്താവായ തോമസ് ചൗണും അകാലത്തിൽ മരണമടഞ്ഞിരുന്നു.

ആറ്റിങ്ങലിലെയും ചിറയിൻകീഴിലെയും മുസ്ലീങ്ങൾ സംഘടിച്ചു. പക്ഷേ, കമ്പനിക്കെതിരെ പട നയിക്കാനുള്ള കെല്പ് അവർക്കുണ്ടായിരുന്നില്ല. എതിർത്ത് തോല്പിക്കാനുള്ള അവസരം കാത്ത് അവർ അസ്വസ്ഥതയോടെ കഴിഞ്ഞു. തദ്ദേശീയനായ ഷെയ്ക് അക്ബർ ഷായുടെ നേതൃത്വത്തിൽ അവർ കൊടുമൺപിള്ളയെ കണ്ട് പരാതി ബോധിപ്പിച്ചു. നാട്ടുകാർക്കുനേരേ കമ്പനി നടത്തുന്ന കൊള്ളയും കൊലയും അകാരണമായ ആക്രമണങ്ങളും അക്ബർ ഷാ ഒന്നൊന്നായി നിരത്തി.

കുരുമുളകും അടയ്ക്കയും തിപ്പിലിയും കറുവായും നാട്ടുകാർക്ക് അവർ നക്കാപ്പിച്ച നല്കി തട്ടിപ്പറിച്ചെടുക്കുന്നതും കള്ളത്തൂക്കവും കള്ളക്കണക്കുംകൊണ്ട് നാട്ടുകാരെ പറ്റിക്കുന്നതും അയാൾ എണ്ണിയെണ്ണി പറഞ്ഞു.

"മൊളവിന്റെ കായി മാങ്ങാനക്കൊണ്ട് പെയ്യ ഞമ്മളെ പുള്ളകളെ ആ ശെയ്ത്താൻ കിഫോഡ് കോട്ടയ്ക്കകത്തിട്ട് പൂട്ടിക്കളഞ്ഞ്. കുടിബെള്ളമ്പോലുമില്ലാതെ പുള്ളകള് കെടന്നു നരകിച്ചതെത്തറ ദെവസമാ പിള്ളയങ്ങത്തേ. ഇനി ബയ്യാ. കള്ള നായിന്റെ മക്കളെ കോട്ടേക്കേറി തീർക്കണം. നാട്ടിന് മേണ്ടി ഞമ്മള ഉയിര് പെയ്യാ മയിര് മാത്തിരം." ദേഷ്യത്തോടെ അക്ബർ ഷാ പറഞ്ഞു.

ആ യുവാവിന്റെ അഗ്നിദൃഷ്ടിയും ദൃഢസ്വരവും പേശീബലവും സൂര്യരാഘവപിള്ളയുടെ മനസ്സിൽ പുതിയ ചിന്തകൾ ഉണർത്തി.

ആ കൂടിക്കാഴ്ച പുതിയ ഒരു ഐക്യത്തിന് വഴിതെളിച്ചു. കൊടുമൺപിള്ള ആവലാതിക്കാരെ ആശ്വസിപ്പിച്ചു. പ്രത്യാക്രമണം നടത്താമെന്ന് വാക്കുകൊടുത്തു. അക്ബർ ഷായെ നെഞ്ചോടു ചേർത്തു പിടിച്ച് ധൈര്യം പകർന്ന ശേഷമാണ് യാത്രയാക്കിയത്.

എട്ടുവീട്ടിൽ പിള്ളമാരുടെ, മാസയോഗത്തിൽ കമ്പനിയുടെ അതിക്രമങ്ങളും ആക്രമണവും ചർച്ച ചെയ്തു. ശക്തമായ തിരിച്ചടി നല്കി അവരെ തളയ്ക്കണമെന്ന അഭിപ്രായം ഉണ്ടായി. കൊടുമൺ പിള്ളയുടെ നേതൃത്വത്തിൽ മുസ്ലീം പടയും വെങ്ങാനൂർ ജയസിംഹൻ പിള്ളയുടെ നേതൃത്വത്തിൽ പുലയപ്പടയും ചെമ്പഴന്തി ഭദ്രാസനൻ പിള്ള യുടെ നേതൃത്വത്തിൽ ഈഴവപ്പടയും രൂപീകരിക്കാൻ തീരുമാനമായി.

തീയൂർ ഗുരുക്കളുടെയും മണമ്മേൽ ചേകവരുടെയും നേതൃത്വത്തിൽ വിവിധ പടകളെ പരിശീലിപ്പിക്കാനുള്ള ഒരുക്കമായി. ഇരുവരുടെയും അരുമശിഷ്യൻ മാർത്താണ്ഡപെരുമാളിനെ ആദ്യം അയച്ചത് വെങ്ങാനൂരിലേക്കായിരുന്നു.

പുലയയുവാക്കളെ ചട്ടം കെട്ടാൻ തലവൻ പളുങ്കിനെ ജയസിംഹൻ

പിള്ള കാട്ടിലേക്ക് അയച്ചു. മുൻ നിശ്ചയിച്ച പ്രകാരം പറഞ്ഞുറപ്പിച്ച സ്ഥലത്ത് ജയസിംഹൻ പിള്ളയും മാർത്താണ്ഡപ്പെരുമാളും കാട്ടിനുള്ളിലെ കുന്നിൻ പുറത്തെത്തി. ചുറ്റിലും പുലരിമഞ്ഞ് പൂർണമായും മാറിയിട്ടില്ല. അവിടെയെത്തിയപ്പോൾ അവരിരുവരെയും തെല്ലാശങ്കപ്പെടുത്തിയത് പുലയരെ ആരെയും കാണാനില്ലാത്തതായിരുന്നു. പളുങ്കിന്റെ മുഖത്താകട്ടെ, തിരിച്ചറിയാനാകാത്ത ഭാവവും. ജയസിംഹൻ പിള്ളയുടെ ആശങ്ക വായിച്ചറിഞ്ഞ പളുങ്ക് ഉച്ചത്തിൽ കൈകൾ കൂട്ടിയടിച്ച ശേഷം "ഹൂയ്" എന്ന് ഉറക്കെ വിളിച്ചു. നിമിഷനേരത്തിനകം വൻവൃക്ഷങ്ങൾക്കു മുകളിൽ നിന്ന് നൂറോളം ചെറുപ്പക്കാർ താഴേക്ക് പറന്നിറങ്ങുകയും എല്ലാവരും അന്തരീക്ഷത്തിൽ കരണം മറിഞ്ഞ് വട്ടംകൂടി നില്ക്കുകയും ചെയ്തു. മാർത്താണ്ഡപ്പെരുമാൾ ഒരു നിമിഷം അമ്പരന്നു. എന്താണ് സംഭവിച്ചതെന്ന് അയാൾക്ക് പെട്ടെന്നു മനസ്സിലായില്ല. ഒരു പ്രദേശത്ത് ചെല്ലുമ്പോൾ സ്വയമറിയാതെ പരിസരം വീക്ഷിക്കാനും പതിയിരിക്കുന്ന അപകടങ്ങൾ മുൻകൂട്ടി കാണാനുമുള്ള സൂക്ഷ്മശ്രദ്ധ ഉണ്ടായിരുന്നിട്ടും ഇത്രയധികം പേർ മരത്തിനു മുകളിൽ എങ്ങനെ ഒളിച്ചിരുന്നു എന്നത് പെരുമാളിനെ അത്ഭുതപ്പെടുത്തി. ഒറ്റ ആഹ്വാനത്തിൽ അവർ ഒരേസമയം നിലത്തെത്തുകയും ഒരേപോലെ കരണം മറിയുകയും നിരതെറ്റാതെ വട്ടത്തിൽ നില്ക്കുകയും ചെയ്തതുകണ്ട് അയാൾ അത്ഭുതപ്പെട്ടു.

ഇത്രയും അഭ്യാസികൾ കൺവെട്ടത്തു പെടാതെ കാട്ടിനുള്ളിൽ കഴിഞ്ഞതിലായിരുന്നു ജയസിംഹൻ പിള്ളയ്ക്ക് അത്ഭുതം. ആരാണിവരെ പരിശീലിപ്പിച്ചത്? എന്താണിവരുടെ ഉദ്ദേശ്യം? കൂട്ടത്തിൽ ഒരാൾ മാത്രം നിരയിൽ നിന്ന് അല്പം മുന്നിലാണ് നില്ക്കുന്നതെന്ന് പെരുമാൾ അപ്പോഴാണ് മനസ്സിലാക്കിയത്. കുറുകി ഉറച്ച ശരീരമുള്ള അവൻ, കരിങ്കാളി. ആ സംഘത്തിന്റെ തലവൻ. വൃക്ഷത്തലപ്പുകൾക്കിടയിലൂടെ വീണ സൂര്യപ്രകാശമേറ്റ് അവന്റെ കണ്ണുകൾ തിളങ്ങി.

കൂർത്തുവളഞ്ഞ ഇരുമ്പുചൂണ്ടയിൽ ഉറപ്പിച്ച മുള്ളുഗോളവും അതിനെ കോർത്തു പിടിച്ചിരിക്കുന്ന നീണ്ട കയറും ഉപയോഗിച്ചുള്ള അക്ബർ ഷായുടെയും സംഘത്തിന്റെയും അഭ്യാസം കണ്ട് മണമ്മേൽ ഇമ്പിരി ചേകോരും അത്ഭുതപ്പെട്ടു. കഠാരയും വാളും ഉപയോഗിച്ചുള്ള നേരിൽ പോരിനും ഷായ്ക്കും സംഘത്തിനും പ്രാവീണ്യമുണ്ടായിരുന്നു.

കരിങ്കാളിക്കും സംഘത്തിനും ഒളിയാക്രമണത്തിനും അമ്പുവിദ്യയ്ക്കും കൂറ്റൻ കല്ലുകൾകൊണ്ട് ആനയുടെ മസ്തകംപോലും തകർക്കാൻ കഴിയുന്ന എറിവിദ്യയിലുമാണ് ഉഗ്രപ്രാവീണ്യം.

ചെമ്പഴന്തി ഭദ്രാസനൻ പിള്ള ഈഴവ യുവാക്കളെ സംഘടിപ്പിക്കാനായി എത്തിയപ്പോൾ വെണ്ണാറമ്പൻ എന്ന പോരാളി കുന്തവും പിടിച്ച് വരവേല്ക്കാൻ നില്പുണ്ടായിരുന്നു. അയാളുമായി പാടവരമ്പിലൂടെ നടക്കുമ്പോൾ കാട്ടിൽ ഒരു തിരയിളക്കം ഉണ്ടായി. കരിയിലയിളക്കി ഒരു

മാൻ പായുന്നു. മിന്നൽ വേഗത്തിൽ ഓടി മറയുന്ന മാനിനു നേരെ ഇടത്തേ കാൽ പാദത്തിലൂന്നി വട്ടം കറങ്ങി വെണ്ണാറമ്പൻ കുന്തം എറിഞ്ഞു. ഹുങ്കാരശബ്ദത്തോടെ പാഞ്ഞ കുന്തം മാനിന്റെ പള്ള തറച്ച് അപ്പുറം കടന്നാണ് വീണത്.

വെണ്ണാറമ്പന്റെ സംഘത്തിൽ അഭ്യാസബലമുള്ള ഇരുപതോളം ചെറുപ്പക്കാർ ഉണ്ടായിരുന്നു. വാളും ഗദയും കുന്തവും കൊണ്ടുള്ള അവരുടെ അഭ്യാസപ്രകടനങ്ങൾ കണ്ട് ഭദ്രാസനൻ പിള്ള അതിശയിച്ചു പോയി. ഓടുന്ന മൃഗത്തിനു നേരെ അണുവിട മാറാതെ കുന്തമെറിയാനും ഗദകൊണ്ട് മദയാനയുടെ മസ്തകം തകർക്കാനും പരിശീലനം നേടിയവരായിരുന്നു അവർ.

പെരുമാളും ഇമ്പിരിയും ഭദ്രാസനൻ പിള്ളയും എന്ത് ഉദ്ദേശ്യത്തിലാണോ പോയത്, അതിന് നേർ വിപരീതമാണ് സംഭവിച്ചത്. ഗുരുക്കൾ ശിഷ്യന്മാരായി. പകരാൻ പോയവർ സ്വീകർത്താക്കളായി.

നടന്നതെല്ലാം അക്ഷരംപ്രതി അറിഞ്ഞ കൊടുമൺ പിള്ള വലിയ സന്തോഷത്തിലായി. നാട്ടുകാർക്കു നേരേ അതിക്രമങ്ങൾ നടത്തുകയും സമ്പത്ത് മുഴുവൻ കൊള്ളയടിക്കുകയും ചെയ്യുന്ന കമ്പനിക്കെതിരേ പട നയിക്കാൻ അതുവരെ കാണാത്ത കരുത്തന്മാർ അണിചേരുന്നു. ഒളിച്ചും പതുങ്ങിയും കഴിഞ്ഞവരെ ഒരുമിച്ചു നിർത്തിയാൽ കമ്പനിക്കെതിരേ വെന്നിക്കൊടി പാറിക്കാം.

“നമ്മടെ നാട്ടി നമ്മക്കു മീതെ ചെറക് വിരിക്കണ നീചപ്പരിഷകളുടെ തല കഴിത്തീന്നു പോണം.”

ആ വാചകം പിള്ള മനസ്സിൽ ആവർത്തിച്ചു.

‘നമ്മൾ’ എന്ന വാക്കിന് അതുവരെയില്ലാത്ത അർത്ഥം അന്നേരം പിള്ളയുടെ മനസ്സിൽ പൊട്ടി മുളച്ചു. ‘നമ്മൾ’ എന്ന പദത്തിലേക്ക് പുതിയതായി നിരവധി പേർ നടന്നു കയറി.

ഇഗ്നേഷ്യോ മലീറിയാസ് ഒപ്പം ഉണ്ടെങ്കിൽ കൊടുമൺ പിള്ളയെ നേരിട്ടമർച്ചചെയ്യാമെന്ന് വഞ്ചിമുട്ടത്തു പിള്ളയ്ക്ക് ഉറപ്പായിരുന്നു. ആറ്റിങ്ങൽ റാണിയുടെ കരം പിരിവും രാജ്യരക്ഷാ ചുമതലയും പരമ്പരാഗതമായി നിർവഹിച്ചു പോന്നത് നാലുവീട്ടിൽ പിള്ളമാരും നാലു വീട്ടിൽ കുറുപ്പന്മാരുമായിരുന്നു. അവരുമായി കൊടുമൺ പിള്ളയ്ക്കുണ്ടായിരുന്ന ഉറ്റബന്ധം വഞ്ചിമുട്ടത്തു പിള്ളയെ അസൂയപ്പെടുത്തി. കൊടുമൺ പിള്ളയോട് തനിക്കുണ്ടായിരുന്ന ആജന്മശത്രുതയ്ക്ക് അറുതി വരുത്താൻ വെകിളി പിടിച്ച ഈ പറങ്കി വഴി സാധിക്കുമെന്ന് വഞ്ചിമുട്ടത്തു പിള്ള തീർച്ചയാക്കി. താൻ മന്ത്രിസ്ഥാനത്തിരിക്കുകയും റാണിയുടെ വിശ്വസ്തനായി വാഴുകയും ചെയ്യുന്നെങ്കിലും കൊടുമൺ പിള്ളയുടെ പ്രതാപവും പടക്കരുത്തും തനിക്കില്ലാത്തതിൽ വഞ്ചിമുട്ടത്തു പിള്ളയ്ക്ക് തീർത്താലും തീരാത്ത അസൂയയുണ്ടായിരുന്നു.

ഇളകിയ കുതിരയ്ക്കൊപ്പം ഓടി മൂക്കുകയറിട്ട് അടക്കിനിർത്തുന്നതിലും മെയ്‌വഴക്കത്തിലും അഭ്യാസമികവിലുമുള്ള കൊടുമൺ പിള്ളയുടെ കീർത്തി വിഖ്യാതമായിരുന്നു. തന്റെ ഭാര്യ പോലും സൂര്യരാഘവപിള്ളയോട് കാട്ടുന്ന ഭയഭക്തിബഹുമാനവും ആരാധനയും വഞ്ചിമുട്ടത്തു പിള്ളയുടെ ഉറക്കം കെടുത്തി.

മന്ത്രിസ്ഥാനത്തിരിക്കുന്ന തന്നെ പരിഹസിക്കുന്നത് രാജ സ്ഥാനത്തോടുള്ള നിന്ദയാണെന്ന് മൂത്ത തമ്പുരാനോട് ഉണർത്തിച്ചിട്ടും ഫലം ഉണ്ടായില്ല. എട്ടരയോഗക്കാരും എട്ടുവീട്ടിൽ പിള്ളമാരും നാലുവീട്ടിൽ പിള്ളമാരും നാലുവീട്ടിൽ കുറുപ്പന്മാരും ചേരുമ്പോഴുള്ള ശക്തി വേണാട്ടു രാജാക്കൻമാരെപ്പോലും ഭയപ്പെടുത്തുമ്പോൾ വെറും മന്ത്രിസ്ഥാനക്കാരന് എന്ത് വിലയും നിലയും!

എട്ടുവീട്ടിൽ പിള്ളമാർക്കുള്ള അംഗബലവും ജനങ്ങളിന്മേലുള്ള സ്വാധീനവും കമ്പനിക്ക് അറിയാമായിരുന്നു. പിള്ളമാരും വേണാടുരാജാക്കന്മാരുമായുള്ള തർക്കവും വൈരവും പരമാവധി പ്രോത്സാഹിപ്പിക്കാൻ കമ്പനി ശ്രമിച്ചിരുന്നു. പിള്ളമാരെ പണവും പാരിതോഷികവും നല്കി വരുതിയിലാക്കാനും തമ്മിൽ അകറ്റാനും കമ്പനി പലതവണ ശ്രമിച്ചെങ്കിലും ഫലം കണ്ടില്ല. പിള്ളമാരെ ഒപ്പം നിർത്തിയാൽ വേണാട്ടിൽ ആധിപത്യം സ്ഥാപിക്കാൻ എളുപ്പമാണെന്നും ജനങ്ങളെ നിഷ്പ്രയാസം അമർച്ച ചെയ്യാമെന്നും കമ്പനിക്ക് ബോദ്ധ്യമുള്ളതിനാലാണ് അവർ പരിശ്രമം നടത്തിയത്.

നാലുവീട്ടിൽ പിള്ളമാരിൽ വീരൻ, ചിറയിൻകീഴ് തെക്കേവീട്ടിൽ ചെറുവള്ളി കാളിപ്പിള്ളയെന്ന നമ്പുകാളിപ്പിള്ളയാണ്, കമ്പനിയുടെ അതിക്രമം അനുവദിക്കാൻ പാടില്ലെന്നും അവരെ അമർച്ച ചെയ്യണമെന്നും മാസയോഗത്തിൽ ആദ്യം പറഞ്ഞത്. വ്യാപാരത്തിനു വന്നവർ നാടടക്കിവാഴുന്നത് ഇനിയും അനുവദിക്കാൻ പാടില്ലെന്നും നാടിനെ അടിയറവുവച്ച മഹാരാജാവ് വിഡ്ഢിയാണെന്നും കാളിപ്പിള്ള രോഷത്തോടെ പറഞ്ഞു.

പനയറ കുറുപ്പന്മാരും ചിറയിൻകീഴ് പിള്ളമാരും കണ്ണെത്താദൂരത്തോളം സ്വകാര്യ സ്വത്തുള്ളവരായിരുന്നു. രാജാവിനൊപ്പം പ്രതാപമുള്ള അവർ പരസ്പര സഹകരണത്തോടെയും അഭിപ്രായഐക്യത്തോടെയും തലമുറകളായി കഴിയുന്നവരായിരുന്നു.

ചിറയിൻകീഴ് മകിഴഞ്ചേരി കുടുംബത്തിൽ ആറു തലമുറ മുമ്പ് ജീവിച്ചിരുന്ന മാതേവനമ്പി പിള്ളയെ രാജാവും റാണിമാരും ഏറെ ബഹുമാനത്തോടെയാണ് കണ്ടിരുന്നത്. മിതഭാഷിയും ബുദ്ധിമാനുമായിരുന്ന മാതേവനമ്പി പിള്ള ദേശത്തെ മാടമ്പി പ്രഭുക്കൾക്കെല്ലാം സ്വീകാര്യനായിരുന്നു. പിള്ളമാരും കുറുപ്പന്മാരും തമ്മിൽ അക്കാലത്ത് നിലനിന്നിരുന്ന മാത്സര്യവും കുടിപ്പകയും അവസാനിപ്പിക്കുകയും പട

ക്കരുത്ത് പരസ്പരം ആക്രമിക്കാനല്ലെന്നും പൊതുശത്രുവിനെ നേരിടാനുള്ളതാണെന്നും ഇരുവിഭാഗത്തെയും ധരിപ്പിച്ച് ഒന്നിപ്പിച്ചു നിർത്തുകയും ചെയ്തത് മാതേവനമ്പി പിള്ളയായിരുന്നു. പിള്ളമാരിൽ പ്രബലവിഭാഗം ബ്രിട്ടീഷുകാരെയും കുറുപ്പന്മാരിൽ ബഹുഭൂരിപക്ഷവും ഡച്ചുകാരെയുമാണ് പിന്താങ്ങി വന്നത്. വിദേശീയർ തമ്മിലുള്ള തർക്കം തദ്ദേശീയരിലേക്കും പടരുകയും പരസ്പരം പോരടിച്ച് ഇരുവിഭാഗത്തിലും ആൾനാശവും ധനനഷ്ടവും ഉണ്ടാകുകയും ചെയ്യുന്നതിലെ അപകടം മനസ്സിലാക്കിയാണ് മാതേവനമ്പി പിള്ള മുന്നിട്ടിറങ്ങിയതും ഇരുവിഭാഗത്തിലെയും നാലു പ്രബല കുടുംബങ്ങളെ വീതം ഒന്നിപ്പിച്ചതും. ആറ്റിങ്ങൽ ദേശവഴിയിൽ ഉൾപ്പെട്ട പിള്ളമാരുടെയും കുറുപ്പന്മാരുടെയും ഈ പുതുക്കൂറ് എട്ടുവീട്ടിൽ എന്നറിയപ്പെടാൻ തുടങ്ങി. മാതേവനമ്പി പിള്ളയുടെ നേതൃത്വത്തിലുള്ള ഈ സഖ്യം പൊതുവേ എട്ടുവീട്ടിൽ പിള്ളമാർ എന്നു വിശേഷിപ്പിക്കപ്പെട്ടു. ഇവരുടെ സംഘബലവും ഒരുമയും ശക്തിയും മെല്ലെ വേണാടിലാകമാനം ഖ്യാതി നേടി.

മാടൻപിള്ളയെന്ന് അറിയപ്പെട്ട ആജാനുബാഹുവും കരുത്തനും പുലിവേട്ടക്കാരനുമായ മാടമ്പിപ്രഭു രാമനാമ മാതൻ പിള്ളയെന്ന രാമനാമറ്റത്തിൽ കുടുംബത്തിലെ അധികാരി ആറ്റിങ്ങൽ ദേശത്തെ സഖ്യത്തെക്കുറിച്ചറിഞ്ഞപ്പോൾ മുതൽ വേണാട്ടിലെ മാടമ്പി പ്രഭുക്കളെയെല്ലാം ഒന്നിപ്പിക്കണമെന്നാഗ്രഹിച്ചു. മഹാരാജാവിനോടൊപ്പം വേട്ടയ്ക്ക് പോകുകയും ചീറ്റപ്പുലിയെപ്പോലും ഒറ്റയ്ക്ക് കീഴടക്കുകയും ചെയ്യുന്ന മാതൻ പിള്ളയെ മാടൻ പിള്ളയെന്നു വിശേഷിപ്പിച്ചത് മഹാരാജാവ് തന്നെയായിരുന്നു. കാലാനന്തരം മാടൻ പിള്ളയെന്ന പേര് വേണാടിലാകമാനം വീരപരിവേഷത്തോടെ പരക്കുകയും അദ്ദേഹത്തിന്റെ കുടുംബം രാമനാമാടൻ എന്നും പിന്നീട് രാമനാമാടം എന്നും അറിയപ്പെടുകയും ചെയ്തു. ഒരിക്കൽ യുവരാജാവിനെ പുലിയുടെ വായിൽനിന്നു രക്ഷിച്ച മാടൻ പിള്ളയ്ക്ക് പൊന്നും പണ്ടവും കണ്ണെത്താ ദൂരത്തോളം നെൽവയലുകളും തെങ്ങിൻ തോപ്പും കരം ഒഴിവാക്കി രാജാവ് ദാനം ചെയ്തു.

"രാമനാമറ്റോമല്ല; രാമനാമാടനുമല്ല; ഇനിമേൽ നിന്റെ കുടുമ്മം രാമനാമഠം എന്നും നീ രാമനാമഠം പിള്ളയെന്നും കേൾവികേപ്പും." ബ്രാഹ്മണന് മാത്രം അവകാശപ്പെട്ട മഠം എന്ന വാസസ്ഥലപ്പേര് അങ്ങനെയാണ് ആ കുടുംബത്തിന് വന്നു ചേർന്നത്.

വേണാട്ടിലെ മറ്റൊരു പ്രഭു കുടുംബമായ മാർത്താണ്ഡമാടത്തിൽ കുടുംബത്തിന്റെ പേരും രാജകല്പന പ്രകാരം മാർത്താണ്ഡമഠത്തിൽ എന്നു മാറ്റിക്കിട്ടിയിട്ടുണ്ട്.

രാമനാമഠത്തിൽ പിള്ളയുടെ നേതൃത്വത്തിലാണ് വേണാട്ടിലെ മാടമ്പി പ്രഭുക്കളെ ഒന്നിപ്പിച്ചത്. 1672 മുതൽ 1677 വരെ തിരുവിതാങ്കോട്

ഭരിച്ച ആദിത്യവർമ്മയുടെ കാലത്ത് പത്മനാഭസ്വാമി ക്ഷേത്രത്തിന്റെ വസ്തുക്കൾ എട്ടായി വിഭജിക്കുകയും ക്ഷേത്രഭരണ ചുമതലക്കാരായ എട്ടരയോഗക്കാർ ക്ഷേത്രസ്വത്തുക്കളുടെ കരം പിരിവ് ചുമതല എട്ടു മാടമ്പിമാരെ ഏൽപ്പിക്കുകയും ചെയ്തു. ആറ്റിങ്ങലിലെ എട്ടുവീടരുടെ ചുവടുപിടിച്ച് ക്ഷേത്ര സ്വത്തിന്റെ കരം പിരിവ് ചുമതലയുള്ള ആ എട്ടു മാടമ്പി കുടുംബക്കാരെയും രാമനാമഠം പിള്ള അശ്രാന്ത പരിശ്രമത്തി നൊടുവിൽ ഒന്നിപ്പിച്ചു. കാലാനന്തരം നിരവധി മാടമ്പി പ്രഭുക്കളെയും നാട്ടുപ്രമാണിമാരെയും ആ സഖ്യത്തിന്റെ ആജ്ഞാനുവർത്തികളാക്കി അണിചേർത്തു. എട്ടുവീട്ടിൽ പിള്ളമാരെന്ന പേര് ക്രമേണ ആ പുതിയ സഖ്യത്തിന് ചാർത്തിക്കിട്ടി. നാലു വീട്ടിൽ പിള്ളമാരും നാലുവീട്ടിൽ കുറുപ്പന്മാരും സഖ്യത്തിന് പിന്തുണ പ്രഖ്യാപിക്കുകയും മാർഗ്ഗനിർദേശം നല്കുകയും ചെയ്തു. എട്ടുവീട്ടിൽ പിള്ളമാർ വേണാട്ടിലെ പ്രബല ശക്തിയായി വളരുകയും പലപ്പോഴും രാജാവിന്റെ തെറ്റായ നടപടികളെ ചോദ്യം ചെയ്യുകയും ചെയ്തു. രാജാവിനെ വിറപ്പിക്കാനുള്ള ആയുധ ബലവും പടക്കരുത്തും അവർക്കുണ്ടായിരുന്നതിനാൽ രാജാവ് നേർ പേരാട്ടത്തിന് മുതിർന്നില്ല. ഇരുപക്ഷവും ഇടയ്ക്കിടയ്ക്ക് ബലപരീക്ഷ ണങ്ങൾ നടത്തി. അത് തലമുറകൾ തുടർന്നു. നാൾക്കുനാൾ എട്ടുവീട്ടിൽ പിള്ളമാർ ശക്തരായിക്കൊണ്ടിരുന്നത് രാജാവിനെ അസ്വസ്ഥനാക്കി.

ഗിഫോർഡിന്റെ നേതൃത്വത്തിൽ രാവിലെ ആരംഭിച്ച ജലയാത്ര ഉച്ച കഴിഞ്ഞ് ആറ്റിങ്ങൽ എത്തി. സംഘത്തിന്റെ സുരക്ഷാചുമതലയുള്ള മേജർ ജനറൽ വാൾട്ടർ ബ്രൗൺ ആണ് ആദ്യം പുറത്തിറങ്ങിയത്. ആനയും അമ്പാരിയും പക്കമേളവും താലപ്പൊലിയുമായി വഞ്ചിമുട്ടത്തു പിള്ള രാവിലെ മുതലേ കാത്തുനില്ക്കുന്നുണ്ടായിരുന്നു. പുറത്തിറങ്ങിയ ബ്രൗൺ ചുറ്റിലും വീക്ഷിച്ചിട്ട് മറ്റുള്ളവർക്ക് പുറത്തിറങ്ങാൻ അനുവാദം നല്കി. മദ്യലഹരിയിലായിരുന്ന ഗിഫോർഡും ഇഗ്നേഷ്യോ മലീറിയാസും സൈമൺ കൗസിയും സെസാർ ബർട്ടനും ഉൾപ്പെടെ യുള്ളവർക്ക് വരവേൽപ്പിൽ മനം നിറഞ്ഞു. മുന്നിൽ നിന്ന വഞ്ചിമുട്ടത്തു പിള്ളയെ അവർ അഭിവാദ്യം ചെയ്തു. ആ സംഘം ഉല്ലാസപൂർവ്വം കൊട്ടാരത്തിലേക്ക് നീങ്ങി.

കൊട്ടാരത്തിനുള്ളിൽ ചിരിയും അട്ടഹാസവും നിറഞ്ഞു. പാരിതോഷികങ്ങളും കുടിശ്ശിക കപ്പവും സുഗന്ധദ്രവ്യങ്ങളും കണ്ട് റാണിയുടെ മനസ്സ് നിറഞ്ഞു. മദ്യമണമുള്ള പൊട്ടിച്ചിരികളോട് റാണിക്ക് ആദ്യം തോന്നിയ അനിഷ്ടം, കണ്ണഞ്ചിപ്പിക്കുന്ന സമ്മാനങ്ങൾ കണ്ടപ്പോൾ ആഹ്ലാദമായി മാറി. ആട്ടവും പാട്ടും അരങ്ങേറി.

ഇഗ്നേഷ്യോക്കു വേണ്ടി വഞ്ചിമുട്ടത്തു പിള്ള പുഴയോരത്തെ രഹസ്യ താവളത്തിൽ സുന്ദരിമാരെ അണിയിച്ചൊരുക്കി നിർത്തിയിട്ടുണ്ടാ യിരുന്നു. പിള്ള ഒരുക്കിയ വിരുന്നിൽ സന്തുഷ്ടനായ ആ പറങ്കി

പ്രത്യുപകാരമായി എന്തു വേണമെന്ന് ചോദിച്ചപ്പോൾ "കൊടുമൺ പിള്ളയുടെ തല" എന്നായിരുന്നു പിള്ള നിസ്സംശയം മറുപടി പറഞ്ഞത്.

''താമസിയാതെ നിനക്ക് ഞാനത് സമ്മാനമായി തരും.'' ഇഗ്നേഷ്യോ പറഞ്ഞു.

തെളിനീർ കുളിരുമായി കൊല്ലമ്പുഴ ശാന്തമായൊഴുകി. മേഘങ്ങൾക്കിടയിൽനിന്ന ചന്ദ്രൻ ശ്വാസമടക്കി നോക്കി. നിമിഷങ്ങൾ ഇഴഞ്ഞു നീങ്ങി.

മൂന്ന്

ആറ്റിങ്ങൽ കൊട്ടാരത്തിനു സമീപത്തെ കൊല്ലമ്പുഴക്കടവിൽ ജലനൗകകൾ നിരനിരയായി കാത്തുകിടന്നു. ചുറ്റും ഇരുട്ട് കനത്തു. വാൾട്ടർ ബ്രൗൺ കടവിൽനിന്ന് ചുറ്റിലും സസൂക്ഷ്മം നോക്കി. കാഴ്ചക്കാരായ കുറച്ച് നാട്ടുകാർ പുഴയുടെ ഇരുകരയിലും അകലെ മാറി ഭയഭക്തിയോടെ നില്പുണ്ടായിരുന്നു.

പുതിയ വ്യാപാരകരാറുകൾ ഉറപ്പിക്കാനും വ്യാപാരസ്വാതന്ത്ര്യം വർദ്ധിപ്പിക്കാനും കഴിഞ്ഞതിൽ ഗിഫോർഡ് സന്തുഷ്ടനായിരുന്നു. വഞ്ചിമുട്ടത്ത് പിള്ളയുടെ കൗശലപൂർണ്ണമായ ഇടപെടൽ കാരണം ആറ്റിങ്ങൽ റാണിയുമായി ഗിഫോർഡിനും സംഘത്തിനും കൂടുതൽ അടുക്കാനും കഴിഞ്ഞു. സന്തുഷ്ടരായ ഗിഫോർഡും ഇഗ്നേഷ്യോയും വഞ്ചിമുട്ടത്തു പിള്ളയ്ക്ക് എന്ത് സഹായവും ചെയ്യാനുള്ള സന്നദ്ധത അറിയിച്ചു. താൻ കരുതിയതിലും കൂടുതൽ സ്വാധീനം കമ്പനിക്കു മേൽ ഉണ്ടാക്കാനായതിൽ പിള്ള അതീവസംതൃപ്തനായിരുന്നു. തന്റെ ഇംഗിതങ്ങൾക്കനുസരിച്ച് ചലിക്കുന്ന കാലം സമാഗതമായെന്ന് അയാൾ ആശ്വസിച്ചു.

കൊടുമൺ പിള്ളയെ ഇല്ലാതാക്കിയാൽ ആറ്റിങ്ങലും പരിസരത്തുമുള്ള 16 പ്രമുഖ മാടമ്പി കുടുംബങ്ങളെ വരുതിയിൽ നിർത്താമെന്നും ദേശവഴിയുടെ കരംപിരിവിന്റെയും ക്രമസമാധാനത്തിന്റെയും ചുമതല നാലു വീട്ടിൽ പിള്ളമാരുടെയും നാലു വീട്ടിൽ കുറുപ്പന്മാരുടെയും കൈയിൽ നിന്നു തനിക്ക് ലഭിക്കുമെന്നും പിള്ള സ്വപ്നം കണ്ടു. ഗിഫോർഡും സംഘവും റാണിയെ മുഖം കാണിക്കാൻ വരുന്ന വിവരം നാലുവീട്ടിൽ കുറുപ്പന്മാരെ അറിയിച്ചില്ല. എല്ലാ സുരക്ഷയും താൻ

നോക്കിക്കൊള്ളാമെന്നു പറഞ്ഞ് മൂത്ത തമ്പുരാന്റെ അനുവാദം പിള്ള വാങ്ങിയിരുന്നു. കൊട്ടാരത്തിലും പരിസരത്തും ആയുധധാരികളായ ഭടന്മാരെ അണിനിരത്തി. തോക്കും പീരങ്കിയും മാരകശേഷിയുള്ള ആയുധങ്ങളുമേന്തിയ കമ്പനി പടയാളികൾക്ക് മറ്റാരുടെയും സുരക്ഷ ആവശ്യമില്ലെന്ന് പിള്ളയ്ക്ക് അറിയാമായിരുന്നു. കമ്പനിക്കെതിരേ ആക്രമണത്തിന് മുതിർന്നാൽ ആ നിമിഷം അവരെ ഭസ്മമാക്കും.

വഞ്ചിമുട്ടത്തു പിള്ള പലപ്പോഴും ചിറയിൻകീഴിന് സമീപമുള്ള കൊടുമൺ പിള്ളയുടെ വസതിയിലേക്ക് റാണിയുടെ ദൂതുമായി പോയിട്ടുണ്ട്. മന്ത്രിസ്ഥാനത്തിരിക്കുന്ന ഒരാളിന് ലഭിക്കേണ്ട ആദരവും അംഗീകാരവും പിള്ളയ്ക്ക് കൊടുമൺപിള്ളയിൽനിന്ന് ഒരിക്കലും ലഭിച്ചിട്ടില്ല.

“എന്തടോ പിള്ളേ.” എന്ന കൊടുമൺ പിള്ളയുടെ പരിഹാസം കലർന്ന സംബോധന സഹിക്കാനാവുന്നതിനുമപ്പുറമായിരുന്നു.

കൊടുമൺപിള്ളയുടെ ഭാര്യ കാഞ്ചി ആവണി ഭദ്രപ്പിള്ളയെന്ന കാഞ്ചിപ്പിള്ളയും വഞ്ചിമുട്ടത്ത് പിള്ളയെ മന്ത്രിയെന്ന നിലയിൽ പരിഗണിച്ചില്ല. അവർ പിള്ളയെ ‘അപ്പിപ്പിള്ള’യെന്നു വിളിക്കുകയും ആശ്രിതരോടെന്നതുപോലെ പെരുമാറുകയും ചെയ്തു. ഉള്ളിലടക്കിയ പക വഞ്ചിമുട്ടത്തു പിള്ളയെ പ്രതികാരദാഹിയാക്കി.

റാണിയെ കാണാൻ വരാമെന്ന് ഗിഫോർഡ് സമ്മതമറിയിച്ചപ്പോൾ വഞ്ചിമുട്ടത്ത് പിള്ള ആദ്യം ചോദിച്ചത് എത്ര പേർക്ക് വിരുന്നൊരുക്കണമെന്നാണ്. 200 പേരുണ്ടാകുമെന്നും അതിൽ പാതിയും തോക്കുകാരായിരിക്കുമെന്നും അറിഞ്ഞപ്പോൾ പിള്ളയ്ക്ക് അത്യന്തം സന്തോഷമുണ്ടായി. എന്നാണ് വരുന്നതെന്നാണ് പിള്ള രണ്ടാമത് ചോദിച്ചത്. ഒരു നിമിഷം പോലും ആലോചിക്കാതെ “നാളെ” എന്ന് ഗിഫോർഡ് ഉത്തരം പറഞ്ഞപ്പോൾ പിള്ള അമ്പരപ്പോടെയും ആഹ്ലാദത്തോടെയും ചോദിച്ചു: “അമ്പോ! നാളേ? ദുരിശപ്പെട്ട് വന്നൂട്ടാ... എല്ലാമൊന്നൊരുക്കാനക്കൊണ്ടു എനിക്കിത്തിപ്പൂരം തഞ്ചം കിട്ടീരിന്നെങ്കി... ”

തീരുമാനത്തിനു മാറ്റമില്ലെന്ന് ആംഗ്യം കാട്ടി ഗിഫോർഡ് ഉറക്കെ ചിരിച്ചു.

അന്നു രാത്രി വൈകി യാത്രാവിവരം ചാരന്മാർ വഴി പനയറ മൂത്തകുറുപ്പിന് ചോർത്തി നല്കിയതും വഞ്ചിമുട്ടത്ത് പിള്ള തന്നെയായിരുന്നു. ഗിഫോർഡും പത്തോളം പേരും റാണിയെ കാണാൻ വരുന്നുവെന്നാണ് വാർത്ത എത്തിച്ചത്. വിവരം പനയറ അറിഞ്ഞാൽ ഇളക്കം കൊടുമണിലാകുമെന്ന് പിള്ളയ്ക്കറിയാമായിരുന്നു.

യാത്രാവിവരം പനയറ പണ്ടാരത്തു കുറുപ്പ് സ്വന്തം ചാരന്മാർ വഴി അറിഞ്ഞിരുന്നു. 150 നും 200 നും ഇടയ്ക്ക് പടയാളികൾ ഒപ്പമുണ്ടാകുമെന്ന വിവരവും തന്റെ ചാരന്മാർ വഴി മനസ്സിലാക്കിയിരുന്നു. കമ്പനിയുമായി

അടുക്കാൻ വഞ്ചിമുട്ടത്ത് പിള്ള ഏതു വളഞ്ഞ വഴിയും സ്വീകരിക്കും. കൊടുമൺ പിള്ളയെ അമർച്ച ചെയ്യുകയാണയാളുടെ ലക്ഷ്യം. കമ്പനിയും വഞ്ചിമുട്ടത്ത് പിള്ളയും തമ്മിൽ സഖ്യമായാൽ നാട്ടുകാരുടെ മേലുള്ള കമ്പനിയുടെ കുതിരകയറ്റവും ക്രൂരതയും ഇനിയും വർദ്ധിക്കും. ആറ്റിങ്ങൽ ദേശവഴിയിൽ മാത്രമല്ല, വേണാടിനെയാകമാനം അത് ബാധിക്കും.

തിരുവിതാങ്കോട് മഹാരാജാവ് ആദിത്യവർമ്മ, യുദ്ധത്തിനോ പ്രതിരോധത്തിനോ അനുരഞ്ജനത്തിനോ പോലും ശക്തിയില്ലാത്ത ഭരണാധികാരിയാണെന്ന് ഏവർക്കും ബോദ്ധ്യമുള്ളതാണ്. അതിനാൽ റാണിയും കമ്പനിയും തമ്മിലുള്ള അധാർമ്മികകൂട്ടുകെട്ട് അമർച്ച ചെയ്യണമെന്നും കമ്പനിപ്പടയുടെ യാത്രാവിവരം അപ്പപ്പോൾ അറിയിക്കാൻ ചട്ടം കെട്ടിയിട്ടുണ്ടെന്നും ദൂതൻ വഴി കൊടുമൺ പിള്ളയെ കുറുപ്പ് ധരിപ്പിച്ചു.

ഗിഫോർഡിന്റെ ഒരു തോക്കുകാരൻ കൊടുമൺ പിള്ളയുടെ പത്ത് വാൾക്കാരെയെങ്കിലും ഒറ്റനിമിഷംകൊണ്ട് കാലപുരിക്കയയ്ക്കും. തോക്കുകാരും വാൾക്കാരും കുന്തക്കാരുമടക്കം ഗിഫോർഡിനുള്ള സൈനികബലത്തെക്കുറിച്ചോർത്തപ്പോൾ വഞ്ചിമുട്ടത്തു പിള്ളയ്ക്ക് ആഹ്ലാദം അടക്കാനായില്ല.

കൊട്ടാരത്തിൽനിന്നു കടവിലേക്കുള്ള മടക്കയാത്രയിൽ ഗിഫോർഡും സംഘവും ആർപ്പുവിളികളും പൊട്ടിച്ചിരികളും ഉയർത്തി ഉല്ലസിച്ചു നടന്നു. നൂറിൽപ്പരം തോക്കുധാരികൾ മുന്നിലും പിന്നിലും വശങ്ങളിലുമായി ജാഗരൂകരായി വലയം തീർത്തു നടന്നു. സുരക്ഷാ വലയത്തിനു മദ്ധ്യേ സംഘം ഒരു ദ്വീപിലെന്നതുപോലെ കവചിതരായി നീങ്ങി.

"പിള്ളയ്ക്കെന്താ ആവശ്യം; പണമോ പണ്ടമോ?" നടക്കുന്നതിനിടയിൽ ഗിഫോർഡ് ചോദിച്ചു.

"രണ്ടിനോടും ആർത്തി കൂടുതലാ. പക്ഷേ, ആദ്യം വേണ്ടത് അതു രണ്ടുമല്ല. കൊടുമൺ പിള്ളയുടെ തലയാ." ഇഗ്നേഷ്യോ പറഞ്ഞു.

"അത്രയേയുള്ളോ? ഞാൻ കരുതി വലുതെന്തെങ്കിലും ആവുമെന്ന്. വൈകിക്കണ്ട. ആഗ്രഹം സാധിച്ചു കൊടുത്തേക്ക്." ഉറക്കെച്ചിരിച്ചു കൊണ്ട് ഗിഫോർഡ് പറഞ്ഞു.

"വൈകില്ല." ഇഗ്നേഷ്യോ ഉറപ്പോടെ പറഞ്ഞു.

അവർ ഉല്ലാസനൗകയിൽ കയറി. കടവത്തുനിന്ന വഞ്ചിമുട്ടത്തുപിള്ള അവരെ ഓരോരുത്തരെയായി താണു വണങ്ങി യാത്രയാക്കി. അവർ താമസിയാതെ തനിക്കുവേണ്ടി ആയുധമെടുക്കേണ്ടവരാണെന്നും ഇനിയും ഒത്തുചേരലുകൾ ഉണ്ടാകുമെന്നും പിള്ള ഉള്ളാലെ ഉറപ്പിച്ചു.

വലിയ നൗകയുടെ മുന്നിലും പിന്നിലുമായി നിരവധി വഞ്ചികൾ നീങ്ങി. പിള്ളയും പടയാളികളും അവരെ കൈ വീശിക്കാട്ടി യാത്രയാക്കി.

കൊട്ടാരത്തിൽ, മൂത്ത തമ്പുരാൻ കാഴ്ചവസ്തുക്കൾ ഓരോന്നായി പരിശോധിക്കുന്ന തിരക്കിലായിരുന്നു. വർണ്ണവസ്ത്രങ്ങൾ, കമ്പളങ്ങൾ, സുഗന്ധദ്രവ്യങ്ങൾ, വിളക്കുകൾ അങ്ങനെ പതിവിലും കൂടുതൽ പാരിതോഷികങ്ങൾ. 525 വെനീഷ്യൻ സ്വർണ്ണ നാണയം, 17,000 രൂപ. ഏഴുവർഷമായി മുടങ്ങിയ തുക ഒന്നിച്ചുകണ്ട റാണി സന്തോഷിച്ചു.

“പിള്ള എവിടേ?” മൂത്ത തമ്പുരാൻ ചോദിച്ചു.

“പിള്ളേങ്ങത്ത നേർച്ചയിടാൻ ചട്ടം കെട്ടാനക്കൊണ്ട് വീരളത്തു പെയ്യൂട്ടെന്നുണർത്തിപ്പാൻ പറഞ്ഞേപ്പിച്ചു.” ദാസി വിനയപൂർവ്വം പറഞ്ഞു. റാണിക്ക് സന്തോഷമായി. വഞ്ചിമുട്ടത്തു പിള്ളയെപ്പോലെ ഭയഭക്തി ബഹുമാനവും കാര്യപ്രാപ്തിയും കൗശലവും കൂർമ്മബുദ്ധിയുമുള്ള മന്ത്രിയെക്കുറിച്ച് റാണിക്ക് അഭിമാനം തോന്നി.

വീരളത്ത് പോയെന്നു പറയാൻ ഏർപ്പാടാക്കിയിട്ട് വഞ്ചിമുട്ടത്തു പിള്ള നേരേ പോയത് പുഴയോരത്തെ തന്റെ വിശ്രമകേന്ദ്രത്തിലായിരുന്നു. കമ്പനിയുടെ പാരിതോഷികങ്ങൾക്കിടയിൽ നിന്നു മദ്യക്കുപ്പി കൈയിലെടുത്തു. അതുവരെ അനുഭവിച്ചിട്ടില്ലാത്ത ആഹ്ലാദം അയാൾക്കുണ്ടായി. ഇത്രയും ശക്തരായ കമ്പനിപ്പടയാളികളോട് ഏറ്റുമുട്ടാൻ തക്ക വിഡ്ഢിയല്ല കൊടുമൺ പിള്ളയെന്ന് അയാൾക്കറിയാമായിരുന്നു. ഒരേറ്റുമുട്ടലിന് തയ്യാറാവില്ല. പക്ഷേ, ഇരുട്ടത്ത് ഒളിച്ചിരുന്ന് കമ്പനിപ്പടയുടെ കരുത്ത് കാണും. ഒരിക്കലും കമ്പനിയോട് ഏറ്റുമുട്ടി വിജയിക്കാനാവില്ലെന്ന് മനസ്സിലാക്കും. ഭയന്നു വിറയ്ക്കും. വഞ്ചിമുട്ടത്ത് പിള്ള ഉറക്കെ ചിരിച്ചു. ഈ രാത്രി ഉറങ്ങാനുള്ളതല്ല, ആഹ്ലാദിക്കാനുള്ളതാണ്.

കാർത്ത്യായനിയും ബാലികമാരും മുറിയിലേക്കു വന്നു. സ്ത്രീലമ്പടനായ ഇഗ്നേഷ്യോയുടെ കരുത്തേറ്റ് അവരെല്ലാം ഉടഞ്ഞു വാടിയിരുന്നു.

നിലാവ് ഉദിച്ചിരുന്നില്ലെങ്കിലും ഇരുൾ കുറവായിരുന്നു. ചൂടുകാലമായതിനാൽ ഗിഫോർഡിനും സംഘത്തിനും വലിയ വിശറികൾ വീശി പടയാളികൾ ഇരുവശത്തും നിന്നു. കാറ്റേറ്റപ്പോൾ ഇഗ്നേഷ്യോയുടെ കണ്ണുകളിൽ ഉറക്കം പിടിച്ചു. നൗകകൾ നിരനിരയായി നീങ്ങി. ആർപ്പുവിളിയും ആഘോഷവുമായി നീങ്ങിയ സംഘത്തെ ഇരുകരയിലും അകന്നുമാറി ഇരുളിൽനിന്ന നാട്ടുകാർ ഭയത്തോടെ വീക്ഷിച്ചു.

വഞ്ചികൾ പാറക്കടവിലെ വളവു തിരിഞ്ഞ് മെല്ലെ ഒന്നിനു പിറകെ ഒന്നായി നീങ്ങി. മുന്നിൽ പോയ ഏഴെണ്ണം പാറക്കൂട്ടം കഴിഞ്ഞതിനു ശേഷമാണ് ഗിഫോർഡിന്റെ ആഡംബര നൗക പാറക്കൂട്ടത്തിലേക്കു പ്രവേശിച്ചത്. പിന്നാലെ വന്ന എട്ട് വഞ്ചികളിലെ പടയാളികളും മുന്നിൽ പോയ വഞ്ചികളിലെ പടയാളികളും ഗിഫോർഡിനെയാണ് പ്രധാനമായും വീക്ഷിച്ചത്. മേജർ ജനറൽ വാൾട്ടർ ബ്രൗൺ തോക്കും പിടിച്ച് നാലു വശവും വീക്ഷിച്ച് വൻമരംപോലെ ഗിഫോർഡിന്റെ നൗകയിൽ നിന്നു.

അപ്രതീക്ഷിതമായി വഞ്ചി ഒന്നുലഞ്ഞു. എല്ലാവരും ജാഗരൂകരായി. അടുത്ത നിമിഷം മിന്നൽ വേഗത്തിൽ വെള്ളാറമ്പന്റെയും കരിങ്കാളിയുടെയും രുദ്രപ്രതാപന്റെയും സംഘങ്ങൾ കരയിൽനിന്നും ഷേയ്ഖ് അക്ബർ ഷായും സംഘവും പുഴയുടെ അടിയിൽനിന്നും ആക്രമണം ആരംഭിച്ചു. പാറക്കൂട്ടങ്ങൾക്കിടയിൽ മുങ്ങിക്കിടന്ന ഷായുടെ നേതൃത്വത്തിലുള്ള അമ്പതോളം യുവാക്കൾ വെള്ളത്തിൽ നിന്ന് മുകളിലേക്ക് കുതിക്കുന്നതിനിടയിൽ വഞ്ചികളിൽ പലതും മറിച്ചിട്ടു. കമ്പനിപ്പടയാളികളുടെ തോക്കുകൾ നിമിഷനേരംകൊണ്ട് അവർ തട്ടിയെടുത്തു. നൗകകളിൽ പാഞ്ഞുകയറിയ കരിങ്കാളിയും സംഘവും വിളക്കുകൾ കെടുത്തുകയും കൊടുങ്കാറ്റിന്റെ ശക്തിയിൽ ആക്രമണം നടത്തുകയും ചെയ്തു. രുദ്രപ്രതാപനും സംഘവും വാൾപ്പയറ്റിലൂടെയും വെള്ളാറമ്പനും സംഘവും കുന്തവും ഗദയും ഉപയോഗിച്ചും മിന്നലാക്രമണം നടത്തി. ഒരേസമയം നാലു വീരന്മാരുടെ നേതൃത്വത്തിലുള്ള സംഘം നേരിലും ഒളിവിലും അസ്ത്രവേഗത്തിലും ആക്രമണം നടത്തിയപ്പോൾ കമ്പനിപ്പടയാളികൾ പതറിപ്പോയി. പ്രതിരോധം തീർക്കാൻ പോലുമാകാതെ അവരിൽ പലരും ചത്തുവീണു.

കൊടുമൺപിള്ളയുടെ നേതൃത്വത്തിലുള്ള സംഘവും മാർത്താണ്ഡപ്പെരുമാൾ, മണമ്മേൽ ഗുരുക്കൾ, തീയൂർ ഗുരുക്കൾ എന്നിവരുടെ സംഘവും ഇരുകരയിലും കവചം തീർത്ത് ആയുധമൊരുക്കി നിന്നു.

ഗിഫോർഡിന്റെ വഞ്ചിയിൽ ഇരച്ചുകയറിയ അക്ബർ ഷായുടെയും വെള്ളാറമ്പന്റെയും സംഘം വാളും കഠാരയും കുന്തവും മിന്നിച്ചപ്പോൾ കമ്പനിപ്പടയാളികളിൽ പലരും ചത്തുമലർന്നു. അലറി അട്ടഹസിച്ച് ഭീതി പരത്തിയും ഇരുളിനെക്കൂടി ആയുധമാക്കിയുമാണ് അവർ ആക്രമണം നടത്തിയത്. പ്രാണനുംകൊണ്ട് പുഴയിൽ ചാടിയ വെള്ളക്കാരെ അക്ബർ ഷായുടെ കൂട്ടാളികൾ മുക്കിക്കൊന്നു. ചിലരെ ഞെക്കിക്കൊന്നു.

നിരായുധനായ മേജർ ജനറൽ വാൾട്ടർ ബ്രൗണുമായി കരിങ്കാളി നേരിട്ട് ഏറ്റുമുട്ടി. മദയാനയുടെ ശക്തിയുള്ള കരിങ്കാളിക്കു മുന്നിൽ പൊരുതി നില്ക്കാനാവാതെ ബ്രൗൺ പുഴയിലേക്ക് ചാടി. ഭയന്നു വിറച്ച അയാൾ നീന്തിക്കയറിയത് മാർത്താണ്ഡപ്പെരുമാളിന്റെ മുന്നിലേക്കായിരുന്നു. കൈയിലിരുന്ന വാൾ ബ്രൗണിന് എറിഞ്ഞു കൊടുത്തിട്ട് പെരുമാൾ തന്റെ അരയിൽ നിന്ന് ഉറുമിയെടുത്ത് അന്തരീക്ഷത്തിൽ ചുഴറ്റി. ആയുധം കിട്ടിയ ബ്രൗൺ ഊർജം വീണ്ടെടുത്ത് പോര് ആരംഭിച്ചു. പെരുമാൾ അന്തരീക്ഷത്തിൽ കരണംമറിഞ്ഞ് ചാടിക്കുതിച്ച് ഉറുമി വീശി പറന്നിറങ്ങിയപ്പോൾ മേജർ ജനറലിന്റെ അറ്റു തെറിച്ച തല ഗിഫോർഡിന്റെ നൗകയിൽ ചെന്നു വീണു.

അവശതയ്ക്കിടയിലും ഗിഫോർഡ് അക്ബർ ഷായെ ചീത്ത വിളിക്കുകയും ഭീഷണിപ്പെടുത്തുകയും ചെയ്തു. രോഷംകൊണ്ട് തിളച്ച

ഷാ അയാളുടെ മുഖമടച്ച് അടിച്ചിട്ട് കഠാര കൈയിലെടുത്തു. ഒരു നിമിഷം എന്തോ ഓർത്തിട്ട് അയാൾ ചാടി ഉയർന്ന് ഗിഫോർഡിന്റെ നാഭിക്കു താഴെ കാൽമുട്ടുകൊണ്ട് ആഞ്ഞു തൊഴിച്ചു. വേദനയാൽ പിടഞ്ഞ ഗിഫോർഡ് ശ്വാസം കിട്ടാതെ വായ് പിളർന്ന് നിലത്ത് മലർന്നു വീണു. ഷാ അയാളുടെ നെഞ്ചിൽ മുട്ടൂന്നിയിരുന്ന് ആഞ്ഞുമർദ്ദിച്ചു.

"ഹറാമ്പെറന്ന പന്നീന്റ മോനേ, ഞമ്മളും ഞമ്മളപുള്ളകളും കൊറേ നാളായി നിന്നെ ഓങ്ങി ബച്ചിരുന്നതാ."

അക്ബർ ഷാ കിതപ്പോടെ പറഞ്ഞു. ഗിഫോർഡിന്റെ വായിലൂടെ ചോര പുറത്തേക്ക് ചീറ്റിത്തെറിച്ചു. നാവ് പുറത്തേക്കു ചാടി. അയാളുടെ വായ്ക്കകത്ത് കഠാര കയറ്റി അക്ബർ ഷാ മിന്നൽ വേഗത്തിൽ വട്ടം കറക്കിയപ്പോൾ നാവറ്റു തെറിച്ചു. "ബ്ലഡി ഇന്ത്യൻസ്" എന്നു മാത്രം പറഞ്ഞു ശീലിച്ച ഗിഫോർഡ് കരഞ്ഞു തൊഴുതു. ജീവനെടുക്കരുതെന്ന് അപേക്ഷിച്ചു.

ഗിഫോർഡിനെയും ഇഗ്നേഷ്യോയെയും ജീവനോടെ അവശേഷിച്ച ഒൻപത് കമ്പനി പടയാളികളെയും നിരായുധരാക്കി കരയ്ക്കെത്തിച്ചു. എല്ലാവർക്കും ആയുധം കൊടുക്കാൻ കൊടുമൺ പിള്ള നിർദേശിച്ചു. അവശരായ ആ വിദേശികൾ ആയുധം കിട്ടിയപ്പോൾ നിവർന്നു നിന്നു. ഗിഫോർഡ് ഒഴികെ മറ്റുള്ളവരെല്ലാം പോരിനൊരുങ്ങി.

കൊടുമൺപിള്ള അരയിൽ ചുറ്റിയിരുന്ന നീളൻ പട്ടഴിച്ച് ഒരറ്റം ഇടത്തേ കൈയിൽ ബന്ധിച്ചിട്ട് കൈ പിന്നിലേക്കു ചേർത്ത് ഉദരത്തിലൂടെ വരിഞ്ഞ് അനക്കാനാവാത്ത വിധം ബന്ധിച്ചു. എന്താണ് സംഭവിക്കാൻ പോകുന്നതെന്ന് മറ്റുള്ളവർക്ക് മനസ്സിലായില്ല.

"ഒറ്റയ്ക്കാ ഒരുമിച്ചാ വരാം. ജയിക്കണോർക്ക് ഉയിരോടെ പൂവാം." അത് പറയുകയും ഊരിപ്പിടിച്ച വാളുമായി ചുവടുവച്ച് മുന്നോട്ട് നടക്കുകയും ചെയ്ത കൊടുമൺ പിള്ളയെ ഒപ്പമുള്ളവർ പിന്തിരിപ്പിക്കാൻ നോക്കി.

"അണ്ണാ..."

രുദ്രപ്രതാപൻപിള്ള ആശങ്കയോടെ 'അരുതേ'യെന്നു വിലക്കി.

"വരുംപോലെ വരട്ട്. എന്റൂടെയൊള്ളവര് കാഴ്ചക്കാര് മാത്രം." കൊടുമൺ പിള്ള മുന്നോട്ട് നടന്നു.

ഇഗ്നേഷ്യോ പൊരുതാൻ ഉറച്ചു. അമിതാവേശം കാണിക്കുന്ന കൊടുമൺ പിള്ളയ്ക്ക് ഒറ്റക്കൈ കൊണ്ട് തന്നെ തോല്പിക്കാനാകില്ലെന്ന് അയാൾ ഉറപ്പിച്ചു. അയാൾക്കൊപ്പമുള്ളവരും പ്രതീക്ഷയോടെ ആയുധത്തിൽ പിടിമുറുക്കി. ഗിഫോർഡ് അവശതയോടെയും പാതി ബോധത്തോടെയും വാൾ ഉയർത്തി. അടുത്ത നിമിഷം, ഉഗ്രശബ്ദത്തോടെ കൊടുമൺ പിള്ള അലറുകയും ആകാശവിതാനത്തിലേക്ക് ചാടി ഉയർന്ന് വാൾ വീശി മിന്നൽവേഗത്തിൽ കറങ്ങിത്തിരിഞ്ഞു നിലത്തിറങ്ങുകയും

ചെയ്തപ്പോൾ പതിനൊന്നു തലകൾ വാൾത്തലപ്പിൽ നിന്ന് ഊരിയെറിഞ്ഞതുപോലെ ചുറ്റിലും ചിതറിവീണു.

146 വിദേശ പടയാളികളുടെയും തദ്ദേശീയരായ ആറ് കമ്പനിപ്പട യാളികളുടെയും ചുടുചോരയാൽ കൊല്ലമ്പുഴ ചുവന്നു.

പോരാട്ടം ജയിച്ച കൊടുമൺപിള്ളയുടെ നേതൃത്വത്തിലുള്ള സംഘം ആർപ്പുവിളികളോ വിജയഭേരിയോ മുഴക്കാതെ മുൻനിശ്ചയപ്രകാരം പല വഴികളിലൂടെ മടക്കയാത്ര ആരംഭിച്ചു.

നാല്

നാടുണർന്നു. നാട്ടാരുണർന്നു. പുഴയും മരങ്ങളുമുണർന്നു. വേണാട് അന്നുവരെ ദർശിക്കാത്ത പ്രഭാതമാണ് പുലർന്നത്. അവിശ്വസനീയമായ വാർത്തയറിഞ്ഞവർ അമ്പരന്നു. നാട്ടുകാരെ വിറപ്പിച്ച ഇഗ്നേഷ്യോ മലീറിയാസും ഗിഫോർഡും ഉൾപ്പെടെയുള്ള കമ്പനി പടയാളികളാകമാനം ഒറ്റ രാത്രികൊണ്ട് കൊല്ലപ്പെടാൻ എന്തു മഹാത്ഭുതമാണ് സംഭവിച്ചതെന്ന് അവർ മൂക്കത്ത് വിരൽ വച്ചു.

അറ്റ തലകൾ ആനപ്പിണ്ഡംപോലെ പറമ്പിലും പുഴയോരത്തും കണ്ണുമിഴിച്ച് മണ്ണിൽ പുതഞ്ഞു കിടന്നു. കൊല്ലമ്പുഴ ചുവന്നൊഴുകി. പുഴക്കരയിൽ വെയിലുറയ്ക്കും മുമ്പേ വലിയ ജനക്കൂട്ടം രൂപപ്പെട്ടു.

മൃതദേഹങ്ങൾ ചിതറിക്കിടക്കുന്ന കാഴ്ചയും തലകുത്തനെ മറിഞ്ഞു കിടക്കുന്ന നൗകകളും കാറ്റിലൂടെ വന്ന ശ്വാസം മുട്ടിക്കുന്ന ചോരമണവും ജനക്കൂട്ടത്തിന് താങ്ങാനാവുന്നതിനുമപ്പുറമായിരുന്നു.

മരണം തീർത്ത നിശ്ശബ്ദതയും മൂകതയും പ്രകൃതിയും ഏറ്റുവാങ്ങി. സർവ്വചരാചരങ്ങളും നിശ്ചലമായി. വൃക്ഷത്തലപ്പുകൾ ശ്വാസമടക്കി. കാറ്റ് സ്തംഭിച്ചു നിന്നു.

സമയമേറുന്തോറും ജനം വർദ്ധിച്ചു. കാഴ്ച കണ്ട ചിലർ മോഹാലസ്യപ്പെട്ടുവീണു. ചിലർ നിലവിളിച്ചു. ചോരമണം ശ്വസിച്ച പലരും ഛർദ്ദിച്ച് അവശരായി. ചിലർ ഭ്രാന്തു പിടിച്ചലറി. മറ്റു ചിലർ ഹൃദയം നിലച്ച് നിന്നനില്പിൽ വീണുമരിച്ചു.

ആറ്റിങ്ങൽ കൊട്ടാരത്തിനകത്തും മൂകതയും ചോരമണവും പടർന്നു. മൂത്ത തമ്പുരാൻ, 'പത്മനാഭ! പത്മനാഭ!...' എന്നു മാത്രം ഉച്ചരിച്ച് ജലപാനം പോലുമില്ലാതെ താടിക്ക് കൈയുംകൊടുത്ത് ദീർഘനിശ്വാസത്തോടെ അകലേക്കുനോക്കി ഇരുന്നു.

ചിരിച്ചും സംസാരിച്ചും കൈ നിറയെ സമ്മാനങ്ങൾ നല്കിയും മണിക്കൂറുകൾക്കു മുമ്പ് തങ്ങളുടെ മുന്നിലിരുന്നവർ തലയറ്റു പുഴയിൽ കിടക്കുന്നു. റാണിയെ അതിലേറെ ആശങ്കപ്പെടുത്തിയത്, ഇതിനു പിന്നിൽ പ്രവർത്തിച്ചുവെന്ന് പറയപ്പെടുന്ന കൊടുമൺ പിള്ളയുടെ ആയുധശക്തിയും പടക്കരുത്തുമാണ്.

ഇത്രയധികം പടയാളികൾ കൊട്ടാരത്തിന്റെ വിളിപ്പാടകലെ പതിയിരുന്നാക്രമിച്ചിട്ടും രാജഭടന്മാർക്കും ചാരന്മാർക്കും മുൻകൂട്ടി അറിയാൻ കഴിയാത്തതിലും മൂത്ത തമ്പുരാൻ ആകുലപ്പെട്ടു. എല്ലാം വരുതിയിലാണെന്നും താനറിയാതെ ഒരു ഈച്ച പോലും പറക്കില്ലെന്നും വഞ്ചിമുട്ടത്തു പിള്ള ആണയിട്ടുറപ്പിച്ചു പറഞ്ഞതുകൊണ്ടാണ് പനയറ കുറുപ്പന്മാരെ വിവരങ്ങളൊന്നും അറിയിക്കാത്തതും സുരക്ഷയൊരുക്കാൻ ചുമതലപ്പെടുത്താതിരുന്നതും. അതിഥികൾക്ക് സംരക്ഷണം നല്കേണ്ടത് തങ്ങളുടെ കടമയാണെന്ന് ഉറച്ചു വിശ്വസിക്കുകയും അതിൽ അക്ഷന്തവ്യമായ പാളിച്ച വന്നതിൽ അത്യന്തം ദുഃഖിക്കുകയും ചെയ്ത റാണി എല്ലാ കുറ്റവും സ്വയം ഏറ്റെടുത്തു.

വാർത്തയറിഞ്ഞ നിമിഷം വഞ്ചിമുട്ടത്ത് പിള്ളയുടെ ശരീരത്തിലേക്ക് പ്രവേശിച്ച വെള്ളിടിയും വിറയലും സമയം കഴിയുന്തോറും വർദ്ധിച്ചു. റാണിയുടെ മുന്നിൽ പോകാൻ ഭയന്ന് ആത്മഹത്യ ചെയ്താലോയെന്നു പോലും അയാൾ ചിന്തിച്ചു. ഉടലിൽ തീ കത്തിപ്പടർന്നതുപോലെ അകവും പുറവും ഉരുകി. താൻ വാർത്ത ചോർത്തിക്കൊടുത്തതുകൊണ്ടാണ് കൊടുമൺ പിള്ള വിവരമറിഞ്ഞതും ഇത്തരമൊരു കൂട്ടക്കൊലയ്ക്ക് കളമൊരുങ്ങിയതെന്നുമോർത്തപ്പോൾ പിള്ളയുടെ ഉള്ളിലെ ആളൽ നൂറിരട്ടിയായി പെരുകി. മൂത്ത തമ്പുരാൻ അറിഞ്ഞാൽ എന്താകും തന്റെ ഗതി? തന്നെ ആനയെക്കൊണ്ട് ചവിട്ടി കൊല്ലിക്കുമോ? ചിത്രവധത്തിന് വിധിക്കുമോ? വിപരീത ദിശകളിലേക്ക് തിരിച്ചു നിർത്തിയ രണ്ട് ആനകളുടെ കാലുകളിൽ തന്റെ കാലുകൾ ബന്ധിച്ചിട്ട് ആനകളെ ഓടിക്കുന്നതും താൻ രണ്ടായി കീറി വീഴുന്നതും ഓർത്ത് പിള്ള നടുങ്ങി. എന്തും വരട്ടെ... റാണിയെ മുഖംകാണിക്കാതെ വയ്യ. കെട്ട മനസ്സോടെ പിള്ള കൊട്ടാരത്തിലേക്ക് നടന്നു.

രാജഭടന്മാരുടെ നേതൃത്വത്തിലുള്ള സംഘം കൊല്ലമ്പുഴയിൽ എത്തി. പുഴയിലും പാറക്കൂട്ടത്തിനിടയിലും ഇല്ലിമുളങ്കാട്ടിലും പുഴയുടെ ഇരുകരകളിലും തോപ്പിലുമായി ചിതറിക്കിടന്ന ശവശരീരങ്ങളുടെ എണ്ണം അവർ തിട്ടപ്പെടുത്തി. പുഴയിൽ വെള്ളം പെരുകിയിട്ടുണ്ട്. വലിയ നൗകകൾ പാറക്കൂട്ടത്തിന് നടുവിലൂടെയുള്ള ജലവഴിയെ തടസ്സപ്പെടുത്തി മറിഞ്ഞു കിടക്കുന്നു. നൗകയിൽ തട്ടിത്തടഞ്ഞ് നിരവധി മൃതദേഹങ്ങൾ അടിഞ്ഞുകൂടിക്കിടന്നു. രാജഭടന്മാർ മൃതദേഹങ്ങൾ കരയ്ക്കെത്തിച്ചു. അകലേക്ക് ഒഴുകിപ്പോയ മൃതദേഹങ്ങളും അവർ കണ്ടെ

KP

ടുത്തു. കബന്ധങ്ങളിൽ അതിന്റെ ഉടമയുടെ തല ചേർത്തുവയ്ക്കുന്നതെങ്ങനെയെന്നറിയാതെ കുഴങ്ങിയ ഭടന്മാർ ഒരു കബന്ധത്തിന് ഒരു തലയെന്ന നിലയിൽ ചേർത്തു വച്ചു. തല തികയാതെ വന്നപ്പോൾ അവർ വീണ്ടും പുഴയിലും പാറയിടുക്കിലും മുളങ്കാട്ടിലും തിരഞ്ഞു.

പ്രേത പരിശോധനയും കൊല്ലപ്പെട്ടവരുടെ എണ്ണം, മുറിവുകളുടെ വിശദാംശം, ഏത് ആയുധംകൊണ്ടുള്ള മുറിവ് തുടങ്ങിയവയും കണ്ടെടുത്ത ആയുധങ്ങളുടെ എണ്ണം, ഇനം, നൗകകളുടെ എണ്ണം, അവയുടെ വിവരം തുടങ്ങിയവയും പരിശോധിച്ചു രേഖപ്പെടുത്താൻ ഭടന്മാർക്കും സഹായികൾക്കും വേണ്ട സഹായം നല്കാനും ആളുകളെ അകറ്റി നിർത്താനും കുറച്ചു ഭടന്മാരും രാജസേവകരും ഓടി നടക്കുന്നുണ്ടായിരുന്നു. ആകാശത്തിൽ വട്ടംചുറ്റിയ കഴുകന്മാർ വലിയ വൃക്ഷങ്ങളുടെ തലപ്പത്ത് പറന്നിറങ്ങി.

ജനക്കൂട്ടം ചെറിയ സംഘങ്ങളായി തിരിഞ്ഞു. വെള്ളക്കാർ തങ്ങളോടു ചെയ്ത ക്രൂരതയ്ക്ക് ദൈവം കണക്കു ചോദിച്ചതാണെന്ന് ശബ്ദമടക്കി പറഞ്ഞു. വിശപ്പും ദാഹവും നഷ്ടപ്പെട്ട അവരിൽ കുറച്ചു പേർ അവിടെ ചുറ്റിപ്പറ്റി നിന്നെങ്കിലും പുലർച്ചെ വന്ന പലരും മടക്കയാത്ര ആരംഭിച്ചു. കൂട്ടമായി മടങ്ങിപ്പോകുന്നവരും കൂട്ടമായി എതിരെ വരുന്നവരും തീണ്ടാപ്പാടകലമോ വേർതിരിവോ ഇല്ലാതെയാണ് സഞ്ചരിച്ചത്. ഭയം കുറച്ചു നേരത്തേക്കെങ്കിലും ജാതിബോധം ഇല്ലാതാക്കി. പെട്ടെന്നു തിരിച്ചറിയാനാകാത്തവിധം വേഷം മാറി വന്ന ഒരു യുവതി മൃതദേഹങ്ങൾ തെരഞ്ഞു തെരഞ്ഞു തലയറ്റു കിടക്കുന്ന ഗിഫോർഡിനെ കണ്ടെത്തി. കുറേനേരം മൃതദേഹം നോക്കിനിന്നിട്ട് ദീർഘനിശ്വാസത്തോടെ പിൻവാങ്ങി. ആ യുവതി ഗിഫോർഡിന്റെ ഭാര്യ കാതറിനാണെന്ന് പലരും തിരിച്ചറിഞ്ഞെങ്കിലും ഭർത്താവിന്റെ ശവശരീരം അവസാനമായി കാണാനുള്ള അവളുടെ അവകാശത്തെ ചോദ്യം ചെയ്യാനോ അപഹസിക്കാനോ ആരും മുതിർന്നില്ല. ആൾക്കൂട്ടത്തിൽ നിന്നൊഴിഞ്ഞ് തലകുമ്പിട്ട്, മരവിച്ച മുഖത്തോടെ വേഗത്തിൽ മടങ്ങിപ്പോകുന്ന കാതറിനെ നോക്കി തിരിച്ചറിഞ്ഞവരെല്ലാം ദുഃഖത്തോടെ നെടുവീർപ്പിട്ടു.

അഞ്ചുതെങ്ങിലും പരിസരപ്രദേശങ്ങളിലുമുള്ളവർ മടക്കയാത്രയിൽ ഒന്നിച്ച് കരുതലോടെ നീങ്ങി. ഗിഫോർഡിനോടും ഇഗ്നേഷ്യോയോടും പലപ്പോഴായി ഏറ്റുമുട്ടിയിട്ടുള്ളവർ അവരുടെ കൂട്ടത്തിൽ ഉണ്ടായിരുന്നു. കോട്ടയ്ക്കുള്ളിൽ ഇനിയുമെത്ര വിദേശികൾ ഉണ്ടെന്നും അവർക്കറിയില്ലായിരുന്നു. ഏതു നിമിഷവും തിരിച്ചടി ഉണ്ടാകുമെന്ന ഭയം അവരെയെല്ലാം വിറപ്പിച്ചു. അവരുടെ അംഗബലവും ആവേശവും മെല്ലെ മെല്ലെ ഉയരാൻ തുടങ്ങി. കൂട്ടം കൂട്ടമായി അപ്പോഴും കുട്ടികളും സ്ത്രീകളും അടക്കമുള്ള ജനം ആറ്റിങ്ങലേക്ക് വരുന്നുണ്ടായിരുന്നു. അവരിൽ പലരും മടങ്ങിപ്പോകുന്നവർക്കൊപ്പം അണിചേർന്നു. നേതാവില്ലാത്ത ആ

സംഘത്തിന് പരസ്പരം പറയുകയോ പങ്കുവയ്ക്കുകയോ ചെയ്തില്ലെങ്കിലും ഒറ്റ മനസ്സായിരുന്നു, ഒറ്റ ലക്ഷ്യമായിരുന്നു. മെല്ലെ മെല്ലെ ആർപ്പുവിളികൾ ഉയർന്നു. എവിടെ നിന്നൊക്കെയോ വന്നുചേർന്ന ആയുധങ്ങൾ കൈമാറി കൈമാറി മുൻനിരയിൽ നടന്നവരുടെ കൈകളിൽ എത്തി.

ആ സംഘം അഞ്ചുതെങ്ങ് കോട്ടയ്ക്കു മുന്നിൽ എത്തിച്ചേർന്നു. അടഞ്ഞുകിടന്ന കോട്ടയ്ക്കു പുറത്ത് തിരമാലക്കരുത്തുള്ളവർ ചാകാനും കൊല്ലാനും തയ്യാറായി നിലയുറപ്പിച്ചു. കോട്ടയ്ക്കുള്ളിൽനിന്ന് ഏതു നിമിഷവും ആക്രമണം ഉണ്ടാകുമെന്നവർക്കറിയാമായിരുന്നു. ഇനിയൊരു തോറ്റുമടക്കമോ കീഴടങ്ങലോ വേണ്ടെന്ന് അവരെല്ലാം ഉറപ്പിച്ചിരുന്നു.

തിരുവിതാങ്കോട് മഹാരാജാവ് ആദിത്യവർമ്മയുടെ പ്രതിനിധി സംഘം ആറ്റിങ്ങൽ കൊട്ടാരത്തിൽ എത്തിച്ചേർന്നു. മരിച്ചവരുടെ എണ്ണം, അക്രമികളെക്കുറിച്ചുള്ള വിവരം, അത് തെളിയിക്കുന്ന തെളിവുകൾ, കണ്ടെടുത്ത ആയുധങ്ങളുടെ വിവരം എന്നിങ്ങനെ പ്രധാന കാര്യങ്ങളെല്ലാം അവർ ചോദിച്ചറിഞ്ഞു. തൊഴുകൈയോടെ വിലപിച്ചു നിന്ന വഞ്ചിമുട്ടത്തു പിള്ളയെ നിർത്തിപ്പൊരിച്ചു. മാതൃസ്ഥാനമുള്ള കൊട്ടാരത്തിന് ഇങ്ങനെയൊരു തീരാകളങ്കം ഉണ്ടായതിലുള്ള കഠിനവ്യസനം അവർക്കെല്ലാമുണ്ടായിരുന്നു. ഇനിയെന്തെന്നറിയാത്ത ആശങ്ക എല്ലാ മുഖത്തും പടർന്നു.

കൊടുമൺപിള്ളയെ തിരിച്ചടിക്കണമെന്നും പിള്ളയുടെ തലയരിഞ്ഞില്ലെങ്കിൽ അയാൾ ഇനിയും അതിക്രമം കാട്ടുമെന്നും എല്ലാം കണ്ടും കേട്ടുംനിന്ന കേവലം പതിനഞ്ചു വയസ്സ് മാത്രമുള്ള ബാലൻ ഉറപ്പോടെ പറഞ്ഞു. എല്ലാവരും അവനെ നോക്കി. അവന്റെ വാക്കുകൾ വൈകാരിക ബുദ്ധിയിൽ നിന്നുണ്ടായതാണെന്നും ജ്ഞാനബുദ്ധിയല്ലെന്നും അറിയാമായിരുന്ന മൂത്ത തമ്പുരാൻ മറുപടിയൊന്നും പറഞ്ഞില്ല. ആ ബാലന്റെ ഊർജ്ജവും ആവേശവും അസാധാരണ സ്വഭാവവും അവർക്കെല്ലാം ബോദ്ധ്യമുള്ളതാണ്.

തന്റെ വാക്കുകൾക്ക് മറുപടിയൊന്നും ലഭിക്കാത്തതിൽ അരിശം വന്ന അനിഴംതിരുനാൾ മാർത്താണ്ഡവർമ്മ എന്ന ആ ബാലൻ കാലുകൾ ഉശിരോടെ ചവിട്ടി ഗോവണിപ്പടി കയറി മുകളിലത്തെ മുറിയിലെത്തി. ഉറക്കെയൊന്ന് അലറി വിളിക്കാൻ തോന്നിയെങ്കിലും അവൻ ഉള്ളിലടക്കിയ അരിശത്തോടെ മുറിയിൽ അങ്ങോട്ടുമിങ്ങോട്ടും നടന്നു. പൊടുന്നനെയവൻ ഒരു യാത്രയ്ക്കൊരുങ്ങി.

അഞ്ച്

തിരുവിതാങ്കോട് കൊട്ടാരം കൊടുംഭീതിയിലാണ്ടു. കമ്പനിപ്പടയുടെ ആക്രമണം തനിക്ക് നേരേയും ഉണ്ടാകുമോയെന്ന് ആദിത്യവർമ്മ മഹാരാജാവ് ഭയന്നു. കൊട്ടാരം ഉദ്യോഗസ്ഥരും ദേവസ്വം കുടിയാന്മാരും തമ്മിലുള്ള കലഹവും എട്ടരയോഗക്കാരുടെ നിസ്സഹകരണവും മാടമ്പി പ്രഭുക്കൾ നിരന്തരം ഉയർത്തുന്ന പ്രതിഷേധവും കാരണം തിരുവിതാങ്കോട് അരക്ഷിതാവസ്ഥയിൽ ആടിയുലഞ്ഞു നില്ക്കുകയായിരുന്നു. പ്രതിരോധത്തിനുള്ള ശക്തി രാജ്യത്തിനോ രാജാവിനോ ഇല്ലായിരുന്നു. സ്വതവേ ദുർബ്ബലനായ ആദിത്യവർമ്മ മഹാരാജാവിന്, കീഴടങ്ങുന്നതിനെക്കുറിച്ചല്ലാതെ പ്രതിരോധിക്കുന്നതിനെക്കുറിച്ച് ചിന്തിക്കാനുള്ള കരുത്തോ ശേഷിയോ ഇല്ലായിരുന്നു.

ഇംഗ്ലീഷ് ഈസ്റ്റ് ഇന്ത്യാ കമ്പനി തിരിച്ചടിക്കാതിരിക്കുമോ? ക്ഷണപ്രകാരം കൊട്ടാരത്തിലേക്ക് വന്ന കമ്പനി പ്രതിനിധികളെ ഇരുളിന്റെ മറപറ്റി ചതിച്ചു കൊന്നത് ധർമ്മച്യുതിയാണെന്ന പക്ഷക്കാരനായിരുന്നു ആദിത്യവർമ്മ.

എട്ടുവീട്ടിൽ പിള്ളമാരെയും മാടമ്പി പ്രഭുക്കളെയും എട്ടരയോഗക്കാരെയും നിലയ്ക്കു നിർത്താൻ ത്രാണിയില്ലാത്ത ആദിത്യവർമ്മ മഹാരാജാവ് പത്മനാഭനാമം ജപിച്ച് കാലം കഴിക്കുകയാണെന്ന് പ്രജകൾ ഉള്ളിൽ പറഞ്ഞു.

തിരുവിതാങ്കോട്ടും ആറ്റിങ്ങലും പേരകത്തും ദേശിങ്ങനാട്ടും പിള്ളമാരുടെയും അവരെ ചുറ്റിപ്പറ്റി തലയെടുത്ത മാടമ്പികളുടെയും മുറിയാത്ത ശൃംഖലയുണ്ടായിരുന്നു. എല്ലാ പ്രദേശങ്ങളും മാടമ്പിപ്രഭുക്കളുടെ മേൽനോട്ടത്തിലും നിയന്ത്രണത്തിലുമായിരുന്നു. പിരിച്ചെടുക്കുന്ന

കരത്തിന്റെ അറുപത് ശതമാനം രാജാവിനും നാല്പതു ശതമാനം മാടമ്പികൾക്കുമായിരുന്നതിനാൽ അവർ തടിച്ചുകൊഴുക്കുകയും നാട്ടിൽ കരം പിരിവിന്റെ പേരിൽ അതിക്രമങ്ങൾ നടത്തുകയും ചെയ്തിരുന്നു. മാടമ്പിപ്രഭുക്കളെല്ലാം എട്ടുവീട്ടിൽ പിള്ളമാരെ ഉള്ളാലെ അതിരറ്റ് ബഹുമാനിച്ചിരുന്നതായും മഹാരാജാവിന് അറിയാമായിരുന്നു. എട്ടുവീടർക്കെതിരെ പ്രത്യക്ഷ യുദ്ധത്തിന് പുറപ്പെട്ടാൽ വിജയിക്കാനാകില്ലെന്ന ഭയം രാജാവിനെ കഠിനമായി അലട്ടിയിരുന്നു. അരക്ഷിതമായ സിംഹാസനത്തിലാണ് താൻ ഇരിപ്പുറപ്പിച്ചിരിക്കുന്നതെന്ന തോന്നലാണ് അധികാരമേറ്റനിമിഷം മുതൽ രാജാവിനെ അടക്കിഭരിച്ചത്.

എല്ലാ ഭരണാധികാരികളെയും ഭയപ്പെടുത്തുന്നത് ആക്രമിക്കപ്പെടുമോയെന്ന ഭയാശങ്കയാണ്. ഏതു രാത്രിയിലും ഏതു പകലിലും അട്ടിമറി ഉണ്ടാകാം. ഉറങ്ങിയാൽ ഉണരും മുമ്പ് കൊല്ലപ്പെടുകയോ തടവിലാക്കപ്പെടുകയോ ചെയ്യാം. യുവരാജാവായിരിക്കുമ്പോൾ ലഭിക്കുന്ന സ്വച്ഛതയും സന്തോഷവും ഒരു രാജാവിനും സിംഹാസനത്തിലിരുന്നപ്പോൾ കിട്ടിക്കാണില്ലെന്നും ആദിത്യവർമ്മയ്ക്ക് തോന്നി. എല്ലാം ഉപേക്ഷിച്ച് ഏകനായി തീർത്ഥാടനം നടത്താനായെങ്കിലെന്ന് അദ്ദേഹം മനസ്സുരുകി ആഗ്രഹിച്ചു.

ആദിത്യവർമ്മയുടെ പിൻഗാമിയും തിരുവിതാങ്കോടിന്റെ യുവരാജാവുമായ രാമവർമ്മയുടെ പത്നി അഭിരാമി ആറ്റിങ്ങൽ കൂട്ടക്കൊല കഴിഞ്ഞ് നാലാം ദിവസം രാത്രി ഭർത്താവിനോട് രഹസ്യമായി ചോദിച്ചു.

"യാര് അന്ത വീരൻ."[1]

"കൊമ്പഞ്ഞി*ത്തലവനെന്നേ അറിയൂ. പേരും വിവരോം മറ്റും തിരുമനസ്സിനോട് തെരക്കണം." രാമവർമ്മ പറഞ്ഞു.

"പോരിലെ സെത്തവനെക്കുറിച്ചു യാരുക്കു തെരിയണം. കൊൻട്രാവനല്ലവാ വീരൻ. പുകഴ്ത്തപ്പെടവേണ്ടവൻ."[2]

"ഓ! അവനാ പിള്ളമാരുടെ കൂട്ടത്തിൽ പെട്ടതാ. കൊടുമൺ സൂര്യരാഘവപിള്ള." രാമവർമ്മ താല്പര്യമില്ലാതെ പറഞ്ഞു.

"സൂര്യരാഘവപിള്ള." അഭിരാമി മെല്ലെ ആ പേര് മന്ത്രിച്ചു.

അമ്മവീടിന്റെ മുറ്റത്തെ തിണ്ണയിൽ അഭിരാമിയുടെ മകൻ രാമൻ തമ്പി എന്ന തമ്പി രാമൻ രാമനും മച്ചുനൻ മാർത്താണ്ഡവർമ്മയും തമ്മിൽ പഞ്ചഗുസ്തി നടത്തുകയാണ്. ആറ്റിങ്ങലിൽനിന്ന് മാർത്താണ്ഡൻ എത്തിയപാടെയാണ് മത്സരം. വിട്ടുകൊടുക്കാൻ തയ്യാറല്ലാത്തതിനാൽ ഇഞ്ചിന് അനങ്ങാതെ ദീർഘനേരം ആ കരുത്തന്മാർ ബലപരീക്ഷണം നടത്തിയപ്പോൾ രാമൻ തമ്പിയുടെ അനുജൻ പപ്പുത്തമ്പി എന്ന തമ്പി രാമൻ ആതിച്ചനും സഹോദരി ഉമ്മിണിത്തങ്കയെന്ന കൊച്ചുമണിത്തങ്കയും സമപ്രായക്കാരും ഇളമുറക്കാരും ചുറ്റിലും നിന്നു പ്രോത്സാഹിപ്പിച്ചു. കരുത്തന്മാരായ രണ്ട് കൗമാരക്കാരുടെ ശക്തിപരീക്ഷണം നോക്കി

അല്പം അകലെയായി വരാന്തയുടെ കൽപ്പടവിൽ ഉദാസീനത നടിച്ച് കാലുംനീട്ടി തൂണിൽ ചാരിയിരുന്ന കൊച്ചുകുമാരപിള്ള സൂക്ഷ്മത യോടെയാണ് ആ മത്സരം വീക്ഷിച്ചത്. മട്ടുപ്പാവിൽ നിന്ന അഭിരാമിയുടെ നോട്ടവും കുട്ടികളിൽത്തന്നെയായിരുന്നു. അഭിരാമിയെ മാർത്താണ്ഡൻ കണ്ടു. അടുത്ത നിമിഷം രാമൻ തമ്പി, മാർത്താണ്ഡന്റെ കൈ നിലത്ത് മലർത്തിയടിച്ചു. ചുറ്റിലും നിന്ന കുട്ടികൾ ആർത്തുവിളിച്ചു. അഭിരാമിയും സഹോദരൻ കൊച്ചുകുമാരപിള്ളയും ഒരേ സമയം "ഹോ" എന്ന ആശ്വാ സശബ്ദം പുറപ്പെടുവിച്ചു. ഇരുവരുടെയും മുഖത്ത് നിഗൂഢമായ ചിരി വിടർന്നു. രാമൻ തമ്പിയുടെ വിജയത്തെക്കാളും അവരെ ആനന്ദിപ്പിച്ചത് മാർത്താണ്ഡന്റെ പരാജയമായിരുന്നു.

"ഒരു കൈ കൂടി നോക്കുന്നോ മച്ചുനാ?" രാമൻ തമ്പി ചോദിച്ചു. മറുപടി പറയാതെ മാർത്താണ്ഡൻ എഴുന്നേറ്റു. ചിരിയടക്കാൻ പാടു പെടുന്ന ഉമ്മിണിത്തങ്കയുടെ മുഖത്തു നോക്കിയിട്ട് മാർത്താണ്ഡൻ വേഗ ത്തിൽ നടന്നുപോയി. കുട്ടികൾ കൂകി വിളിച്ചു.

തോറ്റുമടങ്ങുന്ന മാർത്താണ്ഡനെ അഭിരാമി നോക്കിനിന്നു. രാമൻ ജയിക്കണമെങ്കിൽ മാർത്താണ്ഡൻ തോല്ക്കണം. എന്നെന്നേക്കുമായി. അഭിരാമി മനസ്സിൽ കണക്കുകൂട്ടി.

സേലത്തെ അയോദ്ധ്യാപുരിയിലെ അച്ചിമാർ കുലത്തിലെ ശൈവ വെള്ളാളസമുദായത്തിൽ പിറന്ന അഭിരാമി, നാടിനെ മുടിച്ച വേനൽ കാലത്താണ് ശുചീന്ദ്രത്തേക്ക് കുടിയേറിയത്. ജ്യേഷ്ഠസഹോദരൻ കിട്ടണനോടൊപ്പം ഒറ്റക്കുതിരയെ പൂട്ടിയ വണ്ടിയിൽ പുലർച്ചെ ആരംഭിച്ച ദീർഘയാത്ര ദുർഘടപാതയും കടുത്ത വെയിലും കൂരിരുട്ടും താണ്ടി രണ്ടാം ദിവസം ശുചീന്ദ്രത്തുള്ള അമ്മാവന്റെ വീട്ടിലെത്തിയപ്പോൾ രാത്രിമാനം ഉരുണ്ടുകൂടിയിരുന്നു. പാതിരാത്രി കഴിഞ്ഞപ്പോൾ ഉഗ്രമഴ ഇടിവെട്ടി തിമിർത്തു. അമ്മാവന്റെ വീടും പരിസരവും അവൾക്ക് പണ്ടേ ഇഷ്ടമായിരുന്നു. ആരുമറിയാതെ അവൾ മഴയിലേക്കിറങ്ങി. മഴ വെള്ളത്തിൽ തുള്ളിച്ചാടി നൃത്തം ചെയ്തു. ഇനിയുള്ള കാലം ഈ മഴയും പച്ചപ്പാർന്ന നാടും തനിക്ക് അഭയം നല്കിയെങ്കിലെന്നവൾ ഉള്ളുരുകി പ്രാർത്ഥിച്ചു.

പണ്ട്, കൊടും വേനലിലെരിഞ്ഞ ശുചീന്ദ്രത്തെ രക്ഷിക്കാൻ അത്രി മഹർഷി ദേവേന്ദ്ര പൂജയ്ക്ക് ഹിമാലയത്തിൽ പോയതും ഭാര്യ അനസൂയ പ്രാർത്ഥനകളുമായി നാട്ടിൽ കഴിഞ്ഞതും ഒടുവിൽ ദേവപ്രീതിയായി മഴ പെയ്തതും കുട്ടിക്കാലത്ത് അമ്മാവൻ പറഞ്ഞത് അഭിരാമി ഓർത്തു. ത്രിമൂർത്തികളുടെ അനുഗ്രഹം കിട്ടിയ നാട്ടിൽ തനിക്കും അഭയം കിട്ടിയിരുന്നെങ്കിലെന്നവൾ പ്രാർത്ഥിച്ചു. ക്ഷേത്രത്തിൽനിന്ന് ശംഖുനാദം ഉയർന്നപ്പോഴാണ് നേരം പുലർന്ന കാര്യമവൾ അറിഞ്ഞത്. പരശുരാമൻ നിർമ്മിച്ച ആ ക്ഷേത്രാങ്കണത്തിൽ ചിലങ്ക കെട്ടി നൃത്തം ചെയ്യാനായെ

KPMURALIDHARAN

ങ്കിലെന്നവൾ ആഗ്രഹിച്ചു.

തേരോട്ടത്തിന് ക്ഷേത്രാങ്കണത്തിൽ നൃത്തം ചെയ്യാനൊരുങ്ങിക്കൊള്ളാൻ അമ്മാവൻ പറഞ്ഞപ്പോൾ അവൾക്ക് അടക്കാനാവാത്ത സന്തോഷമായിരുന്നു. എത്ര വേഗമാണ് തന്റെ പ്രാർത്ഥന നടപ്പാക്കിത്തന്നതെന്നവൾ അത്ഭുതപ്പെട്ടു.

ദേവനു മുന്നിലാണ് അവൾ നൃത്തം ചെയ്തതെങ്കിലും പ്രീതിപ്പെട്ടത് യുവരാജാവ് രാമവർമ്മയായിരുന്നു. തേരോട്ടം കാണാനെത്തിയ തമ്പുരാൻ അഭിരാമിയുടെ നൃത്തംകണ്ട് ഇഷ്ടപ്പെടുകയും അവളെ നാഗർകോവിൽ കൊട്ടാരത്തിൽ വന്ന് മുഖംകാണിക്കാൻ കല്പിക്കുകയും ചെയ്തു.

വർണ്ണാഭമായ പട്ടുചേല ചുറ്റി, പൊട്ടു തൊട്ട്, ആഭരണങ്ങളണിഞ്ഞ് അഭിരാമിയും അമ്മാവനും കിട്ടണനും അമ്മാവന്റെ അണിഞ്ഞൊരുങ്ങിയ പെൺമക്കളും രാജാവിനെ മുഖം കാണിക്കാൻ കാവല്ക്കാരുടെ അരികിലെത്തി അടിതൊഴുതു നമസ്കരിച്ചു.

യുവരാജാവിനെ മുഖംകാണിക്കാൻ അഭിരാമിക്കു മാത്രമാണ് അനുവാദം ലഭിച്ചത്. അമ്മാവന് തന്റെ മൂന്നു പെൺമക്കളെയും രാജാവിന്റെ മുന്നിൽ എത്തിക്കണമെന്ന അതിയായ ആഗ്രഹം ഉണ്ടായിരുന്നു. അവരിൽ രണ്ടാമത്തെയാൾ തന്നെക്കാളും സുന്ദരിയായതിനാൽ അവളെ ഒരിക്കലും രാജാവ് കാണാനിടയാവരുതേയെന്ന് അഭിരാമി പ്രാർത്ഥിച്ചു.

കുട്ടിക്കാലം മുതൽ അഭിരാമിക്ക് ആകാശം മുട്ടുന്ന ആഗ്രഹങ്ങൾ ഉണ്ടായിരുന്നു. ഭാവിയെക്കുറിച്ച് അവൾ കണ്ട സ്വപ്നങ്ങളും വലുതായിരുന്നു.

നൃത്തവേഷത്തിലേതിനെക്കാളും സുന്ദരിയായിരുന്ന അഭിരാമിയെ കണ്ടമാത്രയിൽ രാമവർമ്മ ഭ്രമിച്ചുപോയി.

"ഇത്രേം ചന്തോം മേനിയഴകുമുള്ളൊരു പെണ്ണിനെ നാം മുമ്പ് കണ്ടിട്ടില്ല. എന്താ നിന്റെ പേര്?" കാമാവേശപ്പെട്ട യുവരാജാവ് ചോദിച്ചു.

"ഇളവരശേ, എൻ പെയർ അഭിരാമി."

"കുയിൽനാദം പോലെയുണ്ടല്ലോ ചുന്തരീ നിന്റെ മൊഴി. നിന്നെ നമുക്ക് നന്നേ ബോധിച്ചു." നിറഞ്ഞ ചിരിയോടെ രാമവർമ്മ പറഞ്ഞു.

"എനത് യോഗം യസ്മാ." അഭിരാമി കൈകൂപ്പി തലകുമ്പിട്ട് വണങ്ങി.

"സംബന്ധത്തിനു വേണ്ട ഒരുക്കങ്ങൾ ഝടിതിയിൽ നടക്കട്ടെ." രാമവർമ്മ കല്പിച്ചു. പ്രതീക്ഷിച്ച സൗഭാഗ്യം പൊടുന്നനെ വന്നണഞ്ഞതിന്റെ സന്തോഷവും അങ്കലാപ്പും കാരണം അഭിരാമിക്ക് വാക്കുകൾ പുറത്തുവന്നില്ല.

"സന്തോഷവർത്തമാനം കേട്ടിട്ടും നിന്റെ മുഖമെന്താ വാടിയിരിക്കുന്നത്?" രാമവർമ്മ പ്രണയത്തോടെ ചോദിച്ചു.

യുവരാജാവിനെ മുഖംകാണിക്കാൻ കല്പനയുണ്ടെന്നറിഞ്ഞപ്പോൾ

അമ്മാവൻ അഭിരാമിക്ക് ചില ഉപദേശങ്ങളും നിർദ്ദേശങ്ങളും നല്കി. സംബന്ധത്തിന് ഉപാധിയായി തന്ത്രപൂർവ്വം പറയേണ്ടവ ഒന്നൊന്നായി അമ്മാവൻ പറഞ്ഞത് അഭിരാമി ഓർത്തു. എല്ലാം തഞ്ചത്തിൽ പറഞ്ഞ് മുൻകൂട്ടി സമ്മതിപ്പിക്കണം. അമ്മാവന്റെ വാക്കുകൾ അവളുടെ മനസ്സിൽ മുഴങ്ങി. തന്റെ ഉടലിൽ കൊതിയോടെ നോക്കി നില്ക്കുന്ന യുവരാജാവിനോട് കാര്യം അവതരിപ്പിക്കാൻ പറ്റിയ അവസരം ഇതു തന്നെയെന്ന് അവൾ ഉറപ്പിച്ചു.

"ഇളവരശേ എങ്കെ ഊരില് അപ്പാവുടയ സ്വത്ത് പസങ്കളക്ക്ത്താൻ സേരും. ആനാ ഇങ്കെ അപ്പടിയില്ലൈ എൻട്ര് നിനയ്ക്കിറേൻ."[3] അഭിരാമി അറച്ചറച്ച് പറഞ്ഞു.

"അതേ, അതിനെന്താ?" രാമവർമ്മ ചോദിച്ചു.

"രാസാവോട മകനാക പിറന്തും നാടോ സൊത്തോ ഇല്ലാമയിരുക്കുമ്പോതു അതിനുടയെ കുറച്ചിൽ രാസാവിക്കാ, അല്ലതു രാസാവിൻ മകനുക്കാ?"[4]

പ്രായത്തിൽ കവിഞ്ഞ അവളുടെ ബുദ്ധിശക്തിയും ദീർഘവീക്ഷണവും ബാലരാമവർമ്മയെ അത്ഭുതപ്പെടുത്തി. വെറും ദേവദാസിയല്ല ഇവൾ. ചിന്താശക്തിയും കൂർമ്മബുദ്ധിയും സൗന്ദര്യത്തോളമോ അതിലേറെയോ ഉള്ളവളാണ്, രാമവർമ്മ വിചാരിച്ചു.

"രാസാവിന്റെ മകൻ താൻ രാസാവാകണം."[5] അവൾ പറഞ്ഞു.

"കീഴ്വഴക്കങ്ങളെ ലംഘിക്കുന്നതെങ്ങനെ?" രാമവർമ്മ ചോദിച്ചു.

"ഇളവരശേ, ദയവുപണ്ണി പോകവിടുങ്ക."[6] അവൾ അപേക്ഷിച്ചു.

"നാം പരിശ്രമിക്കാം." അല്പനേരം ആലോചിച്ചിട്ട് രാമവർമ്മ പറഞ്ഞു.

"യസമാ നിനൈച്ചാ നടക്കാത്തതു എതുവുമില്ലൈ എൻറു അടിയനുക്കു തെരിയും."[7] അവൾ മനോഹരമായി പുഞ്ചിരിക്കുകയും 'ഇതാ ഞാനെന്നെ സമർപ്പിക്കുന്നു' എന്ന ഭാവത്തോടെ ലാസ്യവതിയായി കടക്കണ്ണാൽ നോക്കുകയും ചെയ്തു.

"നാം നിന്റെ ഏത് ആഗ്രഹോം സാധിച്ചുതരും." രാമവർമ്മ പറഞ്ഞു.

"എനക്ക് ഒരേ ഒരു ആസൈ താൻ യസമാ. മകൻ താൻ ഇന്ത നാട്ടു അരസനാകണം."[8]

രാമവർമ്മ അഭിരാമിക്ക് പട്ടും പരിവട്ടവും നല്കി. കിട്ടണന് മുണ്ടും കവണിയും നല്കി. അമ്മാവൻ പെൺമക്കളെയും കൂട്ടി യാത്രയ്ക്കൊരുങ്ങിയെങ്കിലും രഹസ്യമായി കിട്ടണൻ പറഞ്ഞത് പ്രകാരം അഭിരാമി അവരെ വിലക്കി. അമ്മാവൻ കെഞ്ചിയപേക്ഷിച്ചിട്ടും അവൾ കനിഞ്ഞില്ല.

സംബന്ധം കഴിഞ്ഞ് കൊട്ടാരത്തിന് സമീപമൊരുക്കിയ അമ്മവീട്ടിൽ എത്തിയ ഉടനെ അഭിരാമിക്ക് 'അമ്മത്തമ്പുരാൻ' സ്ഥാനവും 'കിട്ടിണത്താളമ്മ' എന്ന നാമവും നല്കി. കിട്ടണന് 'കൊച്ചുകുമാരപിള്ള' എന്ന പേരും കല്പിച്ചു നല്കി.

രാമവർമ്മ അഭിരാമിയുടെ അഴകിന്റെ ദാസനായിത്തീരുകയും ആ പ്രണയത്തിൽ സ്വയം അലിയുകയും ചെയ്തു. ഓരോ പ്രണയാഭിനിവേശത്തിന്റെ ഒടുവിലും പുത്രന്മാർക്കായിരിക്കും രാജ്യാവകാശമെന്ന് രാമവർമ്മയെക്കൊണ്ട് ശ്രീപത്മനാഭനെ സാക്ഷിനിർത്തി അഭിരാമി സത്യം ചെയ്യിച്ചു.

രാമൻ തമ്പിയുടെയും പപ്പുതമ്പിയുടെയും പട്ടാഭിഷേകം അവരുടെ ജനനത്തിനു മുമ്പ് തന്നെ നൂറു നൂറ് തവണ അവരുടെ മാതാപിതാക്കളുടെ കിടപ്പറയിൽ നടന്നു. അമ്മവീട്ടിൽ സദാസമയവും രമിക്കാൻ കൊതിച്ച യുവരാജാവിന് ഒരിക്കൽപ്പോലും കരുത്തുകൊണ്ട് അഭിരാമിയെ കീഴടക്കാനായില്ല. തളർന്നുറങ്ങുന്ന രാമവർമ്മയുടെ അരികിൽ ഉടൽ ദാഹം ശമിക്കാതെ കിടന്ന അവൾ ഭാവിയെക്കുറിച്ചുള്ള കിനാവുകൾ നെയ്തു.

പഞ്ചഗുസ്തിയിൽ രാമൻ തമ്പിയോട് തോറ്റു പിൻവാങ്ങുന്ന മാർത്താണ്ഡനെ ഓർത്ത് ചിരിച്ച അഭിരാമിയോട് രാമവർമ്മ മന്ദഹാസഹേതു അന്വേഷിച്ചു.

"ജയിച്ചു നിക്കറ രാമനെ കാണ നല്ല അഴകുതാൻ"[9] അഭിരാമി പറഞ്ഞു.

രാമവർമ്മ അവളെ നോക്കി.

മക്കളെ രണ്ടാളെയും രാജ്യഭരണം ഏല്പിക്കണമെന്ന ദൃഢനിശ്ചയത്തോടെയാണ് അഭിരാമി അവരെ എഴുത്തും വാൾപ്പയറ്റും അഭ്യാസമുറകളും പഠിപ്പിച്ചത്. മദയാനയുടെ തുമ്പിക്കൈയിലൂടെ മസ്തകത്തിൽ കയറേണ്ട വിധവും കുന്തം എറിയാനും എതിരെ വരുന്ന കുന്തം കടന്നു പിടിച്ച് തിരിച്ചെറിയാനും എതിർ കൂട്ടത്തിലേക്ക് മിന്നലായി കടന്നുകയറി ആക്രമണം നടത്താനുമുള്ള മുറകളും അവരിരുവരും അഭ്യസിച്ചു. മല്ലയുദ്ധം, കൈപ്പോര്, കുതിര സവാരി എന്നിവയും പഠിച്ചു.

"മകനുടയ ആട്ചിവഴി തിരുവിതാങ്കോടുക്കു പെരുമൈ വരണം."[10]

അതു കേട്ടപ്പോൾ രാമവർമ്മയുടെ മനസ്സിൽ ആശങ്ക ഉടലെടുത്തു.

"അവിരാമീ..."

വിളി കേൾക്കുന്നതിനു പകരം അവൾ ഒരു മറുചോദ്യമാണ് ചോദിച്ചത്.

"കളിപ്പാൻകുളം കൊട്ടാരം വരൈ പോയിവരലാമാ?"[11]

"എന്താ വിശേഷിച്ച്?"

"നമക്കു ശേർന്തുപോക വിശേഷമെതർക്കു?"[12]

താൻ തീരുമാനിച്ചു കഴിഞ്ഞുവെന്നാണ് ആ മറുചോദ്യത്തിന്റെ സാരം.

"തങ്കം പോയിവാ." രാമവർമ്മ മനസ്സില്ലാമനസ്സോടെ പറഞ്ഞു. ആ മറുപടി തന്നെയാണ് അഭിരാമി ആഗ്രഹിച്ചതും.

യാത്രയ്ക്കുള്ള ഏർപ്പാടുകൾ ചെയ്യാൻ അഭിരാമി കല്പന നല്കി.

തോറ്റു പിൻനടന്ന മാർത്താണ്ഡകുമാരന്റെ മനസ്സിൽ ക്ഷോഭം ഉരുണ്ടുകൂടി. തീരെ കുട്ടിയായിരുന്നപ്പോൾ മുതലേ മാർത്താണ്ഡന് അഭിരാമിയോട് അകൽച്ചയായിരുന്നു. തന്നെ എന്നും അകറ്റി നിർത്തുന്നതിലും കുമാരന് അമർഷമുണ്ടായിരുന്നു.

രാമവർമ്മയ്ക്ക് മാർത്താണ്ഡനോട് ഉള്ളിലും പുറത്തും തികഞ്ഞ വാത്സല്യവും കാരുണ്യവുമായിരുന്നു. തന്റെ മക്കളും അനന്തരവനും എന്നും രമ്യതയിൽ കഴിയണമെന്നായിരുന്നു ആഗ്രഹം. അധികാരമോ സിംഹാസനമോ സ്വത്തോ ഒന്നും അവരെ മോഹിപ്പിക്കാൻ പാടില്ല. സ്വത്തും അധികാരവും ഭൗതികസുഖങ്ങളും വന്നുപോകും. ഒന്നും ശാശ്വതമല്ല. രാമവർമ്മ തന്റെ മക്കളെയും മാർത്താണ്ഡനെയും പഠിപ്പിക്കാൻ ശ്രമിച്ചതും അതുതന്നെയാണ്.

ഇത്തരം തത്ത്വചിന്തകളിൽ ദുർബ്ബലന്മാരുടെ കീഴടങ്ങൽ ധ്വനിയാണുള്ളതെന്ന് അഭിരാമി വിശ്വസിച്ചു. രാജാവ് സന്ന്യാസിയെപ്പോലെ ചിന്തിച്ചാൽ രാജ്യത്ത് ശത്രുക്കൾ പടയോട്ടം നടത്തും. അനാഥരായ പ്രജകൾ അരക്ഷിതരാകും. രാജാവ് അന്ത്യശ്വാസം വരെ പോരാളിയായിരിക്കണം. വീരമരണത്തിനു മുന്നിലല്ലാതെ കീഴടങ്ങാൻ പാടില്ല. വിജയമാകണം രാജാവിന്റെ എക്കാലത്തെയും ലക്ഷ്യം. നിരന്തരം ശത്രുക്കൾക്കെതിരേ യുദ്ധം നടത്തുന്ന രാജാവിന് കീഴിൽ പ്രജകൾ അഭിമാനികളും സംതൃപ്തരുമായിരിക്കും. യുദ്ധക്കൊതിയന്മാരായ രാജാക്കന്മാർക്കേ രാജ്യത്ത് സമാധാനം നല്കാനാകൂ. രാജാവ് പ്രപഞ്ചനശ്വരതയുടെ പ്രവാചകനാവുകയല്ല, അധികാരത്തിന്റെ പ്രണേതാവാകണം. ഉണർവിലും ഉറക്കത്തിലും അത് പ്രസരിപ്പിച്ചാലേ മഹാരാജാവെന്ന പദം അന്വർത്ഥമാകൂ എന്നും അഭിരാമി ചിന്തിക്കുകയും പറയുകയും ചെയ്തു.

അഭിരാമിയുടെ വാദത്തോടും ചിന്തകളോടും രാമവർമ്മയ്ക്ക് പൊരുത്തമില്ലായിരുന്നു. തന്റെ നിലപാടുകൾ സമർത്ഥിക്കാനുള്ള യുക്തിയും വാക്ചാതുരിയും അഭിരാമിക്കുണ്ടായിരുന്നു.

മാർത്താണ്ഡൻ നടന്നുനടന്ന് വേളിമലയുടെ മുകളിൽ എത്തി. കുമാരന്റെ മനസ്സ് ഇളകിമറിഞ്ഞു. ഒപ്പം കളിക്കുമ്പോഴെല്ലാം രാമനും പപ്പുവും തന്നെ നിരന്തരം തോല്പിക്കാനാണ് മത്സരിച്ചത്. വിജയം മാത്രം ലക്ഷ്യമാക്കി കളിക്കുന്നവർക്ക് ആനന്ദിക്കാനാവില്ല. ഓരോ കളിയും ഓരോ അഗ്നിപരീക്ഷണമാകും. തന്റെ മേൽ അവർ നേടുന്ന ഓരോ വിജയവും പരാജയത്തിലേക്കുള്ള അവരുടെ പടിയിറക്കമാണെന്ന് മാർത്താണ്ഡൻ മനസ്സിൽ കുറിച്ചു.

രാമനും പപ്പുവും എന്തിനാണ് തന്നെ ശത്രുവായി കാണുന്നത്? അവർക്കെന്താണ് താനുമായുള്ള തർക്കം? അവർക്കല്ല, അവരുടെ അമ്മയ്ക്കാണ് തർക്കവും ശത്രുതയും ദുരാഗ്രഹവും. അവർ കണക്കു

കൂട്ടുന്നതെന്താണെന്ന് മാർത്താണ്ഡന് നല്ല നിശ്ചയമുണ്ടായിരുന്നു. ഓരോ തവണ തോല്ക്കുമ്പോഴും മാർത്താണ്ഡന്റെ മനസ്സിൽ വിജയിക്കാനുള്ള ദാഹം വർദ്ധിക്കുകയായിരുന്നു.

കുട്ടിയായിരുന്നപ്പോൾ കേട്ട മഹാഭാരത കഥയിലെ അത്യാർത്തിക്കാരിയായ സത്യവതിയുടെ അതേ മുഖമാണ് അഭിരാമിക്കെന്ന് മാർത്താണ്ഡന് തോന്നി. യമുനാതീരത്തെ കാളി സത്യവതിയായതും ശന്തനു മഹാരാജാവിന്റെ ഭാര്യയായതും മഹാഭാരത യുദ്ധത്തിനു തന്നെ വഴിതെളിച്ചതുമായ കഥ മാർത്താണ്ഡന്റെ മനസ്സിൽ മായാതെ കിടക്കുന്നുണ്ടായിരുന്നു.

കരിങ്കൂവളവും യക്ഷിപ്പാലയും തിങ്ങിവളരുന്ന കുന്നിൻ മുകളിൽ ഒറ്റയ്ക്ക് നിന്ന മാർത്താണ്ഡകുമാരൻ ഉറക്കെ അലറി. നാലു ദിക്കിലും തട്ടി പ്രതിദ്ധ്വനിച്ച ആ ഉഗ്രശബ്ദം കൗമാരക്കാരന്റെ പതർച്ചയായിരുന്നില്ല. കലുഷിതമായ യുവമനസ്സിന്റെ ഉറച്ച പ്രതിഷേധമായിരുന്നു.

---

* കമ്പനി.

1. ആരാണാ വീരൻ?
2. പോരിൽ ചത്തവനെക്കുറിച്ചാർക്കറിയണം. കൊന്നവനല്ലേ വീരൻ. വാഴ്ത്തപ്പെടേണ്ടവൻ.
3. തമ്പുരാനേ, എന്റെ നാട്ടിൽ പിതൃസ്വത്ത് മക്കളിലേക്കാണ് വന്നു ചേരുന്നത്. ഇവിടെ അങ്ങനെയല്ലെന്നാ അടിയന്റെ കേട്ടറിവ്.
4. രാജകുമാരന്മാരായി പിറക്കുകയും പിതൃരാജ്യമോ സ്വത്തോ ഇല്ലാതെ പുലരുകയും ചെയ്താൽ അതിന്റെ കുറച്ചിൽ രാജാവിനോ രാജപുത്രന്മാർക്കോ?
5. രാജാവിന്റെ മകൻ രാജാവാകണം.
6. തമ്പുരാൻ ദയ കാട്ടി എന്നെ പോകാൻ അനുവദിക്കണം.
7. തമ്പുരാൻ പരിശ്രമിച്ചാൽ സാധിക്കാത്തതായി ഒന്നുമില്ലെന്ന് അടിയനറിയാം.
8. എനിക്കൊരൊറ്റ ആഗ്രഹം മാത്രമേയുള്ളു. തമ്പുരാനേ, രാജപുത്രന് രാജ്യാധികാരം കിട്ടണം.
9. ജയിച്ചു നില്ക്കുന്ന രാമനെ കാണാൻ നല്ല അഴകാണ്.
10. മക്കൾ വാഴ്ചയിലൂടെ തിരുവിതാങ്കോട് പേരെടുക്കണം.
11. കളിപ്പാൻകുളം കൊട്ടാരം വരെയൊന്നു പോയി വന്നാലോ?
12. വിശേഷമെന്തിനാ നമുക്കൊരുമിച്ചു യാത്രപോകാൻ?

ആറ്

കമ്പനിപ്പടയാളികളുടെ തല കൊയ്ത കൊടുമൺ പിള്ള അടുത്ത ദിവസങ്ങളിൽ പൊതുവേ ശാന്തനായിരുന്നു. പുറത്തേക്കൊന്നും ഇറങ്ങിയില്ലെങ്കിലും പതിവ് കളരിയഭ്യാസം മുടക്കിയില്ല. ചാരന്മാരെ നാലു ദിക്കിലേക്കും അയക്കുകയും തിരിച്ചടിക്കുള്ള സാദ്ധ്യത അന്വേഷിച്ച റിയുകയും ചെയ്തു. നാലുവീടരും എട്ടുവീടരും അതീവ രഹസ്യമായി ദൂതന്മാർ വഴി പരസ്പരം ആശയ കൈമാറ്റം നടത്തി.

അഞ്ചുതെങ്ങ് കോട്ടയുടെ മുന്നിൽ പ്രതിഷേധം ഉയർത്തിയവരുടെ എണ്ണം അനുദിനം വർദ്ധിച്ചു. കൊടുമൺ പിള്ളയുടെ ചാരന്മാർ പ്രക്ഷോഭ കർക്കിടയിൽ നിലയുറപ്പിക്കുകയും വിവരങ്ങൾ അപ്പപ്പോൾ പിള്ളയെ അറിയിക്കുകയും ചെയ്തു. കോട്ടയ്ക്കുള്ളിൽ നിന്ന് ഏതു നിമിഷവും പ്രത്യാക്രമണം ഉണ്ടാകുമെന്ന് എട്ടുവീട്ടിൽ പിള്ളമാർ കണക്കുകൂട്ടി.

പിള്ളമാരും കുറുപ്പന്മാരും അവരുടെ വരുതിയിലുള്ള മാടമ്പിമാരും ഉറച്ച ആത്മവിശ്വാസത്തിലും വർദ്ധിതവീര്യത്തിലുമായിരുന്നു. എന്തിനും തയ്യാറായി ആയുധമൊരുക്കി അവർ കാത്തിരുന്നു.

എന്താണിനി സംഭവിക്കാൻ പോകുന്നതെന്നറിയാത്ത നാട്ടുകാർ സംസാരിക്കാൻപോലും ഭയന്ന് വീടിനുള്ളിൽ അടച്ചിരുന്നു. കൈക്കുഞ്ഞുങ്ങൾ വായ് കീറിക്കരഞ്ഞപ്പോൾ അമ്മമാർ ഭയത്തോടെ അവരുടെ വായ് പൊത്തിപ്പിടിച്ചു. രാത്രി പുലരുവോളം അവർ കൂട്ടക്കൊലയെക്കുറിച്ച് പൊടിപ്പും തൊങ്ങലും വച്ച് ഓരോരോ കഥകൾ ശബ്ദമടക്കി പറഞ്ഞുകൊണ്ടിരുന്നു. കണ്ടവർ കാണാത്തവരോടും കേട്ടറിഞ്ഞവർ കണ്ടസ്ഥാലിച്ചവരെന്ന പോലെയും കഥകൾ പറഞ്ഞു. കഥയിൽ നിന്നിറങ്ങി വന്ന വെള്ളക്കാരുടെ തലയില്ലാത്ത പ്രേതം അവരെ വിറപ്പിച്ചു.

നാട്ടുകാർ ചമച്ച കഥകളിൽ കൊടുമൺ പിള്ള പരുന്തായും പാമ്പായും പുലിയായും മദയാനയായും അരൂപിയായും നിമിഷനേരംകൊണ്ട് മാറാൻ കഴിയുന്ന വീരനായകനായി. തിരുവിതാങ്കോടിന്റെ അതിർത്തിയും കടന്ന് ആ കഥകൾ പ്രചരിച്ചു.

വീടിന്റെ ഉമ്മറത്ത് മക്കളോടും ശേഷകാരോടൊപ്പവുമിരുന്ന കൊടുമൺ പിള്ള ഒരു കഥ പറഞ്ഞു.

“ഭീഷ്മർ, ദ്രോണർ, കൃപർ, കർണ്ണൻ, അശ്വത്ഥാമാവ് എന്നിവരൊപ്പമുള്ളപ്പോ കൗരവരെ തോപ്പിപ്പാൻ പറ്റൂല്ല. രാജപക്ഷത്തല്ലേ ആയുധബലോം സൈനികബലോം. അപ്പോപ്പിന്നെങ്ങനെ പാണ്ഡവര് ജയിക്കും?” ചോദ്യംകേട്ട കുട്ടികൾ ചിന്തയിലാണ്ടു.

“അങ്ങനെയാണ് അർജ്ജുനൻ ശിവപ്രീതിക്കായി ഹിമാലയത്തിൽ പോയി കിടുകിടാ വെറയ്ക്കണ തണുപ്പത്ത് മരത്തോലു മാത്രമുടുത്തോണ്ട് തപസ്സ് ചെയ്തത്.”

കുട്ടികൾ ആ രംഗം നേരിൽ കണ്ടിട്ടെന്നപോലെ മിഴിച്ചിരുന്നു.

“അവസാന വിജയം ആർക്കായിരുന്നു?” പിള്ളയുടെ ചോദ്യത്തിന് കുട്ടികൾ മറുപടി പറയും മുമ്പ് പരിചാരകൻ ഓടി വന്ന് കൊട്ടാരത്തിൽ നിന്ന് ഓലയുമായി ദൂതൻ എത്തിയിട്ടുണ്ടെന്നറിയിച്ചു. പിള്ള എഴുന്നേറ്റു.

ആറ്റിങ്ങൽ റാണിക്കു മുന്നിൽ മുഖംകാണിക്കാൻ കല്പന വരുമെന്ന് പിള്ള പ്രതീക്ഷിച്ചതാണ്. പക്ഷേ, ഓല വന്നത് തിരുവിതാങ്കോട്ടു നിന്നാണ്.

സൂര്യരാഘവപിള്ളയെ നേരിൽ കാണാനും സംവദിക്കാനും ആഗ്രഹിക്കുന്നു. ഒരുങ്ങിയിരിക്കുക. അതായിരുന്നു കത്തിന്റെ സാരം.

അമ്മത്തമ്പുരാൻ കിട്ടിണത്താളമ്മയെന്ന അഭിരാമിയുടേതാണ് ഓല. തന്റെ ആയുധശക്തിയെക്കുറിച്ചും പടക്കരുത്തിനെക്കുറിച്ചും തിട്ടമില്ലാതെ ഏവരും ഇരുട്ടിൽ തപ്പുമ്പോൾ ഇങ്ങനെ വിളിച്ചു വരുത്തി ചതിക്കെണി ഒരുക്കാൻ ധൈര്യപ്പെടുമോ? എവിടെ, എപ്പോൾ ചെല്ലണമെന്ന് കുറിച്ചിട്ടില്ല. എന്താവും ലക്ഷ്യം? പിള്ള ചിന്തിച്ചെങ്കിലും ഉത്തരം തെളിഞ്ഞില്ല.

ദൂതൻ മടങ്ങിപ്പോയ വഴിയിലൂടെ മറ്റൊരാൾ കവാടം കടന്ന് അകത്തേക്കു വന്നു. പിള്ള തന്റെ ഇടത്തേ നെറ്റിയിലെ തഴമ്പിൽ കൈതലോടി ചെറുതായി ചിരിച്ചു.

“ആരാടാ ഇരുളനാ, നിന്നെയിപ്പോ ഇങ്ങോട്ടും മറ്റും കാണാനും കേപ്പാനുമില്ലല്ല്.”

ഇരുളൻ സാഷ്ടാംഗം പ്രണമിച്ചു.

“ഉങ്കള പാർക്കണന്നു രണ്ടു നാളാ ആസൈപ്പട്ടേൻ. അപ്പുറം എതുക്കു താമതം? ആരുവാമൊഴി താണ്ടറതുക്കു മുന്നാലെ വെവരങ്കൾ തെരിഞ്ചുകിട്ടേൻ, അപ്പുറം കുതിച്ചു ഓടിനേൻ. നാഗർകോവില്ല വച്ചു അടി

യനൈ അരസു പടൈ സുത്തി വളഞ്ചാങ്ക. അവങ്ക ഏഴു പേർ ഇരുന്താങ്ക."[1] ഇരുളൻ പറഞ്ഞു.

"പിന്നെങ്ങനെ നീ ഉയിരോടെ ഇങ്ങെത്തി?" പിള്ള ചോദിച്ചു.

"ഉയിരപ്പിടിച്ചുക്കിട്ടു ഓടിനേൻ. അവങ്ക പിന്നാലെയെ വന്താങ്ക. കാട്ടുല പതുങ്ക പാത്തേൻ. അവങ്ക വിടറതായില്ല. അടിയൻ എങ്കപോറേന്നു അവങ്കളുക്കു തെരിഞ്ചുതാൻ ആകണം."[2]

"എന്നിട്ട്?"

"കടൈസില വേറ വഴിയില്ലാമ അന്ത ഏഴു പേരെയും കൊൻട്രിട്ടു കാട്ടുവഴിയാ അടിയനിങ്ക വന്തുട്ടേൻ. പസീല ഇപ്പോ കണ്ണു തെരിയമാട്ടേങ്കുതേ."[3]

"പഞ്ചവങ്കാട്ട് നീലി നിന്റെ കണ്ണീപ്പെടാത്തത് നീലീടെ ഭാഗ്യം."

പിള്ള ഉറക്കെ ചിരിച്ചു.

"ചെല്ല് തിന്നാനും കുടിപ്പാനും അവിടെയുണ്ട്. പള്ള നെറച്ച് തിന്ന്. ഇന്നി കിട്ടിയാ കിട്ടി." പിള്ള പറഞ്ഞു.

താണു വണങ്ങിയിട്ട് ഇരുളൻ ഊട്ടുപുരയിലേക്ക് പാഞ്ഞു.

പരീക്ഷണങ്ങളിലും ആപൽഘട്ടങ്ങളിലും അപ്രതീക്ഷിത സഹായം തനിക്ക് ലഭിക്കാറുള്ളത് പിള്ള നന്ദിയോടെ ഓർത്തു. ഷേയ്ഖ് അക്ബർ ഷായും കരിങ്കാളിയും വെണ്ണാറമ്പനുമൊക്കെ സഹായഹസ്തവുമായി സ്വയം വന്നുചേർന്നവരാണ്. ഐഹിക ജീവിതത്തിൽ ഒറ്റക്കാൽ തപസ്സനുഷ്ഠിക്കുന്ന തന്റെ തീവ്രപ്രാർത്ഥനകൾക്കുള്ള ദേവാനുഗ്രഹമാകും ഇത്തരം വ്യക്തികളിലൂടെ ലഭിക്കുന്നതെന്നു പിള്ള വിശ്വസിച്ചു.

തമ്പുരാട്ടിക്കെന്താവും തന്നോടു പയാനുള്ളത്? തിരുവിതാങ്കോടിന്റെ ഭാവി രാജപത്നിയുടെ ദൗത്യം എന്താവും?

തിരുവിതാങ്കോട് ജനക്ഷേമം മുൻനിർത്തി കാര്യക്ഷമതയോടെ ഭരണം നടത്തണമെന്നും വിദേശികൾക്കു മുന്നിൽ തലയുയർത്തി അന്തസ്സോടെ നില്ക്കണമെന്നുമാണ് പിള്ളമാർ നിരന്തരം ആവശ്യപ്പെട്ടിട്ടുള്ളത്. പടക്കരുത്ത് കൂട്ടണം, വലിയ കാര്യക്കാർ, മന്ത്രിമാർ, നീട്ടെഴുത്തുപിള്ള, രായസം പിള്ള, രായസന്മാർ, കണക്കപ്പിള്ളമാർ എന്നിങ്ങനെയുള്ള പദവികളിൽ കാര്യക്ഷമതയുള്ളവരെ നിയമിക്കണം, ഉദ്യോഗസ്ഥരുടെ എണ്ണം വർദ്ധിപ്പിക്കണം, ഭരണപരമായ ചെറിയ തീരുമാനങ്ങൾ കൈക്കൊള്ളാനുള്ള അവകാശം താഴേ തട്ടിലേക്ക് നല്കണം, കൃഷിക്കാർക്ക് പ്രോത്സാഹനം നല്കണം, കച്ചവടം വിപുലീകരിക്കണം, സുഗന്ധദ്രവ്യങ്ങൾക്കും കുരുമുളകിനും വിദേശത്തു ലഭിക്കുന്ന വില മനസ്സിലാക്കി അതനുസരിച്ച് വില നിശ്ചയിച്ച് വിദേശികൾക്ക് നല്കണം. മറ്റു നാടുകളിൽ പോയി കണ്ടുമനസ്സിലാക്കി അവിടെയുള്ള പുതിയ സൗകര്യങ്ങൾ തിരുവിതാങ്കോടിലും നടപ്പാക്കണം. എട്ടുവീട്ടിൽ പിള്ളമാർ രാജാവിന് എഴുതി സമർപ്പിച്ച പരിഷ്കാരരേഖ മഹാരാജാവിന് കടുത്ത അതൃപ്തിയുണ്ടാക്കി.

രാജാവിന് നിർദ്ദേശം നല്കിയ പിള്ളമാരുടെ 'മഹാപരാധ'ത്തെ ജനങ്ങൾക്കും ഉൾക്കൊള്ളാനായില്ല. തല്ലാനും കൊല്ലാനും അധികാരമുള്ള രാജാവിന് കോപം ഉണ്ടാക്കുന്ന പ്രവൃത്തി ദൈവദോഷം ക്ഷണിച്ചു വരുത്തുമെന്നും അനാവൃഷ്ടിയോ അതിവൃഷ്ടിയോ മഹാമാരിയോ വന്ന് നാടുമുടിയുമെന്നും അവർ ഭയപ്പെട്ടു.

എത്രയോ തവണ രാജാവിന്റെ ഇംഗിതപ്രകാരം പിള്ളമാരും കൊട്ടാരം പ്രതിനിധികളും അനുരഞ്ജന ചർച്ചകൾ നടത്തി. എല്ലാ സന്ധിസംഭാഷണങ്ങളുടെയും അവസാനആയുധമായ പൊന്നും പണവും പിള്ളമാർക്ക്, പ്രത്യേകിച്ച് കൊടുമൺപിള്ളയ്ക്ക് വാഗ്ദാനം ചെയ്തു. പിള്ളമാർ പറയുന്നത് മനസ്സിലാകാത്ത അനുരഞ്ജനക്കാർ കൊട്ടാരത്തിലേക്കു തന്നെ തോറ്റു പിന്മാറി. പിള്ളമാരിൽ പലരെയും രാജസേവകർ രഹസ്യമായി കണ്ട് രാജപക്ഷത്തു ചേർക്കാൻ ശ്രമിച്ചെങ്കിലും ഫലവത്തായില്ല.

പക്ഷേ, ഇപ്പോൾ ഒരു സ്ത്രീ, നർത്തകിയും സുന്ദരിയും ബുദ്ധിമതിയുമായ അഭിരാമി, പിള്ളമാരുടെ കൂട്ടത്തിലെ ഏറ്റവും പ്രബലനെ കാണാൻ ഒരുങ്ങുന്നു.

പിറ്റേന്ന് പതിവുപോലെ കളരിയഭ്യാസം കഴിഞ്ഞു പുറത്തേക്കിറങ്ങിയ കൊടുമൺപിള്ളയുടെ അരികിൽ വന്ന തലവൻ കുമാരപിള്ള, ഒരു വൃദ്ധൻ കാണാൻ വന്നിരിക്കുന്ന വിവരം അറിയിച്ചു.

"ആരാ?" പിള്ള ചോദിച്ചു.

"തെക്കീന്നൊരു പട്ടരാ."

അതിഥിയെ ആചാരപൂർവ്വം ക്ഷണിച്ചിരുത്താൻ പറഞ്ഞിട്ട് പിള്ള അകത്തേക്കു പോയി. പ്രധാന വീടിന്റെ കയ്യാലയ്ക്കു പുറത്തുള്ള ഓല മേഞ്ഞ ചാവടിയിൽ ഇരുന്നാണ് പിള്ള ആവലാതികൾ കേൾക്കുന്നത്.

കൊടുമൺ പിള്ള കുളിച്ച് വസ്ത്രം മാറി വേഗം ചാവടിയിലേക്ക് വന്നു.

നരച്ചു നീണ്ട മുടിയും നീണ്ട ദീക്ഷയുമുള്ള ആ സാധുവിന്റെ അടുത്തേക്കു ചെന്ന് പിള്ള ചോദിച്ചു:

"ആരാ?"

ഒരു കുതിരവണ്ടി വഴിയുടെ അറ്റത്ത് പ്രത്യക്ഷപ്പെട്ടു. അല്പം അകലെയായി അതു വന്നു നിന്നു. വാർദ്ധക്യത്തിന്റെ വടുക്കളും അവശതയുമുള്ള കിഴവനും കിഴവിയും വണ്ടിയിൽ നിന്നിറങ്ങി. കാവല്ക്കാർ അവരെ തടയാൻ തുടങ്ങിയപ്പോൾ കയറ്റി വിടാൻ കൊടുമൺപിള്ള കൈയാംഗ്യം കാണിച്ചു. അവർ പിള്ളയുടെ അരികിലേക്ക് വന്നു. ഇടുപ്പിൽ അമർത്തിയിരുന്ന കഠാരയിൽ പിള്ള വെറുതെയൊന്നു തലോടി.

പിള്ളയെ കിഴവൻ തൊഴുതു വണങ്ങി. കിഴവി പിള്ളയെ അടിമുടിയൊന്നു നോക്കിയശേഷം ഒപ്പമുള്ളവരെ നോക്കി. ആ നിമിഷം

തന്നെ രണ്ടു കിഴവരും പുറത്തേക്കു പോയി. ഒരു നിമിഷം കഴിഞ്ഞ് കിഴവി മെല്ലെ പറഞ്ഞു:

"നാൻ അമ്മ തമ്പുരാൻ കിട്ടിണത്താളമ്മ."[4]

പിള്ള അത് തീരെ പ്രതീക്ഷിച്ചതല്ല. അയാൾ അവരുടെ വേഷത്തിലും വടുക്കൾ വീണ മുഖത്തും സംശയത്തോടെ നോക്കി.

"നേരാ വരമുടിയതില്ല, അതാൻ ഇന്ത മാർവേഷം"[5] അതു പറഞ്ഞപ്പോൾ അഭിരാമിയുടെ മുഖത്ത് നേരിയ ചിരി വിടരുകയും കണ്ണുകൾ തിളങ്ങുകയും ചെയ്തു. ആരാധനയുടെയും ഇണക്കത്തിന്റെയുമാണ് ആ ചിരിയും നോട്ടവുമെന്ന് പിള്ളയ്ക്ക് മനസ്സിലായി. അഭിരാമി ദേഹത്തു മൂടിയിരുന്ന നേരിയതിനിടയിലൂടെ തെളിഞ്ഞ, ഉലയാത്ത വലിയ മുലകളിലും ഉടലിലും കൊടുമൺ പിള്ളയ്ക്ക് നോക്കാതിരിക്കാനായില്ല. ആയാസപ്പെട്ട് കണ്ണ് പിൻവലിച്ച പിള്ള അഭിരാമിയുടെ മുഖത്തു നോക്കി. ഇരുവരുടെയും മുഖത്ത് ഗൂഢമായ ചിരി വിടർന്നു.

---

1. ഒന്നു മുഖം കാണിക്കണമെന്നു രണ്ടീസമായി മനസ്സിനൊരു തോന്നൽ. പിന്നെ ഒട്ടും അമാന്തിച്ചില്ല. ആരുവാമൊഴി കടക്കും മുമ്പ് വിവരങ്ങളറിഞ്ഞു. പിന്നെ ഒറ്റപ്പാച്ചിലായിരുന്നു. നാഗർകോവിലിൽ വച്ച് അടിയങ്ങളെ രാജസൈനികർ വളഞ്ഞു. അവരേഴു പേരുണ്ടായിരുന്നു.
2. രക്ഷപ്പെട്ടോടി നോക്കി. അവർ പിന്നാലെ ഓടി. കാട്ടിലൊളിക്കാൻ നോക്കി. അവർ കാടിളക്കി വന്നു. അടിയന്റെ പോക്ക് എവിടേക്കെന്നവർക്കറിഞ്ഞേ തീരൂ.
3. മറ്റ് പോംവഴിയില്ലാത്തതിനാൽ ആ ഏഴുപേരെയും കൊന്നിട്ട് കാട്ടുവഴിയിലൂടെ അടിയനിങ്ങു വന്നു. അടിയന് വിശന്നിട്ട് കണ്ണു കാണാൻ വയ്യ.
4. ഞാൻ അമ്മ തമ്പുരാൻ കിട്ടിണിത്താളമ്മ
5. നേർ രൂപത്തിൽ വരാനാകില്ലല്ലോ, അതാ ഈ വേഷം കെട്ട്.

ഏഴ്

ചാവടിയുടെ പൂമുഖത്തിന്റെ ഒത്ത നടുക്ക് ഒരു തൂക്കുവിളക്കുണ്ടായിരുന്നു. കിഴക്കോട്ടു ദർശനമുള്ള, ചിത്രപ്പണി ചെയ്ത കസേരയിൽ കൊടുമൺ പിള്ളയും എതിരെയുള്ള കരിവീട്ടിക്കസേരയിൽ അഭിരാമിയും ഇരുന്നു.

"രാസാവിക്കില്ലാത ധൈര്യവും മനവും ഉള്ള ആള നേരില പാർക്കാമൽ ഇരുപ്പതെപ്പടി?"[1] ഇരുപ്പിലും ഭാവത്തിലും തികഞ്ഞ യുവതിയും, വേഷത്തിൽ വൃദ്ധയുമായ അഭിരാമി വജ്രതേജസുള്ള കണ്ണുകളാൽ അയാളെ നോക്കി.

നീണ്ടുയർന്ന നാസികയും തീക്ഷ്ണനയനങ്ങളും ഗംഭീരഭാവവുമുള്ള പിള്ളയുടെ മുഖത്ത് സൂര്യനുദിച്ചു. ഇരു തോളുകളിലൂടെ താഴേക്കു നീണ്ടുകിടന്ന ഉത്തരീയം യഥാസ്ഥാനത്തു പിടിച്ചിട്ട് പിള്ള ഉയർന്നിരുന്നു. കരിവീട്ടി കടഞ്ഞെടുത്തതു പോലെയുള്ള ബാഹുക്കളും ഇടത്തേ കാൽ അല്പം മുന്നോട്ടുവച്ചുള്ള ഇരുത്തവും ശ്രദ്ധിച്ചിട്ട് അഭിരാമി ചോദിച്ചു.

"ഉങ്കളുക്ക് ആറു പസങ്കളാ?"[2]

"അതേ തമ്പ്രാട്ടീ."

"പസങ്കളപ്പത്തി നമ്മ എന്നന്ന കനവു കാണറോം. അവങ്കമേല നമ്പിക്ക വെക്കറോം. പഠിപ്പു അടിതട എല്ലാമേ കത്തുകൊടുക്കിറോം. നമ്മളോട രത്തമാക്കും അവങ്ക എൻറു പെരുമൈപ്പടുകിറോം. സന്ദേഹമിരുക്കാ?"[3]

അഭിരാമി ഒരു കൈ കസേരയിൽ അമർത്തിപ്പിടിച്ച് ഒന്നുയർന്നിരുന്നു.

"കൊമ്പഞ്ഞി പണ്ടാരങ്കളോട കഴുത്തറുക്ക പോനപ്പോതും ശണ്ഠ പോട്ടപോതും ഉയിരോട തിരുമ്പി വരുവാങ്കനു നിനൈച്ചു പാത്തീങ്കളാ?

പിള്ളൈയ്ക്കെൻട്രല്ല യാരുക്കുമേ അന്ത ഉറുതി ഇരുക്കാത്. വീരനുക്ക് മരണ സിന്തനൈ ഇരുക്കാതു. ആനാൽ മരണം നിശ്ചയം. അപ്പാവിൻ സൊത്തിൽ പങ്കു യാരുക്കു പിള്ളേ?"[4]

ചോദ്യത്തിന്റെ പൊരുൾ മനസ്സിലായെങ്കിലും പിള്ള മറുപടി പറഞ്ഞില്ല.

"കുഴന്തൈകളുക്കു അപ്പാവുടെ സൊത്തുമേല അവകാശം കിടയാതുന്നു സൊല്ലമുടിയുമാ പിള്ളേ?"[5]

അഭിരാമി ഉത്തരം പ്രതീക്ഷിക്കാതെ സംസാരം തുടർന്നു:

"കൊട്ടാരത്തുക്കുൾ നാനും വെളിയില എട്ടുവീട്ടരും പോരാടിനാൽ വെട്രി ഉറുതി. നാലുവീട്ടിൽ കുറുപ്പന്മാരും പിള്ളമാരും എട്ടുവീട്ടരും മാസസഭൈ കൂടുമ്പൊഴുതു, അപ്പാ കാലത്തുക്കു പിറകു കുഴന്തകളിൻ ഗതി എന്നാകുമെൻറ് പിള്ള കേൾവി എഴുപ്പണം."[6]

എട്ടുവീട്ടിൽ പിള്ളമാരുടെ വരുതിയിലുള്ള മാടമ്പി പ്രഭുക്കളെയും അവരുടെ ആയുധ ശേഷിയെയുംകുറിച്ച് അഭിരാമിക്ക് കൃത്യമായ ബോദ്ധ്യം ഉണ്ടായിരുന്നു.

"പിള്ളൈയ്ക്കു പുതുസാക ഒരു എതിരികൂട പിറന്തിരുക്കാൻ."[7] അഭിരാമി പറഞ്ഞു.

"അതാരാ തമ്പ്രാട്ടീ ഞാനറിയാത്ത ആ ശത്രു?"

"പിള്ളൈമാരയും മാടമ്പിമാരയും ഒടുക്ക മാമാ മഹാരാജാവോട അനുമതിയും ആശിയും കിടച്ച കുമാരനുക്ക് ഇപ്പോ പതിനഞ്ചു വയസ്സു താൻ ആകിറത്. അതനാലെന്ന, അവൻ പടയൊരുക്കം തുടങ്കിവിട്ടാൻ. മാർത്താണ്ഡൻ. അത്തം തിരുനാൾ മഹാറാണിയോട പുത്രൻ അനിഴം തിരുനാൾ മാർത്താണ്ഡവർമ്മ."[8] ആ പേര് ഉച്ചരിച്ചപ്പോൾ അഭിരാമിയുടെ മുഖത്ത് മിന്നിമറഞ്ഞ കോപം പിള്ള ശ്രദ്ധിച്ചു.

"ആ കുമാരനോട് എനിക്കെന്തര് വിരോധം?"

"കോപം ഉങ്കളുക്കില്ല. ആനാ ഉങ്കകിട്ട അവനിക്കിരുക്കു. കൺമൂടി തുറക്കറതുക്കുള്ള ബലശാലിയാന വാലിബനവൻ. എന്ത പത്മവ്യൂഹത്തെയും തകർത്ത് ഉള്ളപോക ശക്തിയും ബുദ്ധിയും അവങ്കിട്ട ഇപ്പോതെയിരുക്ക്. മുളയിലേ കിള്ളണം ഭദ്രമായിരുക്കണം."[9] അഭിരാമി പറഞ്ഞു.

തനിക്കൊപ്പം വന്ന കിഴവൻ തന്റെ സഹോദരൻ കൊച്ചുകുമാരപിള്ളയാണെന്ന് അഭിരാമി പറഞ്ഞു. ആദ്യം വന്ന കിഴവനെ അഭിരാമി അരികിലേക്ക് വിളിച്ചു. "ഇന്ത കിഴവൻവേഷം പോടവെച്ചത് നാനല്ല പിള്ളേ, കടവുളാക്കും"[10] അഭിരാമി പറഞ്ഞതു കേട്ട് പിള്ള ചിരിച്ചു. ചിരിക്കിടയിൽ ഇരുവരുടെയും കണ്ണുകൾ തമ്മിലിടഞ്ഞു. തോലുറയിട്ട ഒരു കഠാര ഇടുപ്പിൽ നിന്നെടുത്ത് അഭിരാമി പിള്ളയ്ക്ക് സമ്മാനിച്ചു. ഉറ മാറ്റി പിള്ള നോക്കി. തിരുവിതാങ്കോടിന്റെ മുദ്ര ആലേഖനം ചെയ്ത ഇരുതലമൂർച്ചയുള്ള കൂർത്ത കഠാര.

യാത്ര പറഞ്ഞു പിന്തിരിഞ്ഞു നടന്ന അഭിരാമിയെ കൊടുമൺ പിള്ള നോക്കി നിന്നു.

"ഗണരഞ്ജിത കാഞ്ചന കാന്തിമയം
സ്തന കുംഭതരംഗിത സഞ്ചലനം
മണിമേഖല പൂണ്ട നിതംബതടം
നവപത്മദലാഭ പുണർന്ന പദം"

പിള്ളയുടെ ചുണ്ടിൽ പുഞ്ചിരി പടർന്നു.

വിവരങ്ങൾക്ക് ഓല കൊടുത്തയയ്ക്കാമെന്നു പറഞ്ഞശേഷം അഭിരാമി മടങ്ങിപ്പോയെങ്കിലും അവൾ പറഞ്ഞ വാക്കുകൾ പിള്ളയുടെ മനസ്സിൽ മുഴങ്ങിക്കൊണ്ടിരുന്നു. അച്ഛന്റെ സ്വത്തവകാശവും പിന്തുടർച്ചാവകാശവും മക്കൾക്കു ലഭിക്കണമെന്ന് അഭിരാമി ആഗ്രഹിക്കുന്നതെന്തിനാണെന്ന് പിള്ളയ്ക്കറിയാമായിരുന്നു. എന്നിരുന്നാലും അഭിരാമിയുടെ വാദം അദ്ദേഹത്തെ ചിന്തിപ്പിച്ചു. രക്തബന്ധങ്ങളുടെ കണ്ണിയിൽനിന്ന് അച്ഛൻ എങ്ങനെയാണ് പുറത്തായത്? തന്റെ നാലു പെൺമക്കളുടെയും രണ്ട് ആൺമക്കളുടെയും മുഖം പിള്ളയുടെ മനസ്സിൽ തെളിഞ്ഞു.

വൈകുന്നേരം പിള്ള കളരിയിൽ ചെന്നപ്പോൾ ഇരുളൻ സൗഹൃദപ്പോരിന് ഒരുങ്ങി നില്ക്കുകയായിരുന്നു. ഇരുവരും തമ്മിൽ മൽപ്പിടിത്തവും വാൾപ്പയറ്റും കഠാരപ്പോരും നടത്തി. പതിവിലും ശക്തിയിലായിരുന്നു ഇരുളനെങ്കിലും പിള്ള ഓരോ അങ്കത്തിലും ഇരുളനെ പരാജയപ്പെടുത്തി. കണ്ടു നിന്നവരെ ആവേശം കൊള്ളിക്കുന്നതായിരുന്നു ആ കരുത്തന്മാരുടെ പോര്. മെല്ലെ മെല്ലെ പോരിന്റെ ആവേശം മുറുകി. ആയുധങ്ങൾ മാറ്റി മാറ്റി അവർ പോരു തുടർന്നു. ഇരുളനെ കാട്ടുമൃഗത്തിന്റെ കരുത്തും മൂച്ചും ആവാഹിച്ചതായി പിള്ളയ്ക്ക് തുടക്കം മുതലേ മനസ്സിലായി.

അഭിരാമി സമ്മാനിച്ച ഇരുതല മൂർച്ചയുള്ള കഠാര പിള്ള പുറത്തെടുത്തു. ഇരുളനും ഇരുതല കഠാര ഒരെണ്ണം നല്കി.

വായുവിൽ കരണം മറിഞ്ഞും ഉയർന്നുചാടിയും അമർന്നിരുന്നും ഇരുവരും ഉഗ്രപോരാട്ടം തുടർന്നപ്പോൾ കാഴ്ചക്കാർ തെല്ലൊന്നമ്പരന്നു. ഒരിക്കൽ മുറിവേല്പിച്ചതിന്റെ ഓർമ്മ ഇരുളന്റെ ആത്മവിശ്വാസം വർദ്ധിപ്പിച്ചെങ്കിലും പിള്ളയെ ഒരിക്കൽ പോലും അടിയറവ് പറയിക്കാൻ അവനായില്ല. കണ്ണഞ്ചിക്കുന്ന വേഗത്തിൽ ചതിച്ചുവടു വച്ച ഇരുളൻ, പിള്ളയുടെ ഇടനെഞ്ച് ലക്ഷ്യമാക്കി കഠാര പായിച്ചു. പിള്ള മിന്നലായി ചാടിയൊഴിഞ്ഞ് ഇടത്തേ കാൽ മുന്നിലൂന്നി വലത്തേ കാൽ ആഞ്ഞു വീശി ഇരുളന്റെ കഠാര തട്ടിത്തെറിപ്പിച്ചു. ആ നിമിഷം തന്നെ വലത്തേ കൈയിലിരുന്ന കഠാര ഇരുളന്റെ ഇടനെഞ്ചിൽ ആഴത്തിൽ കുത്തിയിറക്കി താഴേക്ക് വരിഞ്ഞുകീറി. കളരിയുടെ മേൽക്കൂരയിലേക്ക് പൂക്കുറ്റി പോലെ ചോര ചീറിത്തെറിച്ചു. ഞൊടിയിടയിൽ സംഭവിച്ചതായതിനാൽ

കണ്ടുനിന്നവർക്ക് പെട്ടെന്ന് കാര്യം മനസ്സിലായില്ല. നെഞ്ചുപിളർന്ന് ഇരുളൻ നിശ്ചലനായി കിടക്കുന്നതു കണ്ടിട്ടും വിശ്വാസം വരാതെ അവർ സ്തംഭിച്ചു നിന്നു.

വഞ്ചിമുട്ടത്തു പിള്ളയുടെ പൊൻപണം വാങ്ങി തന്നെ ചതിച്ചു കൊല്ലാൻ വന്നവന് ഇതിൽ കുറഞ്ഞ മറുപടിയില്ലെന്ന് പിള്ള നേരത്തേ ഉറപ്പിച്ചതാണ്.

കഠാരയിലെ ചോര ഇടംകൈയാൽ തുടച്ചപ്പോൾ രാജമുദ്ര തെളിഞ്ഞുവന്നു. പിള്ളയുടെ മനസ്സിൽ നിഗൂഢമായ ചിരി വിടർന്നു.

---

1. രാജാവിനില്ലാത്ത ധൈര്യവും ദൃഢചിത്തവും ഉള്ള ആളെ നേരിൽ വന്നു കാണാതിരിക്കുന്നതെങ്ങനെ?
2. പിള്ളയ്ക്ക് മക്കൾ ആറല്ലേ?
3. മക്കളെച്ചൊല്ലി നമ്മളെന്തെല്ലാം കിനാവുകൾ കാണുന്നു. പ്രതീക്ഷകൾ പുലർത്തുന്നു. എഴുത്തും അഭ്യാസവും പഠിപ്പിക്കുന്നു. നമ്മുടെ ചോരയെന്നഭിമാനിക്കുന്നു. തർക്കമില്ലല്ലോ.
4. കമ്പനിപ്പടയാളികളുടെ കഴുത്തറുക്കാൻ പോയപ്പോഴും പോരടിച്ചപ്പോഴും ഉയിരോടെ മടങ്ങിവരുമെന്ന് ഉറപ്പുണ്ടായിരുന്നോ? പിള്ളയ്ക്കെന്നല്ല ഒരു പോരാളിക്കും ആ ഉറപ്പുണ്ടാകില്ല. ധീരന് മരണചിന്തയുണ്ടാവില്ല. പക്ഷേ, മരണം യാഥാർത്ഥ്യമാണ്. അച്ഛന്റെ സ്വത്തിനാർക്കാ പിള്ളേ അവകാശം?
5. മക്കൾക്ക് പിതൃസ്വത്തിനവകാശം പാടില്ലെന്ന് പറയാനാകുമോ പിള്ളേ?
6. കൊട്ടാരത്തിനകത്ത് ഞാനും പുറത്ത് എട്ടുവീടരും പൊരുതിയാൽ വിജയം ഉറപ്പ്. നാലു വീട്ടിൽ കുറുപ്പന്മാരും പിള്ളമാരും എട്ടു വീടരും മാസ യോഗം ചേരുമ്പോൾ അച്ഛന്റെ കാലശേഷം മക്കളുടെ ഗതി എന്താവുമെന്ന് പിള്ള ചോദിക്കണം.
7. പിള്ളയ്ക്ക് പുതിയൊരു ശത്രു കൂടി ഉദയം ചെയ്തിട്ടുണ്ട്.
8. പിള്ളമാരെയും മാടമ്പികളെയും അമർച്ച ചെയ്യാൻ അമ്മാവൻ മഹാരാജാവിന്റെ അനുവാദവും ആശീർവാദവും നേടിയ കുമാരന് വയസ്സ് പതിനഞ്ചേയുള്ളൂ. എന്നുവച്ച് നിസ്സാരനായി കാണണ്ട. അവൻ പടയൊരുക്കം തുടങ്ങിയിട്ടുണ്ട്. മാർത്താണ്ഡൻ. അത്തം തിരുനാൾ മഹാറാണിയുടെ സീമന്തപുത്രൻ അനിഴം തിരുനാൾ മാർത്താണ്ഡവർമ്മ.
9. വിരോധം നിങ്ങൾക്കല്ല, നിങ്ങളോടാണ്. കുമാരൻ കണ്ണു ചിമ്മുന്ന വേഗത്തിൽ കരുത്തനായ യുവാവാകും. ഏത് പത്മവ്യൂഹവും ഭേദിച്ചു കയറാനുള്ള കരുത്തും കൗശലവും അവനിപ്പോഴേയുണ്ട്. മുളയിൽ കണ്ണടച്ചാൽ മുകളിൽ വളരും. കരുതിയിരിക്കണം.
10. ഈ വൃദ്ധവേഷം കെട്ടിച്ചത് ഞാനല്ല പിള്ളേ, കാലമാണ്.

എട്ട്

കൂട്ടക്കൊല തീർത്ത ആഘാതം ഈസ്റ്റ് ഇന്ത്യാ കമ്പനിയെ അടിമുടി ഉലച്ചു. അഞ്ചുതെങ്ങ് കോട്ടയുടെ മുന്നിലെ പ്രതിഷേധക്കാർ പിന്തിരിഞ്ഞു പോകാതെ കലാപം തുടർന്നെങ്കിലും ആക്രമണത്തിന് കമ്പനി മുതിർന്നില്ല.

പത്മനാഭസ്വാമി ക്ഷേത്രത്തിന്റെ ഭരണം നടത്തിയിരുന്ന യോഗക്കാരും തിരുവിതാങ്കോട് രാജാവും തമ്മിലുണ്ടായിരുന്ന അഭിപ്രായഭിന്നത വീണ്ടും രൂക്ഷമായി. നാട്ടിൽ പലയിടത്തും കലാപങ്ങൾ ഉച്ചസ്ഥായിയിലായി. വേണാട് അശാന്തമായി.

അധികാരം എന്ന മുൾക്കിരീടം വലിച്ചെറിഞ്ഞ് കാട്ടിലേക്ക് അന്തർദ്ധാനം ചെയ്യാൻ ആദിത്യവർമ്മ മഹാരാജാവ് ഉല്ക്കടമായി ആഗ്രഹിച്ചു. അധികാരമേറ്റതു മുതൽ കലാപങ്ങളും അസ്വസ്ഥതയുമാണ് നാടെങ്ങും.

രാജാവിനെ ഭയവും അസ്വസ്ഥതയും ഗ്രഹിച്ചാൽ രാജ്യത്തിന്റെ ഗതി ഊഹിക്കാവുന്നതേയുള്ളൂ. നാട്ടുപ്രമാണികൾ നാട്ടുരാജാക്കന്മാരായി. ജനങ്ങളുടെ മേൽ അവർ പീഡനങ്ങൾ അഴിച്ചുവിട്ടു. അമിത കരം പിരിച്ചും കഠിന ശിക്ഷകൾ നല്കിയും മൃഗങ്ങൾക്ക് നല്കുന്ന പരിഗണന പോലും നല്കാതെ ബഹുഭൂരിപക്ഷത്തെയും ജാതി വേർതിരിവുകളാൽ അകറ്റി നിർത്തിയും മാടമ്പിമാർ അഴിഞ്ഞാടി. ജാതി ശ്രേണിയിൽ താണവൻ വിശപ്പടക്കാൻ തേങ്ങ മോഷ്ടിച്ചാൽപോലും വധശിക്ഷ നല്കാനുള്ള വ്യവസ്ഥ ശിക്ഷാ നിയമത്തിലുണ്ടായിരുന്നു.

രാജാവ് ഏകാന്തനും നിഷ്ക്രിയനുമായി കൊട്ടാരത്തിലൊതുങ്ങി. നാട് അരാജകത്വത്തിലേക്ക് നീങ്ങി. മനസ്വാസ്ഥ്യം നഷ്ടപ്പെട്ട് ഭയാശങ്കകളോടെ ദിവസങ്ങൾ തള്ളിനീക്കിയ ആദിത്യവർമ്മ മഹാരാജാവ് അധികം വൈകാതെ നാടുനീങ്ങി.

1711 മുതൽ 1721 വരെ നെഞ്ചിനെ നീറ്റിയ വലിയ അധികാരഭാരം ഇറക്കി വച്ചു. കൊട്ടാരത്തിന്റെ പൂമുഖത്ത് രാജാവ് കച്ചപുതച്ചു കിടന്നു. എല്ലാ ആശങ്കകളിൽനിന്നും ഭീഷണികളിൽനിന്നും ഉത്തരവാദിത്വങ്ങളിൽ നിന്നും മോചിതനായതിന്റെ ആശ്വാസം ആ മുഖത്തുണ്ടായിരുന്നു. ചുറ്റിലും മന്ത്രധ്വനികൾ ഉയർന്നു. നാട് ദുഃഖത്തിൽ മുഴുകി. നാനാദിക്കിൽനിന്നു പ്രമാണിമാരും മാടമ്പിമാരും മഹാരാജാവിനെ അവസാനമായി കാണാൻ കൊട്ടാരത്തിലേക്കെത്തി.

അഭിരാമി ജീവിതത്തിൽ കാണാനാഗ്രഹിച്ച രണ്ടു സുദിനങ്ങളിൽ ഒന്ന് സംജാതമായി. ചിറവാ മൂത്ത തമ്പുരാനായിരുന്ന രാമവർമ്മ തിരുവിതാങ്കോടിന്റെ മഹാരാജാവാകാൻ പോകുന്നു. കൊട്ടാരം ദുഃഖത്തിൽ മുഖം താഴ്ത്തി നിന്നപ്പോഴും അഭിരാമി ഭാവിആസൂത്ര ണങ്ങൾ തകൃതിയായി നടത്തി. പിള്ളമാർ ഒപ്പമുണ്ടെങ്കിൽ തമ്പിമാർ കിരീടംവച്ചു വാഴും; വാഴിക്കും. അഭിരാമി കണക്കുകൂട്ടി.

അഭിരാമിയാണ് തന്റെ രണ്ട് ആൺമക്കൾക്കും പേരിട്ടത്. ആ പേരുകൾ ഉറച്ച നിലപാടും സന്ദേശവും കൂടിയായിരുന്നു. തമ്പി രാമൻ രാമൻ, തമ്പി രാമൻ ആതിച്ചൻ. ആ പേരുകളുടെ അർത്ഥം 'രാമന്റെ മകൻ തമ്പി രാമൻ' എന്നും 'രാമന്റെ മകൻ ആതിച്ചൻ' എന്നുമായിരുന്നു. അച്ഛന്റെ നേർ പിന്തുടർച്ചയ്ക്കവകാശികൾ.

മരുമക്കത്തായ വഴിയിൽ രാമവർമ്മ മഹാരാജാവാകണം. മക്കത്തായ വഴിയിൽ തന്റെ മൂത്ത മകൻ രാജകിരീടമണിഞ്ഞു വാഴണം. ദീർഘകാല പാരമ്പര്യവും ആചാരവും തച്ചുടച്ചു പുതിയ വാഴ്ചയ്ക്ക് തുടക്കം കുറിക്കണം. അഭിരാമി ചിന്തിച്ചു.

കാലങ്ങൾക്കു മുമ്പ് തിരുവനന്തപുരം കൊട്ടാരം തീയിട്ടു നശിപ്പിച്ച, രാജകുടുംബാംഗങ്ങളെ കൊന്നവരെന്ന ദുഷ്പേര് പേറുന്ന പിള്ളമാരെ രാജകുടുംബത്തിന് അത്ര വേഗം ഉൾക്കൊള്ളാനാകില്ല. കോട്ടയം കേരള വർമ്മ വധിക്കപ്പെട്ടതിന്റെ പാപഭാരം എട്ടുവീട്ടിൽ പിള്ളമാരിൽ നിന്നുമൊ ഴിയാതെ നില്ക്കുന്നതും അഭിരാമി ഓർത്തു. എന്നിരുന്നാലും പിള്ളമാരു മായി സന്ധി ചെയ്ത് അനുരഞ്ജനത്തിന് വഴിയൊരുക്കണം.

ആദിത്യവർമ്മ മഹാരാജാവ് തീപ്പെട്ട് നാലാം ദിവസം, മീനമാസം ഒന്നാം തീയതി തിരുവട്ടാറ്റു വച്ച് രാമവർമ്മ ചെങ്കോലേന്തി പട്ടം കെട്ടി മഹാരാജാവായി അധികാരമേറ്റു. അഭിരാമി കരുതലോടെ കരുക്കൾ നീക്കി. എല്ലാം സശ്രദ്ധം വീക്ഷിച്ച അഭിരാമി തന്റെ മക്കളെ രാജാവിന്റെ ഇടംവലം നിർത്തി. താനറിയാതെ തിരുവിതാങ്കോടിൽ ഒരിലപോലും അനങ്ങാൻ പാടില്ലെന്ന് രാജപത്നിക്ക് നിർബ്ബന്ധമുണ്ടായിരുന്നു.

അഭിരാമിയുമായുള്ള കൊടുമൺ പിള്ളയുടെ സംവാദം ഓലകളിലൂടെ മുറതെറ്റാതെ നടന്നു. വീരകേസരി കൊടുമൺ സൂര്യരാഘവപിള്ള വായിച്ചറിയാൻ എന്നു തുടങ്ങുന്ന ഓല പല ആവർത്തി പിള്ള വായിച്ചു.

തിരുവിതാംകോടിന്റെ ഭരണത്തെ മാറ്റിമറിക്കാൻ ഉതകുന്ന നയരൂപീകരണമായിരുന്നു അവരിരുവരും ഓലകളിലൂടെ കൈമാറിയത്. ജനക്ഷേമത്തെക്കുറിച്ചുള്ള തന്റെ നിലപാടുകളാണ് പിള്ള ഏറെയും കുറിച്ചത്. ദൈവഹിതം എന്ന ചിന്ത ഭീരുവിന്റെ കീഴടങ്ങലാണെന്നും നീതിക്കുവേണ്ടി ദൈവത്തിനു മുന്നിൽപോലും പോരാടുന്നവനാണ് ധീരനെന്നും പിള്ള എഴുതി. മക്കത്തായം വരണമെന്ന് പിള്ളമാരും ആഗ്രഹിച്ചു.

ഭരണത്തെക്കുറിച്ച് അഭിരാമിക്ക് തെളിഞ്ഞ സങ്കല്പമുണ്ടായിരുന്നു. സൈനികശക്തി വർദ്ധിപ്പിക്കണം. മുഖമില്ലാതെ ജീവിക്കുന്നവർക്ക് മുഖവും ശബ്ദവും ഉണ്ടാകണം. അക്ഷരം പഠിക്കാനും കലാപഠനത്തിനും കൂടുതൽ സൗകര്യം വേണം. നൃത്തവും സംഗീതവും കലകളുംകൊണ്ട് വേണാട് പുകൾപെറ്റ നാടാകണം. നിറയെ പൂങ്കാവനങ്ങൾ ഒരുക്കണം. നടവഴികൾ ഒരുക്കണം.

രാമവർമ്മ മഹാരാജാവിന്റെ തിരുമുഖംപിടിച്ചപിള്ള എന്ന മുഖ്യ കണക്കപ്പിള്ളയായി രാമൻ തമ്പി നിയമിതനായി. അനുജൻ പപ്പുത്തമ്പിക്കും കണക്കപ്പിള്ളയുടെ ചുമതല കിട്ടി. രാജ്യത്തിന്റെ വരവും ചെലവും എത്രയെന്നും എന്തെന്നും അറിയുന്ന രാമൻ തമ്പി തന്റെ ചില നിർദ്ദേശങ്ങളും തീരുമാനങ്ങളും മഹാരാജാവു വഴി നടപ്പാക്കി.

രാമവർമ്മ അധികാരമേറ്റയുടനെ മാർത്താണ്ഡവർമ്മ കൊട്ടാരത്തിന് സമീപമുള്ള മറ്റൊരു കൊട്ടാരത്തിൽ താമസമാരംഭിച്ചു. നാട്ടിലെ പ്രക്ഷോഭകാരികളായ മാടമ്പിമാർക്കെതിരെ മാർത്താണ്ഡൻ നടത്തിയ ആക്രമണങ്ങൾ വിജയം കണ്ടതിൽ മഹാരാജാവിന് അതിരറ്റ സന്തോഷ മുണ്ടായിരുന്നു.

രാമൻ തമ്പിയും പപ്പുത്തമ്പിയും ഭരണ കാര്യങ്ങളിലും മാർത്താ ണ്ഡവർമ്മ രാജ്യരക്ഷയിലും കാര്യക്ഷമതയോടെ പ്രവർത്തിക്കുന്നതിൽ മഹാരാജാവ് സന്തുഷ്ടനായിരുന്നു.

മാടമ്പിമാരുമായി മാർത്താണ്ഡൻ നടത്തുന്ന നിരന്തര പോരാട്ട ങ്ങളിൽ പതിയിരിക്കുന്ന അപകടം അഭിരാമിക്കറിയാമായിരുന്നു. വിജയങ്ങളിൽ ആത്മവിശ്വാസം വർദ്ധിച്ച മാർത്താണ്ഡൻ വിജയലഹരി തലയ്ക്കു പിടിക്കുമ്പോൾ വരുംവരായ്കകൾ നോക്കാതെ എട്ടുവീട്ടിൽ പിള്ളമാരുമായി ഏറ്റുമുട്ടുമെന്നും അതിന്റെ അവസാനം എന്താകുമെന്നും അഭിരാമി കണക്കുകൂട്ടി. എല്ലാം താൻ വിചാരിക്കുമ്പോലെ ഭവിക്കും.

മറവപ്പടയുടെ കൊള്ള വേണാടിനെ കാലങ്ങളായി പൊറുതിമുട്ടി ച്ചിരുന്നു. കണ്ണിൽച്ചോരയില്ലാത്ത കുന്തക്കാരും വേൽക്കാരും വാൾക്കാരു മായി മറവപ്പട കൂട്ടമായി വന്ന് നാടു കൊള്ളയടിച്ച് മടങ്ങുമ്പോൾ നിസ്സ ഹായരായ രാജാക്കന്മാർ കൊട്ടാരത്തിൽ ഒളിക്കുമായിരുന്നു. മറവപ്പടയെ ആരുവാമൊഴി കടക്കാൻ അനുവദിക്കരുതെന്ന ദൃഢനിശ്ചയത്തോടെ

മാർത്താണ്ഡവർമ്മ സൈനിക പരിശീലനവും പടയൊരുക്കവും ആരംഭിച്ചു. മറവപ്പടയുടെ നീക്കം രഹസ്യമായറിയാൻ ചാരന്മാരെ നിയോഗിച്ചു. ചതിയും ഒളിയുദ്ധവും വഞ്ചനയും നിറഞ്ഞ മറവപ്പടയുടെ ആക്രമണത്തെ നേരിൽ എതിർക്കുന്നത് അപകടമാണെന്ന് മഹാരാജാവ് വിലക്കിയിട്ടും മാർത്താണ്ഡവർമ്മ മുന്നിൽനിന്ന് പട നയിക്കാൻ ആയുധമൊരുക്കി.

"വീരാധി ശൂരർകൾ ഉടവാളൈ തൂക്കി ശണ്ഠയ്ക്കു പോനാൽ മറവപ്പടൈ തോറ്റുവിടും. തിരുവിതാങ്കോടിലെ ബലശാലികൾ ഇരുക്കാങ്കനു തെരിഞ്ചാ അവങ്ക അപ്പുറം ആരുവാമൊഴി താണ്ടി വര ഭയപ്പെടുവാങ്ക. മാർത്താണ്ഡനൈ തടുക്ക വേണ്ടാം. നമതു നാടുക്കു ഇതു ഇപ്പോ നല്ല കാലം. മാർത്താണ്ഡൻ വെറ്റി പെട്രാൽ അതിനുടയ പേരും പുകഴും ഉങ്കളൈത്താൻ ചേരും."[1] അഭിരാമി പറഞ്ഞു. മനസ്സില്ലാ മനസ്സോടെ രാജാവ് അനുവാദം നല്കി. മറവപ്പടയുടെ ചതിപ്പോരിനെക്കുറിച്ച് ആവോളം കേട്ടിട്ടുള്ള അഭിരാമി നിഗൂഢമായി ആനന്ദിച്ചു.

രാമൻതമ്പിയും പപ്പുത്തമ്പിയും നീതിബോധവും സത്യസന്ധതയും ദൈവഭക്തിയും പോരാട്ടവീര്യവും ഒത്തിണങ്ങിയ വീരസുന്ദരന്മാരും അവരുടെ ഏക സഹോദരി ഉമ്മിണിത്തങ്ക തികഞ്ഞ അഴകും സ്വഭാവശുദ്ധിയുമുള്ളവളുമായിരുന്നു. അവളുടെ നീണ്ട മുടിയും കരിങ്കുവള കണ്ണുകളും നൃത്തശോഭയുള്ള ചലനങ്ങളും ഏവരെയും ആകർഷിച്ചു.

മാർത്താണ്ഡവർമ്മയെക്കുറിച്ച് ഊതിവീർപ്പിച്ച വീരകഥകൾ നാട്ടിൽ പ്രചരിക്കാൻ തുടങ്ങി. എട്ടുവീട്ടിൽ പിള്ളമാരുടെ ചെവിയിലും കഥകൾ പലതുമെത്തി. യുവരാജാവ് നടത്തുന്ന എല്ലാ ആക്രമണങ്ങളും പ്രകോപനങ്ങളും തങ്ങൾക്കു നേരെയുള്ള മുന്നറിയിപ്പും ഭീഷണിയുമാണെന്ന് അവർക്കറിയാമായിരുന്നു. ശത്രുക്കളുടെ അംഗബലവും പടക്കരുത്തുമെന്തെന്ന് രഹസ്യമായി അറിഞ്ഞശേഷം ആക്രമണം നടത്തി വിജയിക്കുന്ന യുവരാജാവ് പ്രായത്തിൽ കവിഞ്ഞ കരുത്തനാണെന്ന് പിള്ളമാർ മനസ്സിലാക്കി.

തങ്ങൾക്കു നേരേ ആയുധം മിനുക്കുന്ന യുവരാജാവിനെ നേരിടാൻ പിള്ളമാർ ഒരുങ്ങി.

രാമനാമഠം പിള്ളയുടെ അധീനതയിലുള്ള ക്ഷേത്രത്തിൽ അഭയം പ്രാപിച്ച രണ്ട് മാടമ്പിമാരെയും പടയാളികളെയും സന്ധ്യാപൂജാ സമയത്ത് ആക്രമിച്ച യുവരാജാവ് ക്ഷേത്രത്തിന് കേടുപാടുണ്ടാക്കുകയും പൂജ തടസ്സപ്പെടുത്തി പൂജാരിയെ ഭയപ്പെടുത്തി ഓടിക്കുകയും ചെയ്തു.

മറവപ്പട നാഞ്ചിനാട് ലക്ഷ്യമാക്കി യാത്ര തിരിച്ച വിവരം ചാരന്മാർ വഴി മാർത്താണ്ഡവർമ്മയറിഞ്ഞു. സർവ്വസന്നാഹവുമൊരുക്കി യുവരാജാവ് ആരുവാമൊഴിയിലേക്ക് കുതിച്ചു.

ആരുവാമൊഴിയും തോവാളയും കടന്നെത്തിയ നൂറോളം

മറവപ്പടയാളികൾ തീവെട്ടിക്കൊള്ളയാരംഭിച്ചു. ഗ്രാമവാസികൾ ജീവനും കൊണ്ടു ഭയന്നോടി. ഇടിമിന്നൽ പോലെ വെള്ളാർമഠത്തിൽ എത്തിയ മാർത്താണ്ഡവർമ്മയും സംഘവും മറവപ്പടയെ മുഖാമുഖം കണ്ടു. ഉടവാൾ ഉയർത്തി കുതിരപ്പുറത്ത് പറന്നുവരുന്ന മാർത്താണ്ഡവർമ്മയെ കണ്ട മറവന്മാർ ഭയന്നു. നാലു സംഘമായാണ് മാർത്താണ്ഡവർമ്മ ആക്രമണം നടത്തിയത്. ഒരേ സമയം രണ്ടുസംഘം ഇരുവശത്തു നിന്ന് ആക്രമണം നടത്തി. ചെറുത്തുനില്ക്കാനാകാതെ മറവന്മാർ ഒന്നൊന്നായി തലയറ്റു വീണു. തോറ്റു പിന്തിരിഞ്ഞോടിയ മറവന്മാരെ മറ്റു രണ്ടുസംഘം ഒളിച്ചിരുന്ന് അരിഞ്ഞു വീഴ്ത്തി. ഒറ്റയൊരു മറവനെപ്പോലും അവശേഷിപ്പിക്കാതെ കഴുത്തരിഞ്ഞ യുവരാജാവും സംഘവും കൊള്ളമുതൽ ഗ്രാമീണർക്ക് മടക്കിക്കൊടുത്തു.

"യുവരാജാവ് നീണാൾ വാഴട്ടെ." ഗ്രാമീണർ ഉറക്കെ വിളിച്ചു. യുവരാജാവിനെ അവർ താണുവണങ്ങി. വിജയശ്രീലാളിതനായ മാർത്താണ്ഡവർമ്മ ആർപ്പുവിളികളോടെ മടക്കയാത്ര ആരംഭിച്ചു.

യുവരാജാവ് പടയോടൊപ്പം കൊട്ടാരത്തിൽനിന്നു യാത്രതിരിച്ച നിമിഷം മുതൽ പ്രാർത്ഥനയോടെയും പത്മനാഭന്റെ മുന്നിൽ അർപ്പിച്ച ഹൃദയത്തോടെയും ഒരു കുമാരി കണ്ണീരടക്കി കാത്തിരിക്കുന്നുണ്ടായിരുന്നു. തന്റെ മുറച്ചെറുക്കനെ മനസ്സാ വരിച്ച അവളുടെ പ്രണയനിർഭരമായ മനസ്സിനെയും ഹൃദയത്തെയുംകുറിച്ച് യുവരാജാവിനും അറിയാമായിരുന്നു. പറയാതെ പരസ്പരം അറിഞ്ഞ ഇഷ്ടം അവരിരുവരും മറ്റാരോടും പങ്കുവച്ചില്ല.

അഭിരാമി യുവരാജാവിനെക്കുറിച്ച് അനിഷ്ടത്തോടെ ഓരോന്നു പറയുമ്പോൾ ആ കുമാരി ഹൃദയവേദനയോടെ പിടഞ്ഞു. തന്റെ പ്രാണേശ്വരനോട് ഇത്ര അനിഷ്ടമെന്താണെന്ന വ്യഥയിൽ അവൾ നീറി.

ഉമ്മിണിത്തങ്കയെന്ന ആ കുമാരിക്ക് യുവരാജാവിനെ പ്രാണനെക്കാളും ഇഷ്ടമായിരുന്നു.

---

1. വീരാധിശൂരപരാക്രമികൾ ഉടവാളുയർത്തി നേരങ്കത്തിന് ഒരുമ്പെട്ടാൽ മറവപ്പട തോറ്റമ്പും. തിരുവിതാങ്കോടിൽ ശക്തന്മാരുണ്ടെന്നറിഞ്ഞാൽ അവർ പിന്നെ ആരുവാമൊഴി കടന്നുവരാൻ വിറയ്ക്കും. മാർത്താണ്ഡനെ തടയേണ്ട. രാജ്യത്തിനിപ്പോൾ വിജയകാലമാണ്. മാർത്താണ്ഡൻ വിജയിച്ചു വന്നാൽ പേരും പെരുമയും അങ്ങേക്ക് തന്നെയല്ലേ. അവൻ പോയി വരട്ടെ.

ഒൻപത്

ആറ്റിങ്ങൽ മൂത്തതമ്പുരാൻ കാർത്തിക തിരുനാൾ പാർവതീ ഭായി തമ്പുരാട്ടി അഞ്ചുതെങ്ങ് കോട്ടയുടെ പുതിയ ഗവർണർ സ്റ്റീഫൻ ജോർജിന് മാപ്പപേക്ഷിച്ച് ഓല കൊടുത്തയച്ചു. മാസങ്ങളായി കോട്ടയ്ക്കു മുന്നിൽ പ്രതിഷേധമുയർത്തി പ്രതിരോധം സൃഷ്ടിച്ച നാട്ടുകാരെ അത് നിരാശപ്പെടുത്തി. മൂത്ത തമ്പുരാന്റെ ഓല കിട്ടിയപ്പോൾ, നഷ്ടപ്പെട്ട ധൈര്യം കുറച്ചെങ്കിലും കമ്പനിക്ക് വീണ്ടെടുക്കാനായി. കോട്ടയുടെ ചുമതലക്കാരൻ സാമുവൽ ഇൻസ് എന്ന ഇംഗ്ലീഷുകാരൻ ഭയത്തോടെയാണെങ്കിലും പ്രതിഷേധക്കാർക്കു നേരെ പീരങ്കി പൊട്ടിച്ചു. ജനം ചിതറിയോടി. പൊരുതാനുറച്ചവർക്ക് പിടിച്ചു നില്ക്കാനായില്ല.

ഈസ്റ്റ് ഇന്ത്യാ കമ്പനിയെ വരുതിയിൽ നിർത്താനുള്ള അവസരം കളഞ്ഞുകുളിച്ച ആറ്റിങ്ങൽ റാണിയോട് എട്ടുവീട്ടിൽ പിള്ളമാർക്ക് പൊതുവെയും കൊടുമൺ പിള്ളയ്ക്ക് വിശേഷിച്ചും ദേഷ്യവും അമർഷവുമുണ്ടായി.

"അടിയറവു പറഞ്ഞ് ഔദാര്യം പറ്റണ്. തങ്കക്കട്ടി മടീല് വച്ചിട്ട് മഞ്ഞളാണെന്ന് നിരീക്കണ്. കഷ്ടം! പോരാട്ടം ജയിച്ചേച്ച് ആയുധം വച്ച് കീഴടങ്ങണ്. അമളിയിൽ പറ്റിപ്പോയ ജയത്തിന് മാപ്പപേക്ഷിക്കണ്. മൂത്ത തമ്പുരാനിരുന്നരുളണ അരശിന്റെ പീഠത്തിലും ഇനി പരദേശി കേറി നെരങ്ങുമായിരിക്കും."

കൊടുമൺ പിള്ള മാസയോഗത്തിൽ ക്ഷുഭിതനായി. ഇനിയെന്തെന്നറിയാതെ കമ്പനി ഭയന്ന് പതറി നില്ക്കുകയായിരുന്നു. പടയിൽ തോറ്റ ഇംഗ്ലീഷുകാരുടെ വിധവകളും കുട്ടികളും രായ്ക്കുരാമാനം കൊല്ലത്തേക്കും മദിരാശിയിലേക്കും വഞ്ചി കയറിപ്പോയി. അടിയറവു പറഞ്ഞു നിന്നവരുടെ മുന്നിൽ റാണി തല കുനിച്ചതിൽ പിള്ളമാർ

അമർഷം കൊണ്ടു. അഭിമാനമാണ് അടിയറവു വച്ചതെന്ന് പരിതപിച്ചു. ആറ്റിങ്ങൽ ദേശവഴിയുടെ ഭരണത്തിന്റെ കീഴിൽ നാടും ജനങ്ങളും ഇനി നിരന്തരം തോല്ക്കുമെന്നവർ പറഞ്ഞു.

റാണിയുടെ കീഴടങ്ങൽ തീരുമാനമറിഞ്ഞ ഷേയ്ഖ് അക്ബർ ഷായും സംഘവും രോഷാകുലരായി. കമ്പനിയുടെ അതിക്രമങ്ങൾ ഇനിയുണ്ടാകില്ലെന്നു കരുതി ആശ്വസിച്ചിരുന്ന മൂറുകളുടെ മനസ്സിൽ അമർഷം നീറിപ്പുകഞ്ഞു. മുന്നിൽ കൊടുമൺ പിള്ള തലയുയർത്തി നിന്നാൽ ഏതു കോട്ട തകർക്കാനും കഴിയുമെന്നവർ വിശ്വസിച്ചു. കരിങ്കാളിയും വെള്ളാറമ്പനും മണമ്മേൽ ഗുരുക്കളും തീയൂർ ഗുരുക്കളും പിള്ളയുടെ ആജ്ഞ കേൾക്കുന്ന നിമിഷം സർവ്വസന്നാഹവുമായി എത്തും. അവരും തന്റെ സംഘവും കൊടുമൺ പിള്ളയുടെ വാൾക്കാരുടെ പിന്നിൽ ഒന്നിച്ചാൽ അഞ്ചുതെങ്ങ് കോട്ട ഒന്നോടെ കടലിൽ പതിക്കും. കോട്ടയ്ക്കുള്ളിലുള്ളവരുടെ ശവം ഉപ്പുവെള്ളം കുടിക്കും.

ഷേയ്ഖ് അക്ബർ ഷായും സംഘവും കൊടുമൺ പിള്ളയുടെ മുന്നിലെത്തി തങ്ങളുടെ പോരാട്ട സന്നദ്ധത അറിയിച്ചു. പിള്ളയ്ക്കും ഷായുടെ അതേ ചിന്തയും മനസ്സുമായിരുന്നെങ്കിലും തല്ക്കാലം അടങ്ങിയിരിക്കാൻ ഉപദേശിച്ചു. മനസ്സില്ലാമനസ്സോടെയാണെങ്കിലും ഷാ അതനുസരിച്ചു. കീഴടങ്ങലിന് വഴിവച്ചത് വഞ്ചിമുട്ടത്തു പിള്ളയാണെന്നും അയാൾക്ക് തക്കതായ താക്കീത് നല്കാൻ അനുവദിക്കണമെന്നും ഷാ അപേക്ഷിച്ചു.

“എടാ അവൻ ചീങ്കണ്ണിയെന്നു സ്വയം നിരീക്കണ മരയോന്താ. അവനെ കൊല്ലാൻ നിന്നെപ്പോലൊരു വീരനെന്തരിന്? കൊച്ചു പിച്ചാത്തീം കൊണ്ടൊരു പയല് പെയ്യാ മതി. സമയം വരട്ട്. ഇപ്പോ നോക്കീം കണ്ടും നിന്നാ മതി.”

“ഞിങ്ങള് ചൊല്ലണോണ്ട് മാത്തിരം ഞമ്മളടങ്ങാം. ആ കള്ളപ്പന്നീട കൊടല് കുത്തിപ്പുറത്തിടാനക്കൊണ്ട് കൈതരിക്കണ്. കെടന്നാ ഞമ്മ ക്കുറക്കം ബരൂല്ല. ഇരുന്നാ ഇരിപ്പൊറക്കൂല്ല പച്ചേങ്കില് ഇപ്പോഴത്തേക്ക് അടങ്ങാം. ആ കള്ള ഹിമാറ്, ഞമ്മളെ ചതീല് കൊന്നാ...ദെനസരി അഞ്ചുനേരം നിക്കരിക്കണ ഞമ്മന്റെ സുബർക്കമെന്ന് നെനച്ചോളാം. റബ്ബുൽ ആലമീനായ പടച്ചോന്റെ തീർപ്പ്.” അക്ബർഷാ പറഞ്ഞു.

“അബ്ബറേ, ഞാമ്പറയണ നീ കേള്. പോക്കണക്കേടിന് അറുമ്പാത മുണ്ടാക്കാം. ദുരിശം കാണിക്കല്ല്.”

കുത്തിപ്പാഞ്ഞ നദിയെ കൊടുമൺ പിള്ള അണതീർത്തു തടഞ്ഞു. പോരാട്ടവീര്യം ശമിക്കാത്ത ഷാ അനുവാദം കിട്ടുന്നതുവരെ കാക്കാമെന്ന വിചാരത്തോടെ മടങ്ങിപ്പോയി.

തിരുവിതാങ്കോട് മെല്ലെ മാറുകയായിരുന്നു. മറവപ്പടയെ അമർച്ച ചെയ്ത് മടങ്ങിയെത്തിയ യുവരാജാവിന് വീരോചിത സ്വീകരണമാണ് മഹാരാജാവ് നല്കിയത്. സന്തുഷ്ടനായ മഹാരാജാവ് മാർത്താണ്ഡ വർമ്മയെ തിരുവിതാങ്കോടിന്റെ രത്നമെന്നും ഭാവി മഹാരാജാവെന്നും വിശേഷിപ്പിച്ചു.

രാജാവിന്റെ അമിതാഹ്ലാദം അഭിരാമിയെ ഞെട്ടിച്ചു.

"കൊടുത്ത വാക്കുറുതിയൈ കാത്തില പറക്കവിടറതുതാൻ മഹാ രാജാവോട നോക്കമാ."[1]

മഹാരാജാവിനെ ഒറ്റയ്ക്കു കിട്ടിയപ്പോൾ അഭിരാമി രോഷത്തോടെ ചോദിച്ചു.

"അർഹതപ്പെട്ടതും അവകാശപ്പെട്ടതുമേ നാം നല്കുകയുള്ളൂ." മഹാരാജാവ് പറഞ്ഞു.

"സൊന്ന വാക്കുറുതിയെ നടത്താമൽ പോനാൽ അന്ത മന്നനിൻ നാടു വെള്ളത്താലോ വെഷത്താലോ കൊടിയ നോയാലോ അഴിന്തു വിടും."[2]

"അമ്മ തമ്പുരാൻ കിട്ടിണത്താളമ്മേ, അർഹിക്കുന്നതേ ആഗ്രഹി ക്കാവൂ. തലമുറ തലമുറയായി ദൈവഹിതമായി തുടരുന്ന പാരമ്പര്യ ങ്ങളെ നാം എങ്ങനെ മാറ്റിമറിക്കും.? യുവരാജാവിന്റെ അവകാശമാണ് രാജ്യം. കൈമറിഞ്ഞ് കിട്ടിയത് കൈമാറുന്നതിന് നിയോഗം ലഭിച്ച നീർക്കുമിള മാത്രമാണ് നാം."

'അമ്മത്തമ്പുരാൻ കിട്ടിണത്താളമ്മേ' എന്ന മഹാരാജാവിന്റെ പതിവില്ലാത്ത സംബോധന അർഹതപ്പെട്ടത് നിനക്കു തന്നില്ലേ എന്ന ചോദ്യശരമാണെന്ന് അഭിരാമിക്ക് മനസ്സിലായി.

"നീങ്ക സൊന്നത് അപ്പടിയേ നമ്പിനതു എൻ തപ്പ്. അതൈ എന്നു ടയ അവകാശമാക നാൻ കേട്ടതും തപ്പ്."[3]

"പറഞ്ഞതും പറയാതെയടക്കിയതും മനസ്സിലായി. നാം എങ്ങനെ യാ രാജാവായത്? അതിനെ കണ്ണുമടച്ചു സ്വീകരിച്ച നമുക്ക് ആ സമ്പ്ര ദായത്തെ മാറ്റിമറിക്കാൻ എന്ത് അർഹത, എന്ത് ധാർമ്മികത?" മഹാരാജാവ് കോപത്തോടെ ചോദിച്ചു.

"ധർമ്മമാ... വാക്കുറുതിയൈ മീറുവതു ധർമമാ?"[4] അഭിരാമിയുടെ ചോദ്യത്തിന് മഹാരാജാവ് മറുപടി പറഞ്ഞില്ല.

ആ സംഭാഷണം അവിടെ അവസാനിച്ചു. ഇനിയെന്തെന്ന ചിന്ത യിൽ അഭിരാമി ഉരുകിത്തിളച്ചു.

ഉമ്മിണിത്തങ്കയുടെ മനസ്സും ഇനിയെന്തെന്ന ചിന്തയിൽ ഇളകി മറിഞ്ഞു. യുവരാജാവിനെ കാണാൻ പോലുമാകുന്നില്ല.

പോരാട്ടവിജയം യുവരാജാവിന് വർദ്ധിത വീര്യം നല്കി. രാമൻ തമ്പിയും പപ്പുത്തമ്പിയും മഹാരാജാവിന്റെ മക്കളെന്ന നിലയിൽ കാട്ടുന്ന അധിക അധികാരം മാർത്താണ്ഡവർമ്മ യുവരാജാവിന് അനിഷ്ടം ഉണ്ടാക്കി. സ്ഥാനമാനങ്ങൾ യഥാവിധി അംഗീകരിക്കപ്പെടണമെന്നും പദവിക്കു മുകളിൽ ആരും അധികാരം കാട്ടാൻ പാടില്ലെന്നുമായിരുന്നു യുവരാജാവിന്റെ തീരുമാനം.

ഭാവി രാജാവായി രാമൻ തമ്പിയെ വാഴിക്കണമെന്ന ആഗ്രഹത്തിൽ നിന്ന് അണുവിട പിന്നോട്ടു പോകാൻ അഭിരാമി ഒരുക്കമായിരുന്നില്ല. മാർ ത്താണ്ഡന്റെ അധികാരഗർവ്വ് തന്റെ മക്കളുടെ നേരെ പ്രയോഗി

ക്കുന്നതിൽ ആ മാതാവിനുണ്ടായ അമർഷം അടക്കിയിട്ടും അടങ്ങിയില്ല. തന്റെ അഭിലാഷം സഫലമാകണമെങ്കിൽ മാർത്താണ്ഡൻ ഇല്ലാതാകണം. അഭിരാമി ചിന്തിച്ചു.

പുതിയ സ്ഥാനലബ്ധിക്കുശേഷം ആദ്യമായി ആറ്റിങ്ങലേക്ക് പുറപ്പെട്ട മാർത്താണ്ഡവർമ്മ നാടിളക്കിയാണ് പോയത്. പരിശീലനം നേടിയ കരുത്തന്മാരായ പടയാളികൾ യുവരാജാവിനെ അനുഗമിച്ചു.

നെറ്റിയിൽ ചുവന്ന പട്ടുകെട്ടിയ വെള്ളക്കുതിരപ്പുറത്ത് ഒരു പടയാളിയും അയാളെ അനുഗമിച്ച് കറുത്ത കുതിരപ്പുറത്ത് മറ്റൊരു പടയാളിയും ഊരിപ്പിടിച്ച വാളുമായി മുന്നിൽ സഞ്ചരിച്ചു. അതിനു പിന്നാലെ ആയുധധാരികളായ മൂന്നു കുതിരക്കാരും തൊട്ടുപിന്നിലായി ചാലിച്ച ചുവപ്പുനിറമുള്ള കുതിരപ്പുറത്ത് യുവരാജാവും അതിനു പിന്നിലായി അഞ്ചു കുതിരപ്പടയാളികളുമാണ് അസ്ത്രവേഗത്തിൽ സഞ്ചരിച്ചത്. മുന്നിൽ പോകുന്നവർ ആർപ്പുവിളിച്ചും വഴിയൊരുക്കിയും പ്രതിബന്ധങ്ങളെ അരിഞ്ഞു വീഴ്ത്തിയും മുന്നേറി.

ആ കുതിപ്പു ചെന്നെത്തിയത് രാമനാമഠം പിള്ള പുതുക്കിപ്പണിത ക്ഷേത്രത്തിന്റെ മുന്നിലാണ്. താൻ കേടുപാടു വരുത്തിയ ക്ഷേത്രം അനുവാദമില്ലാതെ പുതുക്കിപ്പണിതത് മാർത്താണ്ഡവർമ്മയെ കോപിഷ്ഠനാക്കി. പടയാളികൾ കവാടം തകർത്ത് ക്ഷേത്രത്തിനകത്തേക്ക് പ്രവേശിച്ചു. നിമിഷനേരംകൊണ്ട് ക്ഷേത്രം പൂർണ്ണമായും ഇടിച്ചു തകർത്തു.

തകർന്നടിഞ്ഞ ശ്രീകോവിലിനു മുന്നിൽ ഭയത്തോടെ തൊഴുതുനിന്ന ശാന്തിക്കാരനെ അവർ അപഹസിച്ചു. ശാന്തിക്കാരന്റെ നെറ്റിയിൽ ഒരു പടയാളി വാൾകൊണ്ട് കുത്തിവരച്ചു. ഭയന്നുവിറച്ച ബ്രാഹ്മണൻ ചോരയും ഒലിപ്പിച്ച് കരഞ്ഞുവിളിച്ച് ഓടിമറഞ്ഞു. പടയാളികൾ ആർത്തുചിരിച്ചു. എല്ലാം നോക്കിനിന്ന യുവരാജാവ് എട്ടു വീട്ടിൽ പിള്ളമാർക്കെതിരെയുള്ള അന്തിമ പോരാട്ടത്തിന് തുടക്കംകുറിക്കുകയായിരുന്നു.

ആ യാത്രയിൽ ചെമ്പഴന്തിപ്പിള്ളയുടെ അധീനതയിലുള്ള ഏക്കറുകളോളം വരുന്ന കുരുമുളക് കൃഷി നശിപ്പിക്കുകയും കൃഷിക്കാരെ ക്രൂരമായി മർദ്ദിക്കുകയും ചെയ്തു. നിരവധി മാടമ്പിമാരെ വീട്കയറി ആക്രമിച്ചു. എതിർക്കാൻ ശ്രമിച്ച കഴക്കൂട്ടം പിള്ളയുടെ നാലു പടയാളികളെ മാർത്താണ്ഡവർമ്മയും സംഘവും വധിച്ചു. തിരുവനന്തപുരത്തുനിന്ന് ആറ്റിങ്ങലേക്കുള്ള ആ യാത്ര കൊടുങ്കാറ്റുയർത്തി അവസാനിച്ചപ്പോൾ നാടു മുഴുവൻ ഇളകി മറിഞ്ഞു. മാർത്താണ്ഡവർമ്മ പ്രതീക്ഷിച്ചതുപോലെ എട്ടുവീട്ടിൽ പിള്ളമാർ പ്രകോപിതരായി.

എട്ടുവീട്ടിൽ പിള്ളമാരിൽ ചില പ്രമുഖർ കൊടുമൺ പിള്ളയുടെ വീട്ടിൽ ഒത്തുകൂടി.

“മുളയിൽ കണ്ണടച്ചാൽ മുകളിൽ വളരും.”

അഭിരാമി മുമ്പൊരിക്കൽ പറഞ്ഞ വാചകം കൊടുമൺ പിള്ള ആവർത്തിച്ചു.

"കുരുപ്പെന്നും യുവരാജാവെന്നും നെനച്ച് നമ്മളിനീം പേണിയാല് കന്നന്തിരിവ് കൂടും. നമ്മടെ ആങ്കെന്തരെന്നറിയാത്തോണ്ട് പോതിച്ച മൂപ്പും മൊറേം ഇന്നീമുണ്ടാകും. വെളക്കി മുനയിട്ടെടുത്ത ആയുധങ്ങളുടെ മൂർച്ച യുവരാജാവിനെ നേരാം വണ്ണം അറിയിക്കണം." കൊടുമൺ പിള്ള പറഞ്ഞു. മറ്റുള്ളവർ ഒരേസ്വരത്തിൽ അതിനെ അനുകൂലിച്ചു. ഇനിയും പ്രത്യാക്രമണം നടത്താൻ വൈകരുതെന്ന പക്ഷക്കാരായിരുന്നു കഴക്കൂട്ടത്തു പിള്ളയും രാമനാമഠം പിള്ളയും. യോഗതീരുമാനങ്ങൾ ഓല വഴി പനയറയും ചിറയിൻകീഴും അറിയിച്ചു.

പനയറ ശങ്കരൻ പണ്ടാരത്തു കുറുപ്പ്, പനയറ കൊച്ചു മാതേവൻ പണ്ടാരത്തു കുറുപ്പ്, പനയറ തെക്കേവീട്ടിൽ ഈച്ചമ്പിക്കുറുപ്പ്, പനയറ വടക്കേവീട്ടിൽ ഈച്ചമ്പിക്കുറുപ്പ്, ചിറയിൻകീഴ് മുണ്ടയ്ക്കൽ കാവച്ചോട്ടിപ്പിള്ള, ചിറയിൻകീഴ് മകിഴഞ്ചേരി ഇരവിക്കുട്ടി പിള്ള, ചിറയിൻകീഴ് തെക്കേവീട്ടിൽ ചെറുവള്ളി നമ്പുകാളിപ്പിള്ള, ചിറയിൻകീഴ് വലിയപിള്ള കുഞ്ചിരയിമ്മൻ പിള്ള എന്നിവർ പൊതുവേ സാത്വികരും സമാധാനപ്രിയരുമാണ്. പക്ഷേ, ആയുധവുമായി ആക്രമിക്കാൻ വരുന്നവരെ അമർച്ച ചെയ്യണമെന്ന വിട്ടുവീഴ്ചയില്ലാത്ത ശൗര്യം അവർക്കുണ്ടായിരുന്നു. യുവരാജാവിന്റെ ആക്രമണവും ഭീഷണിയും വച്ചു പൊറുപ്പിക്കേണ്ടതില്ലെന്നും ആദ്യം ശക്തമായ താക്കീത് നല്കണമെന്നും അവർ നിർദ്ദേശം നല്കി.

പിള്ളമാർ കലാപകാരികളല്ലെന്നും പരിവർത്തനവാദികളാണെന്നും അറിയിക്കണം. രാജവാഴ്ചയോടല്ല രാജാവിന്റെ പിടിപ്പുകേടുകളോടാണ് തങ്ങൾക്ക് എതിർപ്പെന്ന് ബോദ്ധ്യപ്പെടുത്തണം.

പിള്ളമാരുമായി സന്ധി ചെയ്യണമെന്ന് മഹാരാജാവിനും തമ്പിമാർക്കും ആഗ്രഹമുണ്ടായിരുന്നു. ഒത്തുതീർപ്പുകൾക്കോ സന്ധി സംഭാഷണങ്ങൾക്കോ യുവരാജാവ് ഒരുക്കമല്ലായിരുന്നു. എട്ടുവീട്ടിൽ പിള്ളമാർ തന്നെ ഭയക്കുന്നുവെന്നും തന്നോട് ഏറ്റുമുട്ടി ജയിക്കാൻ അവർക്കാകില്ലെന്നും യുവരാജാവ് ഉറച്ച് വിശ്വസിച്ചു.

യുവരാജാവ് തന്റെ സൈനിക ബലം കൂട്ടുന്നതിനുള്ള നടപടികളുമായി മുന്നോട്ടുപോയി. സന്ധി ചെയ്യുന്നവനല്ല, പോരാടുന്നവനാകണം രാജാവെന്നായിരുന്നു മാർത്താണ്ഡവർമ്മയുടെ നിലപാടും തീരുമാനവും.

---

1. നല്കിയ വാഗ്ദാനങ്ങൾ കാറ്റിൽ പറത്തുന്നതാണോ മഹാരാജാവിന് ഹിതം.
2. വാക്കിന് വില കല്പിക്കാത്ത മന്നന്റെ രാജ്യം പെരുമഴയോ കൊടും വേനലോ മഹാമാരിയോ വന്നു മുടിയും.
3. അങ്ങു പറഞ്ഞത് അപ്പടി വിശ്വസിച്ചത് എന്റെ തെറ്റ്. ഔദാര്യമെന്ന് അങ്ങു പറഞ്ഞത് അവകാശമെന്നു ഞാൻ കേട്ടു. അതും തെറ്റ്.
4. ധാർമികത... വാഗ്ദാനലംഘനം ധാർമികതയാണോ?

പത്ത്

യുവരാജാവിന്റെ ചാരന്മാർ നാടു മുഴുവൻ ചുറ്റിക്കറങ്ങി. പിള്ളമാരുടെയും മാടമ്പിമാരുടെയും നീക്കങ്ങൾ രഹസ്യമായറിയുകയായിരുന്നു ലക്ഷ്യം. പടയാളികൾ മാടമ്പിമാർക്കെതിരെ തുടർച്ചയായി പ്രകോപനം സൃഷ്ടിക്കുകയും മിന്നലാക്രമണം നടത്തുകയും ചെയ്തത് യുവരാജാവിന്റെ നിർദേശാനുസരണമാണെന്ന് കൊടുമൺ പിള്ളയ്ക്കറിയാമായിരുന്നു.

ഒരിക്കൽ പേരകത്തിന്റെ ആസ്ഥാനമായ നെടുമങ്ങാട് പോയി മടങ്ങുംവഴി കരകുളത്തുവച്ച് യുവരാജാവും പടയാളികളും കരകുളം വടക്കേ കൊട്ടാരത്തിൽ എത്തി. പേരകത്തിന്റെ മന്ത്രി കരകുളത്തു പിള്ളയെന്നും കീഴ്പാണൂർ പിള്ളയെന്നും അറിയപ്പെടുന്ന കരകുളം തെക്കേടത്തു മഹാബാഹു പിള്ളയും അനുജൻ ഭദ്രബാഹു പിള്ളയും എട്ടുവീട്ടിൽ പിള്ളമാരും തമ്മിലുള്ള ബാന്ധവം യുവരാജാവിനറിയാമായിരുന്നു. കൊടുമൺ പിള്ളയുടെ ഭാര്യ കാഞ്ചി ആവണി ഭദ്രപിള്ള കരകുളത്തു പിള്ളയുടെ അനന്തരവളായിരുന്നതും കരകുളത്തുപിള്ളയുടെ പ്രാമാണിത്തം വർദ്ധിപ്പിച്ചു.

യുവരാജാവ് വടക്കേ കൊട്ടാരത്തിൽ വിശ്രമിച്ചപ്പോൾ പടയാളികൾ കൊട്ടാരത്തിന്റെ പരിസരത്ത് ചുറ്റിക്കറങ്ങി. കരകുളം അമ്മൻ കോവിലിനു സമീപത്തുകൂടി തലച്ചുമടായി കുരുമുളക് കൊണ്ടുപോയ ഒരാളെ പടയാളികൾ തടഞ്ഞു നിർത്തി ചോദ്യം ചെയ്തു. നാട്ടുകാർ തെക്കേ കൊട്ടാരമെന്നു വിളിച്ചിരുന്ന കരകുളം പിള്ളയുടെ വാസസ്ഥലത്തേക്കാണ് ചരക്ക് കൊണ്ടുപോകുന്നതെന്നറിഞ്ഞ പടയാളികൾ കുരുമുളക് നിറച്ചിരുന്ന വല്ലം നിലത്ത് വലിച്ചിടുകയും കാലുകൊണ്ട് തട്ടിത്തെറി

പ്പിക്കുകയും ചെയ്തു. ഭയന്നു കരഞ്ഞ ഭൃത്യൻ കോവിലിലേക്ക് നോക്കി തൊഴുകൈയോടെ കരഞ്ഞുനിന്നപ്പോൾ പടയാളികൾ അയാളെ ഉടുതുണി അഴിച്ചാക്ഷേപിച്ച ശേഷം ഓടിച്ചു.

ഭൃത്യൻ കരഞ്ഞു ഭയന്നുചെന്ന് കരകുളം ഇളയപിള്ളയോട് വിവരം പറഞ്ഞു. ഉടനേ തന്നെ ഭദ്രബാഹു പിള്ള വാൾക്കാരെയും കൂട്ടി പകരം ചോദിക്കാൻ പുറപ്പെട്ടു.

കുതിരപ്പുറത്ത് എഴുന്നള്ളിയ യുവരാജാവിന്റെ മുന്നിൽ ഭദ്രബാഹു പിള്ള എത്തി. ചോദ്യമോ ഉത്തരമോ ഇല്ലാതെ യുവരാജാവ് പോരാട്ടം തുടങ്ങി. പതിനൊന്നു കുതിരക്കാരും യുവരാജാവും ചേർന്നു കൊടുങ്കാറ്റിന്റെ കരുത്തോടെ ഭദ്രബാഹുവിനെയും സംഘത്തെയും ആക്രമിച്ചു. സംഘാംഗങ്ങൾ ഓരോരുത്തരായി തലയറ്റു വീണു. ഒടുവിൽ ഭദ്രബാഹുവിന്റെ തലയും യുവരാജാവ് അരിഞ്ഞുവീഴ്ത്തി.

മിന്നൽവേഗതയിലുള്ള യുവരാജാവിന്റെ വാൾപ്പയറ്റും പോരാട്ട വീര്യവും അഭ്യാസമികവും കണ്ട് ചുറ്റും നിന്നവർ അത്ഭുതപ്പെട്ടു. ഉഗ്രാഭ്യാസിയെന്നു പേരുകേട്ട ഭദ്രബാഹുവും സംഘവും പഠിച്ച അടവ് പതിനെട്ടും പയറ്റിയിട്ടും യുവരാജാവിനെയോ ഒപ്പമുള്ളവരെയോ ഒരു നിമിഷംപോലും പ്രതിരോധത്തിലാക്കാൻ സാധിച്ചില്ല. ഉറക്കെ ആർത്തുവിളിച്ച് ആഘോഷപൂർവ്വം പോരാടിയ യുവരാജാവിനും സംഘത്തിനും ഭദ്രബാഹുവിന്റെയും സംഘത്തിന്റെയും ചെറുത്തുനില്പ് ഒരു നിമിഷം പോലും ഭീഷണിയായി തോന്നിയതുമില്ല.

മാർത്താണ്ഡവർമ്മ യുവരാജാവ്, നെയ്യാറ്റിൻകര കൊട്ടാരത്തിലേക്ക് ഒന്നും സംഭവിക്കാത്ത മട്ടിൽ സംഘത്തോടൊപ്പം യാത്ര തുടർന്നു.

വിവരമറിഞ്ഞ് ആയുധവുമായി പാഞ്ഞെത്തിയ മഹാബാഹു പിള്ള കണ്ടത് തലയറ്റു കിടക്കുന്ന അനുജന്റെ ദേഹമാണ്. മനഃപൂർവ്വം പ്രകോപനം ഉണ്ടാക്കി തന്റെ അനുജനെ ചതിക്കെണിയൊരുക്കി കൊന്നതാണെന്ന് കരകുളത്ത് പിള്ള മനസ്സിലാക്കി. കോപവും കഠിന ദുഃഖവും കൊണ്ട് വിവശനായ പിള്ള അനുജന്റെ ദേഹം വാരിപ്പുണർന്നു. ഉടവാൾ ഉയർത്തിപ്പിടിച്ച് തിരിച്ചടിക്കുമെന്നു ശപഥം ചെയ്തു.

തെക്കേടത്ത് ഇളയ തമ്പുരാന്റെ തലയറ്റ ശരീരംകണ്ട് നാട്ടുകാർ വിലപിച്ചു. മൃതദേഹം സംസ്കരിച്ച സ്ഥലത്ത് ആ വീരയുവാവിന്റെ പ്രതിരൂപം പ്രതിഷ്ഠിച്ച് അവർ തൊഴുകൈയോടെ നിന്നു. മൃതദേഹം വീണു കിടന്ന സ്ഥലത്തെ ചോരയിൽ അവർ പേരാലിൻ തൈ നട്ടു. നാട്ടുകാർക്ക് അവരുടെ നായകനെയും രക്ഷകനെയുമായിരുന്നു നഷ്ടമായത്.

കൊടുമൺ പിള്ളയുടെ മുന്നിൽ വിവരങ്ങളെല്ലാം സവിസ്തരം പറഞ്ഞ കരകുളത്തു പിള്ള ഇനിയും അടങ്ങിയിരിക്കാനാകില്ലെന്നും യുവരാജാവിന് തക്ക മറുപടി നല്കണമെന്നും പറഞ്ഞു. ഒപ്പം വന്ന ആര്യനാട്ടു പിള്ള, യുവരാജാവിനെ നേരിട്ടാക്രമിച്ച് കീഴ്പ്പെടുത്തണമെന്ന് രോഷ

ത്തോടെ പറഞ്ഞു. എല്ലാം സമാധാനത്തോടെ കേട്ട കൊടുമൺ പിള്ള, യഥാവിധി തിരിച്ചടിക്കാമെന്ന് വാക്കുകൊടുത്ത് അവരെ യാത്രയാക്കി.

വലിയ ഏറ്റുമുട്ടലിന് കളം ഒരുങ്ങുന്നതായി കൊടുമൺ പിള്ള മനസ്സിലാക്കി. യുവരാജാവിന് ശക്തമായ തിരിച്ചടി നല്കാതെ ഇനിയും മുന്നോട്ടുപോകാനാകില്ല. താക്കീതിൽ അതവസാനിക്കുമോ?

നേർക്കുനേർ പോരാട്ടം ആസന്നമായി. ആയുധമൊരുക്കി കാത്തിരിക്കാൻ മറ്റുള്ളവർക്ക് കൊടുമൺ പിള്ള നിർദേശം നല്കി.

തിരുവനന്തപുരത്തുനിന്ന് യുവരാജാവും സംഘവും ദേശിങ്ങനാട്ടേക്ക് യാത്ര തിരിച്ചു. കുതിരക്കാരും വാൾക്കാരും ഉൾപ്പെടുന്ന യുവരാജാവിന്റെ സംഘത്തോടൊപ്പം ആറ്റിങ്ങൽ മൂത്ത തമ്പുരാട്ടിയും സേവകരും ഉണ്ടായിരുന്നു.

മുന്നിലെ രണ്ട് കുതിരവണ്ടിക്കു പിന്നിലുള്ള കുതിരവണ്ടിയിൽ റാണി സഞ്ചരിച്ചു. അതിനു പിന്നിലായി യുവരാജാവും സംഘവും. കുതിരകൾക്ക് വേഗത കുറവായിരുന്നു. വഴിയിൽ നിന്ന ആൾക്കാർ അകന്നു മാറി നിന്ന് തമ്പുരാട്ടിയെയും യുവരാജാവിനെയും തൊഴുതു. പെൺകുട്ടികളെ അണിയിച്ചൊരുക്കി പാതയോരത്ത് നിർത്തി അച്ഛനമ്മാവന്മാർ പ്രതീക്ഷാപൂർവ്വം കൈകൂപ്പി നിന്നു. തമ്പുരാന്റെ നോട്ടം തങ്ങളുടെ പെൺകുട്ടികളുടെ മേൽ വീഴണമേയെന്നവർ പ്രാർത്ഥിച്ചു. യുവരാജാവിന്റെ ഖ്യാതിയും വീര്യവും നാടു മുഴുവൻ പരന്നിരുന്നതിനാൽ പതിവിലധികം പേർ പെൺകുട്ടികളുമായി പലയിടത്തും കാത്തുനിന്നു.

എതിർപ്പുകളും എതിർശബ്ദങ്ങളും കെട്ടടങ്ങിയതായും തന്നോട് ഏറ്റുമുട്ടാനുള്ള ധൈര്യം എട്ടുവീട്ടിൽ പിള്ളമാർക്കും മാടമ്പിമാർക്കും ഇനി ഉണ്ടാകില്ലെന്നും യുവരാജാവ് കരുതി. പക്ഷേ, ആ ധാരണയ്ക്ക് വിപരീതമായത് സംഭവിച്ചു. വഴിമദ്ധ്യേ ആയുധവുമായി നിന്ന കൊടുമൺ പിള്ളയും രുദ്രപ്രതാപൻ പിള്ളയും രാമനാമഠം പിള്ളയും സംഘവുമായി ചാടിവീണു.

മുന്നിൽ വഴിയൊരുക്കിപ്പോയ രണ്ട് കുതിരക്കാരെയാണ് കൊടുമൺ പിള്ള ആദ്യം തടഞ്ഞത്. അവർ പോരാടി നോക്കിയെങ്കിലും പിള്ളയുടെയും സംഘത്തിന്റെയും മുന്നിൽ അടിയറവ് പറഞ്ഞു. യുവരാജാവും സംഘവും മുന്നിൽ നില്ക്കുന്ന ആയുധസംഘത്തെ ആക്രമിക്കാൻ ഉറപ്പിച്ചു.

റാണിയുടെ കുതിരവണ്ടിക്കാരന് ആവശ്യമുള്ള സഹായികളെയും കൂട്ടി യാത്ര തുടരാൻ കൊടുമൺ പിള്ള അനുവാദം കൊടുത്തു.

"നിന്റെ ഔദാര്യം നമുക്ക് വേണ്ട." കോപംകൊണ്ട് വിറച്ച മാർത്താണ്ഡവർമ്മ അലറി.

"ഔദാര്യമല്ല യുവരാജാവേ, മര്യാദ. പെണ്ണുങ്ങളെ ആക്രമിക്കാൻ അടിയങ്ങള് പഠിച്ചിട്ടില്ല. പ്രാണൻ പോയാലും പെണ്ണുങ്ങളെ കാക്കണ

മെന്നാ അടിയന്റെ പ്രമാണം." കൊടുമൺ പിള്ള പറഞ്ഞു.

"ശീലങ്ങൾ പഠിപ്പിക്കാൻ നീയാരാടാ?"

"കൊടുമൺ സൂര്യരാഘവപിള്ളയെന്നാ അടിയന്റെ പേര്."

ആ പേര് കേട്ടയുടനേ പടയാളികൾ ഭയന്നു. റാണിയുമായി കുതിരക്കാർ വേഗം യാത്ര തുടർന്നു.

എട്ടുവീട്ടിൽ പിള്ളമാരുടെ തലവനെ ഇത്ര വേഗം തന്റെ മുന്നിൽ എത്തിച്ച ശ്രീപത്മനാഭനോട് യുവരാജാവ് മനസ്സിൽ നന്ദി പറഞ്ഞു. അങ്ങോട്ടുപോയി ഏറ്റുമുട്ടണമെന്നു കരുതിയ ആൾ ഇങ്ങോട്ടുവന്ന് മുന്നിൽ നില്ക്കുന്നു. വേണാടിനെ വിറപ്പിക്കുന്നവൻ തന്റെ വാളിനിരയാകാൻ പോകുന്നു. യുവരാജാവ് അങ്ങനെ ചിന്തിച്ചപ്പോൾത്തന്നെ വാളുയർത്തുകയും കൊടുമൺ പിള്ളയുടെ കരിവീട്ടി കടഞ്ഞ പോലത്തെ കഴുത്തിൽ നോട്ടമുറപ്പിക്കുകയും ചെയ്തു.

"യുവരാജാവ് അടിയങ്ങളെ ശത്രുപക്ഷത്ത് കാണല്ലേ." കൊടുമൺ പിള്ള വിനയപൂർവ്വം അപേക്ഷിച്ചു.

"ആയുധംകൊണ്ടു മറുപടി പറഞ്ഞാണ് നമുക്ക് ശീലം." യുവരാജാവ് അത് പറഞ്ഞതിനൊപ്പം വാളുമുയർത്തി പിള്ളയ്ക്കുനേരേ പാഞ്ഞടുത്തു.

അവർ പരസ്പരം ഏറ്റുമുട്ടി. പിള്ളമാരെ നിഷ്പ്രയാസം വധിക്കാമെന്നായിരുന്നു ധരിച്ചതെങ്കിലും അത്ര വേഗം അത് സാധിക്കില്ലെന്നു പോരുമുറുകിയപ്പോൾ യുവരാജാവിന് ബോദ്ധ്യപ്പെട്ടു. കരുത്തന്മാരും ഉഗ്രപോരാളികളുമായിരുന്ന കൊടുമൺ പിള്ളയുടെയും രാമനാമഠത്തിൽ പിള്ളയുടെയും ശരീരത്തിൽ ഒരു പോറലേല്പിക്കാൻപോലും യുവരാജാവിനായില്ല. പതറാതെ നിന്ന യുവരാജാവ് കൊടുമൺ പിള്ളയെയാണ് ആദ്യം മുതലേ ലക്ഷ്യമിട്ടത്.

യുവരാജാവും കൊടുമൺ പിള്ളയും തമ്മിലുള്ള പോരാട്ടം മിന്നൽപ്പിണർ ഉയർത്തിയും ആയുധം കൂട്ടിമുട്ടുന്ന ശബ്ദത്താലും ചുറ്റുവട്ടത്തുള്ള പക്ഷിമൃഗാദികളെപ്പോലും ഭയപ്പെടുത്തി. പോരാട്ടത്തിനിടയിലെ അപ്രതീക്ഷിത വാൾപ്രയോഗത്തിലൂടെ യുവരാജാവിന്റെ വലംകൈയായി നിന്നു പൊരുതിയ പടയാളിയുടെ തല കൊടുമൺ പിള്ള അരിഞ്ഞുവീഴ്ത്തി. യുവരാജാവ് ഒരു നിമിഷം പതറിപ്പോയി.

രാമനാമഠം പിള്ളയും സംഘവും യുവരാജാവിന്റെ സംഘത്തെ വിറപ്പിച്ചു. ചിലരുടെ തലയരിഞ്ഞും ചിലരുടെ പള്ളയിൽ വാൾ കയറ്റി കീറിയെറിഞ്ഞും അവർ മുന്നേറി. പടയാളികൾ ഒന്നൊന്നായി ചത്തുവീണു.

കൊടുമൺ പിള്ളയുടെ ഒരു പോരാളിയെപ്പോലും വധിക്കാൻ യുവരാജാവിനും സംഘത്തിനുമായില്ല. യുവരാജാവൊഴികെ രാജസൈന്യത്തിലെ സകലരും ചത്തു വീണു. അനാഥരായ കുതിരകൾ ചിതറിയോടി.

വേണാടിന്റെ ചരിത്രം മാറ്റിമറിക്കാൻ ഉതകുന്ന മുഹൂർത്തം കൊടുമൺ പിള്ളയുടെ മുന്നിൽവന്നു തല കുമ്പിട്ടു നിന്നു.

ഉയർത്തിപ്പിടിച്ച വാളും പതറി വിളറിയ മുഖവുമായി നിന്ന മാർത്താണ്ഡവർമ്മയെ വലയം ചെയ്ത് കൊടുമൺ പിള്ളയും സംഘവും നിന്നു.

"അണ്ണാ, വെലക്കല്ലേ. തലയെടുപ്പാനുള്ള ഊഴം എനിക്കു തരണം." ആയുധവുമായി മുന്നോട്ടാഞ്ഞ രാമനാമഠത്തിൽ പിള്ള ക്ഷോഭത്തോടെ പറഞ്ഞു. കൊടുമൺ പിള്ള അയാളെ തടഞ്ഞു.

"നേർ പൊരുതിൽ യുവരാജാവിനാ തിരുവിതാങ്കോട് പടയ്ക്കാ ഈ ജമ്മം അടിയങ്ങളെ തോപ്പിക്കാനൊക്കൂല്ല. ഒത്തുതീർപ്പിന് അടിയങ്ങള് ഒരുക്കം. തിരുമനസ്സ് നിശ്ചയിക്കുന്ന സമയവും സ്ഥലവും. ചത്താലും അടിയങ്ങൾ പെറവോട്ട് പോവൂല്ല. നിനച്ചാ നിവർത്തിച്ചേ മാറൂ." കൊടുമൺ പിള്ള പറഞ്ഞു.

യുവരാജാവ് കോപത്തോടെ നോക്കിയതല്ലാതെ മറുപടി പറഞ്ഞില്ല.

"പറങ്കീം ലന്തേം ഇങ്കിരീസുകൊമ്പഞ്ഞീം നമ്മടെ ദേശത്ത് കേറി നെരങ്ങീട്ട് പൊന്നുതമ്പുരാൻ മറുത്തെന്തരെങ്കിലും നാളിതുവരെ ചൊല്ലിയോ? നമ്മടെ കുരുമൊളകും അടയ്ക്കയും കറുവയും നക്കാപ്പിച്ച ചെമ്പുകാശ് നീട്ടിയെറിഞ്ഞേച്ച് വാരിക്കോണ്ട് പോവൂട്ടത് അടിയൻ ചൊല്ലണോ തമ്പുരാനേ. മൊതല് കൊടുത്തേച്ച് നമ്മളവന്മാരുടെ മുമ്പില് എരന്നു നിക്കണം. പോതിച്ച മൂപ്പും മൊറേം ഇന്നീം വച്ചു പൊറുപ്പിക്കല്ല്. അവന്മാര കൂത്തിന് നമ്മളിനീം തപ്പു കൊട്ടിപ്പാടല്ല്. അപേക്ഷയാ തമ്പുരാനേ." കൊടുമൺ പിള്ള പറഞ്ഞു.

ചൂണ്ടിയ വാൾ പിൻവലിച്ചിട്ട് യുവരാജാവ് സമ്മതം പറഞ്ഞു.

"തിരുമനസ്സിന്റെ പ്രാണൻ അടിയന്റെ ഔദാര്യമായി നിരീക്കണ്ട. യുവരാജാവ് പോവുടണം" കൊടുമൺ പിള്ളയുടെ വാക്കുകൾ കേട്ടതും മാർത്താണ്ഡവർമ്മ കുതിരയുടെ കടിഞ്ഞാണിലുള്ള പിടിമുറുക്കി. വലയം ചെയ്തുനിന്ന പടയാളികൾ പിന്തിരിഞ്ഞു.

തോൽവിയാൽ താഴ്ന്ന ശിരസ്സോടെ യുവരാജാവ് മടക്കയാത്ര യാരംഭിച്ചു.

മാർത്താണ്ഡവർമ്മയ്ക്ക് തന്നോടുതന്നെ അവജ്ഞ തോന്നി. എതിരാളി അനുവദിച്ച ഔദാര്യമാണ് തന്റെ പ്രാണൻ. തന്റെ യാത്ര മുന്നോട്ടോ? അതോ അഗാധഗർത്തത്തിലേക്കോ? കൊടുമൺ പിള്ളയുടെ ദാനമല്ലേ ഇനിയുള്ള തന്റെ ജീവിതം. കാട്ടിലൂടെ ഏകനായി കുതിര പ്പുറത്തു പാഞ്ഞ മാർത്താണ്ഡവർമ്മയ്ക്ക് നാടും ഭരണവുമെല്ലാം ഉപേക്ഷിച്ച് ഉൾക്കാട്ടിലേക്ക് വിലയം ചെയ്യാൻ തോന്നി. തന്നെ ചുമക്കുന്ന കുതിരയ്ക്കുപോലും തന്നോട് അവജ്ഞയായിരിക്കും. കുതിരയുടെ വേഗത കുറഞ്ഞു. ഓടിയോടി അത് നിന്നു. യുവരാജാവ് നിലത്തിറങ്ങി.

കുറെ നേരം ചിന്തിച്ചിരുന്നു. എത്ര നേരമങ്ങനെയിരുന്നുവെന്ന് നിശ്ചയമില്ലാതെ വിശപ്പും ദാഹവുമില്ലാത്തവനായി എഴുന്നേറ്റു. പച്ചപ്പുല്ലു തിന്ന കുതിര അനക്കമില്ലാതെ കാത്തുനിന്നു. കുതിരപ്പുറത്തേറിയ യുവരാജാവ് കാട്ടുവഴിയിലൂടെ കൊട്ടാരത്തിലേക്ക് യാത്ര പുനരാരംഭിച്ചു.

പാതിരാത്രിയിൽ കൊട്ടാരത്തിലെത്തിയ യുവരാജാവിനെ കണ്ടപ്പോൾ എല്ലാവർക്കും സമാധാനമായി. ഒറ്റയാളെപ്പോലും നോക്കാതെ അദ്ദേഹം അകത്തേക്ക് കയറി.

എതിർപക്ഷത്തുള്ള ഒരാളെപ്പോലും വധിക്കാനോ ഒപ്പമുണ്ടായിരുന്ന ഒരാളെപ്പോലും രക്ഷിക്കാനോ സാധിക്കാത്ത താനെങ്ങനെ നാടു ഭരിക്കും. ഭീതി യുവരാജാവിന്റെ ഉറക്കം കെടുത്തി. കുട്ടിക്കാലത്ത് രാമൻ തമ്പിയും പപ്പുത്തമ്പിയും തന്നെ നിരന്തരം തോല്പിച്ച് ആർപ്പുവിളിക്കുമ്പോൾ മനസ്സിൽ കടന്നുകൂടിയതാണ് പരാജയഭീതി. അതിനെ അതിജീവിക്കാൻ തനിക്കിപ്പോഴും കഴിയുന്നില്ല. ഉമ്മിണിത്തങ്കയുടെ മനസ്സിൽ പ്രണയത്തിന്റെ ധ്വജം നാട്ടിയതും അവളുടെ സഹോദരന്മാരെ തോൽപ്പിക്കണമെന്ന ഉദ്ദേശ്യത്തിലായിരുന്നു. പക്ഷേ, അവിടെയും താൻ പരാജയപ്പെട്ടു. പ്രണയം തന്നെ കീഴടക്കി.

വലിയ തോൽവികളാണോ തന്നെ കാത്തിരിക്കുന്നത്?

കൊടുമൺ പിള്ള എന്തിനാണ് തന്നെ കൊല്ലാതെ വിട്ടത്? അപമാനിക്കാനോ?

അയാൾ ജീവിച്ചിരിക്കുന്ന കാലത്തോളം തനിക്ക് തലയുയർത്തി നില്ക്കാനാവുമോ?

യുവരാജാവിന് ആ രാത്രിയും ഉറക്കം നഷ്ടപ്പെട്ടു. എവിടെയെങ്കിലും ഓടി മറഞ്ഞാലോയെന്ന് ചിന്തിച്ചു. സൂര്യനുദിക്കാതെയിരുന്നെങ്കിലെന്ന് ആഗ്രഹിച്ചു.

ഉറക്കെ അലറി വിളിക്കാൻ തോന്നി. കിടക്കയിൽ തല പൂഴ്ത്തിക്കിടന്നു. മനസ്സ് ശാന്തമാകുന്നില്ല.

പതിനൊന്ന്

യുവരാജാവിന്റെ തോല്‌വിയും രാജസൈനികരുടെ വധവും വേണാടിലാകമാനം വീണ്ടും അസ്വസ്ഥത തലപൊക്കാൻ ഇടയാക്കി. അടങ്ങിയിരുന്ന മാടമ്പിമാർ ക്രമേണ തലയുയർത്തിത്തുടങ്ങി. നെയ്യാറ്റിൻകര കൊട്ടാരത്തിൽനിന്ന് യുവരാജാവ് പുറത്തിറങ്ങിയില്ല.

ആക്രമണം കഴിഞ്ഞ് ഏഴാം ദിവസം എട്ടുവീട്ടിൽ പിള്ളമാരിൽ മൂത്ത അംഗങ്ങളെല്ലാം ഒത്തുകൂടി. എല്ലാ അവസരവും ഒത്തുവന്നിട്ടും മാർത്താണ്ഡവർമ്മയെ വധിക്കാത്തതെന്തെന്ന് ഭൂരിപക്ഷം പേരും ചോദിച്ചു. അന്നേരം താനങ്ങനെ ചിന്തിച്ചതെന്തെന്ന് കൊടുമൺ പിള്ളയ്ക്ക് എത്ര ആലോചിച്ചിട്ടും ഉത്തരം കിട്ടിയില്ല.

പ്രായമേറുമ്പോൾ മനുഷ്യരിൽ പിതൃഭാവവും മാതൃഭാവവും പിതാമഹഭാവവും വർദ്ധിക്കുമെന്നും പ്രായം കുറഞ്ഞവരോട് വാത്സല്യം ഏറുമെന്നും കേട്ടിട്ടുണ്ട്. അതാണോ താനറിയാതെ തന്നിലും സംഭവിച്ചത്? പിള്ള ചിന്തിച്ചു.

യുവരാജാവിനെ വധിച്ചിരുന്നെങ്കിൽ വേണാടിന്റെ ചരിത്രം മാറിമറിയുമായിരുന്നു. മുറിവേറ്റ ശത്രു കൂടുതൽ അപകടകാരിയാവും. ആയുധമൊരുക്കി കരുതിയിരിക്കാൻ പിള്ളമാർ തീരുമാനിച്ചു.

യുവരാജാവിന് ശക്തമായ താക്കീത് കൊടുത്ത കൊടുമൺ പിള്ളയെ അഭിനന്ദിച്ച് അഭിരാമി എഴുതിയ കുറിമാനം അവസാനിപ്പിച്ചത്, താക്കീതിൽ ഒതുക്കണമായിരുന്നോ എന്നു സംശയിച്ചും പരമാവധി ശിക്ഷ നടപ്പാക്കാമായിരുന്നു എന്ന ഇംഗിതം പ്രകടിപ്പിച്ചുമായിരുന്നു.

കൊടുമൺ പിള്ള നല്കിയ പ്രഹരം യുവരാജാവിനെ അടിമുടി ഉലച്ചുവെന്നും മാഞ്ഞു പോകാത്ത വിധം ഭീതി ഗ്രസിച്ചുവെന്നും അഭിരാമി

മനസ്സിലാക്കി. ആത്മവിശ്വാസം ചോർന്നുപോയാൽ വിജയിക്കാനാവി ല്ലെന്ന് ആ ബുദ്ധിമതി എത്രയോ കാലം മുമ്പേ മനസ്സിലാക്കിയതാണ്. തോല്പിച്ചു തോല്പിച്ച് മാർത്താണ്ഡനെ വിജയിക്കാനാകാത്തവനെന്ന ഭയത്തിലെത്തിക്കാൻ എത്രയോ കാലമായി അവർ പരിശ്രമിക്കുന്നു.

യുവരാജാവിന്റെ ഭീതിയും മൗനവും ഉറക്കമില്ലായ്മയും അഭിരാമിയെ പുളകംകൊള്ളിച്ചു. രാമൻ തമ്പി തിരുവിതാങ്കോടിന്റെ സിംഹാസനത്തിൽ കിരീടവും ചെങ്കോലുമണിഞ്ഞിരിക്കുന്ന കാഴ്ച താനെത്രയോ കാലമായി സ്വപ്നം കാണുന്നു.

മാർത്താണ്ഡന്റെ മുന്നിൽ ഇനി രണ്ട് വഴിയേ ഉള്ളൂ. ഒന്ന്, എല്ലാ ഉത്തരവാദിത്വങ്ങളിൽനിന്നും ഒളിച്ചോടുക. അല്ലെങ്കിൽ പിള്ളമാരുടെ നേർക്ക് അവസാന പോരാട്ടം നടത്തുക. രണ്ടാമത്തെ വഴി സ്വീകരിക്കാ നാണ് സാദ്ധ്യത. എട്ടുവീട്ടിൽ പിള്ളമാരും മാർത്താണ്ഡവർമ്മയും പിന്മാറാനാകാത്ത വിധം പോർമുഖത്ത് അകപ്പെട്ടുപോയിരുന്നു. പിള്ളമാ രെയും മാടമ്പിമാരെയും ഇടപ്രഭുക്കളെയും എട്ടരയോഗക്കാരെയും പ്രകോപിപ്പിച്ച യുവരാജാവ് ഒരർത്ഥത്തിൽ അവരെയെല്ലാം ആക്രമണ സജ്ജരാക്കുകയാണ് ചെയ്തത്.

കൊച്ചുകുമാരപിള്ളയാണ് യുവരാജാവിന്റെ മനംമാറ്റവും ഏകാന്ത മൗനവും അപ്പപ്പോൾ സഹോദരിയെ അറിയിച്ചത്. നെയ്യാറ്റിൻകര കൊട്ടാ രത്തിൽ ഇലയനങ്ങിയാൽ അഭിരാമിയെ അറിയിക്കുന്നതിന് കൊച്ചുകു മാരപിള്ള രഹസ്യമായി ഏർപ്പാടാക്കിയിരുന്നു. കരുത്തന്മാരായ പതിനൊ ന്നു കുതിരപ്പടയാളികളുടെ അഭ്യാസശക്തിയെക്കുറിച്ചും യുവരാജാ വുമായുള്ള അവരുടെ മനസ്സടുപ്പത്തെക്കുറിച്ചും അറിവുണ്ടായിരുന്ന കൊച്ചുകുമാരപിള്ളയുടെ ആശങ്ക മാറിയെന്നു മാത്രമല്ല പതിനൊന്നു പേരും തലയറ്റുവീണതിൽ യുവരാജാവ് അത്യധികം ദുഃഖിക്കുന്നു എന്നു കൂടി അറിഞ്ഞപ്പോഴുണ്ടായ അയാളുടെ സന്തോഷം പറഞ്ഞറിയിക്കാ നാകാത്തതായിരുന്നു. കൈവിട്ടു പോകുമെന്നു കരുതിയ സൗഭാഗ്യങ്ങൾ മടങ്ങിവരുന്നതായി അയാൾക്ക് തോന്നി.

മഹാരാജാവ് കല്പിച്ചതുപ്രകാരം യുവരാജാവ് പത്മനാഭപുരം കൊട്ടാരത്തിലെത്തി.

മഹാരാജാവും യുവരാജാവും രാമൻ തമ്പിയും പപ്പുത്തമ്പിയും വലിയ മുറിയിലിരുന്ന് ചർച്ച ആരംഭിച്ചു. അറുമുഖം പിള്ളയും കൊച്ചു കുമാരപിള്ളയും എല്ലാം കണ്ടും കേട്ടും നിന്നു. പിള്ളമാർ കലാപകാരി കളാണെന്നും അവരുമായി ചർച്ചയോ സന്ധിയോ വേണ്ടെന്നും സൈ നിക ശക്തി വർദ്ധിപ്പിച്ച് അവരെ എന്നെന്നേക്കുമായി അമർച്ച ചെയ്യണ മെന്നുമുള്ള പക്ഷക്കാരനായിരുന്നു യുവരാജാവ്. സന്ധി ചെയ്താൽ അതാവും ഉചിതമെന്ന് മഹാരാജാവ് പറഞ്ഞു. പിള്ളമാർക്ക് പറയാ നുള്ളത് കേൾക്കുകയും അനുനയിപ്പിക്കുകയും ചെയ്ത് ഒപ്പം നിർത്തി

യാൽ തിരുവിതാങ്കോട് വലിയ ശക്തിയാകുമെന്ന് രാമൻ തമ്പി പറഞ്ഞു. മഹാരാജാവിന്റെ ഇടവും വലവുമാണ് രാമൻ തമ്പിയും പപ്പുത്തമ്പിയും ഇരുന്നത്. അവരുടെ ആ ഇരുപ്പും ഭാവവും യുവരാജാവിന് ഇഷ്ടമായില്ല. അവരുടെ അഭിപ്രായത്തോടുള്ള വിയോജിപ്പ് ഒട്ടും മയമില്ലാതെ യുവരാജാവ് പ്രകടിപ്പിച്ചു.

ദാനം കിട്ടിയ പ്രാണനുമായി ദാനം തന്നവനെ എതിർക്കുന്നുവോ എന്ന രാമൻ തമ്പിയുടെ ചോദ്യം യുവരാജാവിനെ പ്രകോപിപ്പിച്ചു.

"ദാനം...! നാട് ഭരിക്കുന്ന മഹാരാജാവിനെ അപഹസിക്കുന്നവനെ പ്രകീർത്തിക്കാൻ രാമന് നൂറു നാവാണല്ലോ. ചോറിങ്ങും കൂറങ്ങുമോ കണക്കപ്പിള്ളേ?" യുവരാജാവിന്റെ ശബ്ദം ഉയർന്നു.

"തർക്കത്തിനല്ല പരിഹാരത്തിനാണ് നാം ക്ഷണിച്ചു വരുത്തിയത്. എന്താണിനി പോംവഴി?" മഹാരാജാവ് അക്ഷമനായി.

"പടക്കരുത്ത് വർദ്ധിപ്പിക്കണം. നാട്ടിലെ കലാപം അമർച്ച ചെയ്യാതെ മുന്നോട്ടുപോകാനാവില്ല. കല്പന അനുസരിക്കാത്തവരെ ഒന്നൊഴിയാതെ കൊന്ന് കുലം മുടിക്കണം.'' യുവരാജാവ് പറഞ്ഞു. മറ്റുള്ളവർ നിശ്ശബ്ദരായി.

"നമ്മുടെ പടയിൽ പിള്ളമാരുടെ ചൊല്ലും വിളിയുമനുസരിച്ചുള്ളവരാ കൂടുതലും. ഏതു നിമിഷവും അവർ കളം മാറും. ഈ പടയുമായി പോരിനിറങ്ങിയാ നാം ചതിക്കപ്പെടും." യുവരാജാവ് പറഞ്ഞു.

"സംയമനത്തിനും സമാധാനത്തിനുമാണ് തിരുവിതാങ്കോട് എന്നും മുൻതൂക്കം കൊടുത്തിട്ടുള്ളത്. സമാധാനത്തിന്റെ വഴി തന്നെ ആലോചിക്കാം." മഹാരാജാവ് പറഞ്ഞു.

ആഭ്യന്തര കലാപം അമർച്ച ചെയ്യാമെന്നു കരുതി തിരുവിതാങ്കോട് രാജാവ് ഇംഗ്ലീഷ് ഈസ്റ്റ് ഇന്ത്യാ കമ്പനിയുമായുണ്ടാക്കിയ ധാരണ വേണ്ടവിധം ഫലം കണ്ടില്ല. യുവരാജാവിന്റെ നിർബ്ബന്ധപ്രകാരമാണ് മഹാരാജാവ് ഉടമ്പടിയിൽ ഏർപ്പെട്ടതും കുളച്ചൽ കോട്ട കെട്ടിക്കൊടുക്കാമെന്നു സമ്മതിച്ചതും. ആ ഉടമ്പടിയോട് രാമൻതമ്പിക്കും പപ്പുത്തമ്പിക്കും യോജിപ്പില്ലായിരുന്നു. യുവരാജാവിന്റെ സമ്മർദ്ദത്തെ അതിജീവിക്കാനാകാതെയാണ് മഹാരാജാവ് ഉടമ്പടിയിൽ ഏർപ്പെട്ടതെന്ന് ഏവർക്കും അറിവുള്ളതുമാണ്.

"വെള്ളത്തെപ്പേടിച്ച് തീയിൽ ചാടിയില്ലേ. കൊളച്ചൽ കോട്ട കെട്ടാൻ പണമെത്ര ഒഴുക്കി. ഇതുവരെ സഹായമെത്ര കിട്ടി? നാടുനീളെ കലാപോം കെടുതീമല്ലേ? പിള്ളമാരെ അടിച്ചമർത്താൻ യുവരാജാവ് നാടെങ്ങും അതിക്രമം നടത്തണെന്നാ പ്രജകളുടെ ആവലാതി." രാമൻ തമ്പി യുവരാജാവിനെ പരിഹസിച്ചു.

"പരാതി പ്രജകൾക്കോ രാമനോ? രാജ്യം പിള്ളമാർക്ക് അടിയറവു വയ്ക്കണമെന്നാവും ആഗ്രഹം." യുവരാജാവ് അതു ചോദിച്ചപ്പോൾ

സ്വയമറിയാതെ ശബ്ദം ഉയർന്നു.

"അടിയറവു പറഞ്ഞതാരാ? വിദേശികളുമായി സന്ധി ചെയ്യാമെങ്കിൽ സ്വദേശികളുമായി അതാവണതിലെന്താ തെറ്റ്?" രാമൻ തമ്പി ചോദിച്ചു.

മഹാരാജാവിന്റെയും രാജപത്നിയുടെയും മുൻകൂർ അനുവാദത്തോടെയാണ് രാമൻ തമ്പി തനിക്കു നേരേ വിരൽ ചൂണ്ടുന്നതെന്ന് യുവരാജാവ് സംശയിച്ചു.

"രാമൻ പറയുന്നതിലും കാര്യമില്ലേ? ഒരു സന്ധി പിള്ളമാരുമായുണ്ടാക്കിയാൽ പിന്നെ അസ്വാരസ്യങ്ങൾ അടങ്ങില്ലേ?" മഹാരാജാവ് ചോദിച്ചു.

"മഹാരാജാവേ രാജ്യദ്രോഹികളുമായി എന്തു സന്ധിയാണ്? വാളുകൊണ്ടാ ആ നീചന്മാരോട് സംസാരിക്കേണ്ടത്." യുവരാജാവ് ക്ഷോഭമടക്കി പറഞ്ഞു.

"നമ്മടെ ശക്തി എത്രയെന്ന് യുവരാജാവിന് അറിയാല്ലോ?" രാമൻ തമ്പി ചോദിച്ചു.

"അങ്ങനെയൊരു ബോദ്ധ്യമുണ്ടെങ്കിൽ പടക്കരുത്ത് കൂട്ടേല്ലേ വേണ്ടത്. അല്ലാതെ ശത്രുവിന്റെ മുന്നിൽ കീഴടങ്ങേല്ല." യുവരാജാവ് പറഞ്ഞു.

അതത്ര വേഗം സാധിക്കോ?" മഹാരാജാവ് സംശയം പ്രകടിപ്പിച്ചു.

"മനസ്സും കരുത്തുമുള്ളവർ ചുറ്റിലും ഉണ്ട്. സഹായം ചോദിക്കാം."

"അതാരാ?" മഹാരാജാവ് ചോദിച്ചു.

"എത്ര വലിയ ശത്രൂനേം നിഷ്പ്രയാസം കൊന്നുതള്ളാനുള്ള കരുത്തും ആയുധ ശേഷിയുമുള്ള മധുരനായ്ക്കനെക്കുറിച്ച് തിരുമനസ്സും കേട്ടുകാണുമല്ലോ. കൊമ്പഞ്ഞിപ്പടയെപ്പോലും അവര് അടിയറവു പറയിപ്പിക്കും. നായ്ക്കന്റെ സഹായം അഭ്യർത്ഥിക്കാം. തിരുമനസ്സ അനുവാദം തരണം." യുവരാജാവ് പറഞ്ഞു.

മഹാരാജാവ് കുറച്ചു നേരം ചിന്തിച്ചിരുന്നു. അതുകഴിഞ്ഞ് മുന്നിലിരുന്ന *രാമായണം* കൈയിലെടുത്ത് കണ്ണുകളിൽ ചേർത്ത് കുറെ നേരം പ്രാർത്ഥിച്ചു. എല്ലാം കേട്ടിരുന്ന കൊച്ചുകുമാര പിള്ള, മഹാരാജാവ് അനുവാദം നല്കരുതേയെന്നു പ്രാർത്ഥിച്ചു.

പ്രാർത്ഥനയ്ക്കു ശേഷം *രാമായണം* രണ്ടായി പകുത്ത് ഏഴു വരിയും ഏഴക്ഷരവും തള്ളി വായിച്ച് മടക്കി വച്ചിട്ട് മഹാരാജാവ് കല്പിച്ചു:

"യുവരാജാവിന് അത്രയ്ക്കും വിശ്വാസമാണെങ്കിൽ യാത്രയ്ക്കു വേണ്ട ഒരുക്കങ്ങൾ നടത്തിക്കൊള്ളൂ."

കൊടുങ്കാറ്റുപോലെ ശത്രുക്കൾക്കു മീതെ കൊടും നാശം വിതച്ചും കൊന്നു കുലം മുടിച്ചലറിയും മരണകാഹളം മുഴക്കിയും വിരാജിക്കുന്ന മധുരനായ്ക്കനെയും സംഘത്തെയും തിരുവിതാങ്കോട്ടേക്ക് ആനയിക്കാൻ യുവരാജാവിന്റെ മനസ്സ് വെമ്പി.

നിരന്തരം തോറ്റു പോയവന്റെ ജീവന്മരണ പോരാട്ടം ചെന്നെത്തുന്നത് ചിലപ്പോൾ മഹാവിജയങ്ങളിലേക്കാവും. പക്ഷേ, വിജയാഘോഷത്തിനിടയിലും ക്ഷണിക്കാത്ത അതിഥിയായി തോൽവികളുടെ ഓർമ്മ കടന്നുവരും. ഒരു വിജയവും പൂർണ്ണമായി ആഘോഷിക്കാനാകാത്ത വിധം ആ അതിഥി തോൽവികളുടെ കഥ ഓർമപ്പെടുത്തുകയും വിജയത്തിനപ്പുറം തോൽവിയാണെന്ന ദുഃസൂചന നല്കുകയും ചെയ്യും.

മാർത്താണ്ഡവർമ്മയുടെ മനസ്സ് അനുനിമിഷം ചഞ്ചലമായിക്കൊണ്ടിരുന്നു. കൊടും നിരാശയോടെ മഹാരാജാവിനെ കാണാൻ പോയ യുവരാജാവല്ല കൊട്ടാരത്തിൽനിന്നു മടങ്ങിയത്.

വന്നണയാൻ പോകുന്ന മഹാവിജയത്തെക്കുറിച്ച് യുവരാജാവ് ചിന്തിച്ചതറിഞ്ഞിട്ടെന്നോണം കുതിര വേഗത വർദ്ധിപ്പിച്ചു. അകമ്പടിക്കാരും പിന്നാലെ പാഞ്ഞു.

അഭിരാമി ആശങ്കയിലായി. ഇനിയെന്താണ് പോംവഴി? കൊടുമൺ പിള്ളയെ ഉടനെ വിവരം അറിയിക്കണമെന്നവർ നിശ്ചയിച്ചു.

പന്ത്രണ്ട്

മധുരയിലേക്ക് യാത്ര പുറപ്പെടും മുമ്പ് ഉമ്മിണിത്തങ്കയെ കാണണ മെന്ന് യുവരാജാവ് ആഗ്രഹിച്ചു. ഒറ്റയ്ക്ക് കാണാനും സംസാരിക്കാനും വഴിയെന്തെന്നു ചിന്തിച്ച് കൊട്ടാരത്തിൽ ഉലാത്തുന്ന സമയത്താണ് കൗമാരക്കാരനായ ഒരു ബ്രാഹ്മണൻ യുവരാജാവിന്റെ മുന്നിലെത്തിയത്.

വള്ളിയൂർക്കാരനായ ഉയരം കുറഞ്ഞ ആ കുമാരന്റെ കൂർത്ത ദൃഷ്ടി യും സാമാന്യം വലിയ നെറ്റിത്തടവും നീണ്ടമൂക്കും യുവരാജാവിന്റെ കണ്ണിലുടക്കി.

മഹാരാജാവിനെ കാണാൻ വരുന്ന രാമശാസ്ത്രികളോടൊപ്പം കുമാ രനും ഇടയ്ക്ക് കൊട്ടാരത്തിൽ വരുന്നത് യുവരാജാവ് ശ്രദ്ധിച്ചിട്ടുണ്ടാ യിരുന്നു. മഹാരാജാവിനും കൂർമ്മ ബുദ്ധിക്കാരനായ അവനെ ഇഷ്ടമാ യിരുന്നു.

"എന്ത് വേണം പട്ടരേ." യുവരാജാവ് ചോദിച്ചു.

"ഇളവരശേ, ഒന്നും പേശറതുക്ക് ഇല്ലൈയെൻറാലും വരണം എൻറു നിനൈത്തേൻ, വന്തുട്ടേൻ."[1] പൂണൂൽ താഴോട്ടും മേലോട്ടും ഉഴിഞ്ഞുകൊണ്ട് അയാൾ പറയുകയും താണുവണങ്ങുകയും ചെയ്തു.

"എന്താ പേര്?"

"രാമയ്യൻ."

താണുവണങ്ങി നില്ക്കുന്ന ആ കുമാരനോട് യുവരാജാവിന് ആഭിമുഖ്യം തോന്നി.

"ഉങ്കൾ മനസ്സു ഇങ്ക ഇല്ലൈയെൻട്രു ഉങ്കൾ മുഖം സൊൽകിറതു. അതൈ നീങ്കൾ സൊല്ലിവിട്ടാൽ എന്നാൽ മുടിന്തവരൈ..."[2] പകുതിയിൽ നിർത്തി രാമയ്യൻ യുവരാജാവിനെ നോക്കി. യുവരാജാവ് ആ നോട്ടം ഏറ്റുവാങ്ങി ദീർഘനിശ്വാസം ഉതിർത്തു.

"ഇന്ത പെരുമൂച്ചുക്കു കാരണം എന്നവെൻറു നാൻ സൊല്ലവാ."[3] രാമയ്യൻ ചോദിച്ചു.

"പറയൂ. ഒരു പൊൻപണം സമ്മാനം."

"നാട്ടുവിഷയമല്ല, എതിരിയിൻ അച്ചുരത്തലുമല്ല, മധുരൈ പോക വേണ്ടിയ പയനമോ വെറ്റി തോല്‌വിയോ അല്ല..."[4] രാമയ്യൻ പാതിയിൽ നിർത്തിയിട്ട് യുവരാജാവിനെ ചോദ്യഭാവത്തിൽ നോക്കി.

"അല്ലേ അല്ല." പുഞ്ചിരിയോടെ യുവരാജാവ് പറഞ്ഞു.

"വരുംകാലമോ, പോനകാലമോ അല്ല."[5]

"അല്ല."

"മുടിചൂടപ്പോകും മന്നനുക്കു തൻ നാട്ടിൻ വരുംകാലത്തെപ്പറ്റി കവലയില്ലയാ? ഇതെന്ന അതിശയം."[6]

അവരിരുവരും ഉറക്കെ ചിരിച്ചു.

"നമുക്ക് നടന്നാലോ?" യുവരാജാവ് ചോദിച്ചു.

ഇരുവരും പുറത്തേക്ക് നടക്കുന്നതിനിടയിൽ രാമയ്യൻ ശബ്ദം താഴ്ത്തി ചോദിച്ചു.

"യാർ അന്ത പെൺമണി?"[7]

ചോദ്യം കേട്ട യുവരാജാവ് ഉറക്കെ ചിരിച്ചു. രാമയ്യനും ആ ചിരിയിൽ പങ്കുചേർന്നു.

മറ്റാരുടെയും ശ്രദ്ധയിൽ അധികം പെടാതെ യുവരാജാവും രാമയ്യനും പിൻവാതിൽ വഴി പുറത്തേക്കിറങ്ങി കാട്ടുവഴിയിലൂടെ നടന്ന് കുന്നിന്റെ നെറുകയിലെത്തി.

"ഇവിടെ ഒറ്റയ്ക്ക് നില്ക്കുമ്പോഴാണ് എനിക്കേറ്റവും സ്വസ്ഥത കിട്ടുന്നത്."

യുവരാജാവ് പറഞ്ഞു.

"എനക്കും തനിയാക ഇരുക്ക പിടിക്കും. മലയും കടലും പ്രിയം."[8]

"കടൽ എനിക്കും പ്രിയം തന്നെ." യുവരാജാവ് പറഞ്ഞു.

രണ്ടു പേർക്കും ഒളിക്കാതെ മനസ്സു തുറക്കാമെന്ന തോന്നലും പരസ്പരസ്നേഹ ബഹുമാനങ്ങളും ഉണ്ടാക്കുന്നതായിരുന്നു ആ കൂടിക്കാഴ്ച. പറഞ്ഞപ്പോഴും അറിഞ്ഞപ്പോഴും ഇരുവർക്കും സമാനതകളും ഏറെയുണ്ടായിരുന്നു. കുട്ടിക്കാലത്തനുഭവിച്ച ഏകാന്തതയും വാത്സല്യം ചൊരിയാത്ത അമ്മമാരും പരാജയഭയവുമൊക്കെ ഇരുവരും പരസ്പരം പറഞ്ഞു. ഒരാളിന്റെ ജീവിതം മറ്റേയാളിലും ആവർത്തിച്ചതുപോലെ ഇരുവർക്കും തോന്നി.

"കൃഷ്ണൻ മഥുരയ്ക്ക് പോനപ്പോതു അഴുതത് ഗോപപെൺകൾ എൻറാൽ നീങ്കൾ മധുരയ്ക്കു ചെല്ലുമ്പൊഴുതു കണ്ണീർ വിടപ്പോവതു യാരാക ഇരുക്കും?"[9]

രാമയ്യന്റെ ചോദ്യം യുവരാജാവിനെ ആകുലനാക്കി.

മറ്റാരോടും അതുവരെ പറയാത്ത തന്റെ ഇഷ്ടം യുവരാജാവ് രാമയ്യ നോട് പറഞ്ഞു. കുട്ടിക്കാലം മുതലേ രാമൻ തമ്പിയോടും പപ്പുത്തമ്പി യോടും മത്സരിക്കുമ്പോൾ ഉമ്മിണിത്തങ്കയുടെ മുഖം മനസ്സിൽ ഓടി യെത്തും. സ്വന്തം ജ്യേഷ്ഠൻമാർ തോറ്റുപോയാൽ അവൾ ദുഃഖിക്കി ല്ലേയെന്ന് ആശങ്കപ്പെടും. അതുകൊണ്ടാവും അവരോട് താൻ തോറ്റു പോകുന്നതെന്ന് യുവരാജാവ് പറഞ്ഞു. ഉമ്മിണിത്തങ്കയാണ് മനസ്സു നിറയെ. എല്ലാ അനിശ്ചിതത്വങ്ങൾക്കും അസ്വസ്ഥതകൾക്കുമുള്ള ആശ്വാ സമാണ് അവളെക്കുറിച്ചുള്ള ഓർമ്മകൾ. അവളോട് മനസ്സിലുള്ളതെല്ലാം പറയാനുള്ള അവസരം കിട്ടാതെ താൻ നീറുകയാണെന്നു പറഞ്ഞപ്പോൾ യുവരാജാവിന്റെ മുഖം വിഷാദത്താൽ കൂമ്പി.

“ഉമ്മിണിത്തങ്കയെ തനിയാക പാക്കണം, പേശണം. അവളവു താനേ, വഴിയിരുക്കു രാജാ. പൊൻകാശൈ മറന്തുവിടാതീർകൾ.”[10]

രാമയ്യൻ പറഞ്ഞു. യുവരാജാവിന്റെ മുഖത്ത് പ്രതീക്ഷയുടെ ചിരി വിരിഞ്ഞു.

അവർ മെല്ലെ താഴ്വാരത്തിലേക്ക് നടന്നു. നടക്കുന്നതിനിടയിൽ ഒരാൾ മറ്റേയാളിന്റെ കൈ പിടിച്ച് ഇറങ്ങുകയും കയറുകയും ചെയ്തു. ഇരുവർക്കും അന്നേരമുണ്ടായ ആനന്ദവും സൗഹൃദ ഭാവവും മുമ്പെങ്ങും അനുഭവിച്ചിട്ടില്ലാത്തതായിരുന്നു.

ഒരാളിന്റെ കൈ മറ്റൊരാളിന്റെ കൈക്കുള്ളിൽ ഒതുങ്ങുമ്പോൾ അനുഭവിക്കുന്ന ഊഷ്മളതയും സുരക്ഷിതത്വബോധവുമാണ് സൗഹൃദം. ചിലരുടെ കൈ മറ്റൊരാളിന്റെ കൈക്കുള്ളിൽ പെടുമ്പോൾ വല്ലാതെ വീർ പ്പുമുട്ടും, അരക്ഷിതമാകും. കൈ പിൻവലിക്കാൻ ഇരുവർക്കും തോന്നും. ആ ബന്ധം ഗാഢസൗഹൃദത്തിൽ എത്തിച്ചേരില്ലെന്ന വിളിച്ചുപറയലാണ് ആ വീർപ്പുമുട്ടൽ.

രാമയ്യന്റെ സംസാരരീതിയും എന്തിനും വേഗത്തിൽ പരിഹാരം നിർദ്ദേശിക്കാനുള്ള കഴിവും നർമ്മബോധവും യുവരാജാവിന് ഇഷ്ടമായി. തോല്‌വികളെക്കുറിച്ചല്ല മഹാവിജയങ്ങളെക്കുറിച്ചാണ് രാമയ്യൻ സംസാരിച്ചത്. മറ്റു ദേശങ്ങളിൽ നടന്നതും നടക്കുന്നതുമായ ഭരണ പരിഷ്കാരങ്ങളെക്കുറിച്ച് രാമയ്യൻ അവധാനതയോടെ സംസാരിച്ചു. വ്യക്തതയും പറയുന്നതിലുള്ള പൂർണ്ണ നിശ്ചയവും സ്ഫുരിക്കുന്ന തായിരുന്നു രാമയ്യന്റെ ഓരോ വാക്കും വാചകവും. രാജ്യകാര്യങ്ങളിൽ തുടങ്ങിയ ചർച്ച അവസാനം ഉമ്മിണിത്തങ്കയിൽ വന്നെത്തിയപ്പോൾ അവർ നദിക്കരയിൽ ആജന്മ സുഹൃത്തുക്കളെപ്പോലെ അടുത്തടുത്തിരി ക്കുകയായിരുന്നു.

“ഇന്തനേരം ഉങ്കളുക്ക് യാർ പക്കത്തില ഇരുന്താൽ പിടിക്കുമെൻറു എനക്കു നന്റ്രാകത്തെരിയും”[11]

മറുപടി പറയാതെ യുവരാജാവ് ഒഴുകുന്ന നദിയിൽ നോക്കിയിരുന്നു.

പിറ്റേ ദിവസം പത്മനാഭപുരം കൊട്ടാരത്തിന് സമീപത്തെ അമ്മ വീട്ടിലേക്ക് ഒരു കിഴവിയെയും കൂട്ടി രാമയ്യൻ ചെന്നു. നരകയറിയ മുടിയും കൂനിക്കൂടിയ ശരീരവുമുള്ള ആ കിഴവിയെ മുമ്പവിടെയാരും കണ്ടിട്ടില്ലായിരുന്നു. തെക്കേപ്പുരയുടെ വരാന്തയിൽ അവരെ രാമയ്യൻ ഇരുത്തി. കുട്ടികൾ ചുറ്റിലും കൂടി.

"വരുംകാലത്തൈ സൊല്ലപ്പോകും പാട്ടിയാ."[12]

വീടിന്റെ മട്ടുപ്പാവിൽ ഉമ്മിണിത്തങ്ക വന്നപ്പോൾ അവൾ കേൾക്കും വിധം രാമയ്യൻ പറഞ്ഞു.

"മാമിയാരേ എന്റെ ഭാവികാലം പറ. എന്റെ മൊഹലക്ഷണം പറയോ?" കുട്ടികൾ തിടുക്കം കൂട്ടി. കൂട്ടത്തിൽ മുതിർന്ന കുട്ടിയുടെ കൈ നോക്കി കിഴവി പേരും നാളും സ്വഭാവവും പറഞ്ഞിട്ട് ഭാവി പ്രവചിച്ചപ്പോൾ കുട്ടികൾ അതിശയിച്ചു. കിഴവി ഒരു പാട്ടുപാടി. കുട്ടികൾ കേട്ടിരുന്നു. പാട്ടു തീരാറായപ്പോൾ ഉമ്മിണിത്തങ്കയും കുട്ടികളുടെ കൂട്ടത്തിൽ എത്തി. തങ്കയെ കണ്ടപ്പോൾ രാമയ്യനും ഉത്സാഹമായി.

"കൊച്ചമ്പ്രാട്ടിയുടെ തിരുമൊഹത്തെന്തര് ഒരു വെഷമം?"കിഴവി വാത്സല്യത്തോടെ ചോദിച്ചു. ചോദ്യം കേട്ട ഉമ്മിണിത്തങ്ക കൂടുതൽ വിഷാദത്തിലായി. അതു കണ്ട് കിഴവി കുട്ടികളോട് "നിങ്ങൾ പെയ് കളിപ്പിൻ." എന്നു പറഞ്ഞു. അവർ മുറ്റത്തേക്ക് ഓടി.

"നീയും പെയ് കളി" സമീപത്തു നിന്ന രാമയ്യനോട് കിഴവി തമാശയായി പറഞ്ഞു. അയാളും പോയി.

താമരപ്പൂവിന്റെ നിറമുള്ള ഉമ്മിണിത്തങ്കയുടെ ഇടത്കൈ കിഴവി തന്റെ കൈയിലെടുത്തു.

"തമ്പ്രാട്ടിയുടെ മനതിലെ കിനാവ് ആച്ചി പറയട്ടെ?"

ഒരേ സമയം അവൾക്ക് സങ്കടവും ലജ്ജയും വന്നു.

"നിരീക്കണതൊന്നും അങ്ങോട്ട് പറയാനകൊണ്ട് നേരോം കാലോം ഒക്കണില്ല അല്ലേ? ആ മനതിലെന്തരാണെന്ന് അറിയാനും ഒക്കണില്ല. ശരിയല്ലേ?"

ഉമ്മിണിത്തങ്കയ്ക്ക് കരച്ചിൽ വന്നു.

അവൾ നിരാശയോടെ നോക്കി.

"തമ്പ്രാട്ടിയോടു ചൊല്ലാൻ ആ ആളും ഒരുപാട് കൂട്ടിവച്ചിരിക്കേണ്. ആ മനിതനും ഇഷ്ടമാ ഈ ചുന്ദരിയെ." കേൾക്കാൻ ആഗ്രഹിച്ചത് കേട്ടപ്പോൾ തങ്കയുടെ മുഖം ചുവന്നു.

"ആച്ചിക്കെന്താ അത്ര ഉറപ്പ്?" തങ്ക ലജ്ജയോടെ മെല്ലെ ചോദിച്ചു.

കിഴവി അവളുടെ കണ്ണുകളിൽ സൂക്ഷിച്ചുനോക്കി. പ്രകാശമുള്ള കണ്ണുകൾ. കിഴവി അവളുടെ രണ്ടു കൈകളും ചേർത്തുപിടിച്ചു. അവളുടെ ഹൃദയം പിടച്ചു.

അവളുടെ കണ്ണുകളിൽനിന്ന് കണ്ണെടുക്കാതെ കിഴവി ഈണത്തിൽ

ശബ്ദം താഴ്ത്തി പാടി.

“തെനവളന്നു... തെനവെളഞ്ഞു
തെനതിമ്മാൻ കിളിയിറങ്ങി
കിളിയാട്ടാൻ പെണ്ണെറങ്ങി
പെണ്ണിന്റെ വളകിലുങ്ങി
വളകിലുങ്ങി കിളിപറന്നു
കിളിപറന്നു മല കടന്നു.”

പാട്ടുകേട്ട തങ്കയുടെ കണ്ണുകൾ നിറഞ്ഞൊഴുകി.

“തങ്കേ, നോക്ക്. ഇത് ഞാനാ... നിന്നെക്കുറിച്ച് സദാ ചിന്തിച്ചു നടക്കുന്ന ആ ആൾ.” കിഴവിയുടെ വിറയാർന്ന ശബ്ദം മാറി. പുരുഷശബ്ദം കേട്ടപ്പോൾ ഞെട്ടലോടെ ചാടി എഴുന്നേല്ക്കാൻ തുടങ്ങിയ തങ്കയെ മാർത്താണ്ഡവർമ്മ പിടിച്ചിരുത്തി. അവൾ കൈകൾ വേഗം പിടിവിടുവിപ്പിച്ചെടുത്തു.

“പേടിക്കണ്ട. മറ്റുള്ളവരുടെ കണ്ണിൽ ഞാൻ മാമിയാരാ. നിനക്കു മാത്രം മാർത്താണ്ഡൻ.” യുവരാജാവ് പറഞ്ഞു. അടുത്തു കാണാനും ഒരുപാട് സംസാരിക്കാനും ആഗ്രഹിച്ച ആൾ ഒട്ടും പ്രതീക്ഷിക്കാതെ അരികിൽ വന്നിരിക്കുന്നു. എന്തെല്ലാം മനസ്സിൽ കരുതിവച്ചതാണ്. പക്ഷേ, ഒന്നും പറയാനാകാതെ ഉമ്മിണിത്തങ്ക വിറച്ചു. ഇങ്ങനെ അടുത്തിരിക്കാൻ താനെന്നു മാത്രം ആഗ്രഹിച്ചതാണ്. പക്ഷേ, മനസ്സ് വിറയ്ക്കുന്നു. തന്റെ ഹൃദയത്തിൽ വസിക്കുന്ന പുരുഷൻ തന്നെ കാണാൻ വേണ്ടി വേഷം കെട്ടി സാഹസപ്പെട്ടു എത്തിയിരിക്കുന്നു. ആരെങ്കിലും തിരിച്ചറിഞ്ഞാൽ? അവളുടെ കണ്ണിൽ ഇരുട്ടു കയറുമ്പോലെ തോന്നി. തന്റെ ഇഷ്ടം അമ്മയൊരിക്കലും അംഗീകരിക്കില്ലെന്നും ഉമ്മിണിത്തങ്കയ്ക്ക് അറിയാമായിരുന്നു.

“തങ്കേ എന്തിനാ ഭയം? നമ്മുടെ അടുത്തല്ലേ. ആകാശം ഇടിഞ്ഞു വീണാലും നാം കാത്തോളാം.” യുവരാജാവിന്റെ ആ വാക്കുകൾ അവളെ അത്യധികം സന്തോഷവതിയാക്കി. ഒരു നിമിഷംകൊണ്ട് എല്ലാ ഭയവും വിട്ടൊഴിഞ്ഞതായി അവൾക്കു തോന്നി.

“തങ്കയ്ക്ക് പുടവ തരണമെന്നാ ഏറ്റവും വലിയ മോഹം. ഇപ്പോൾ നമുക്കതാവില്ല. നാളെ പുലരുമ്പോൾ മധുരയ്ക്ക് പോണം. പടയുമായി തിരിച്ചു വരണം. ശത്രുക്കളെ എന്നെന്നേക്കുമായി അമർച്ച ചെയ്യണം. നമ്മുടെ ജീവനും ഭീഷണിയിലാണ്.”

“അയ്യോ! അങ്ങനെയൊന്നും പറയല്ലേ. ഹൃദയം പൊട്ടി ഈ പാവം മരിക്കും.”

“സമാധാനിക്കൂ. ഏത് ആപത്തിലും പത്മനാഭൻ തുണയുണ്ട്. എല്ലാം ശുഭമാകാൻ പ്രാർത്ഥിക്കണം.”

“പ്രാർത്ഥന എപ്പോഴുമുണ്ട്.” അവൾ വിങ്ങലോടെ പറഞ്ഞു.

“ആദ്യം രാജ്യത്തിന്റെ സമാധാനം. അതുകഴിഞ്ഞ് നമ്മുടെ കാര്യം. മാർത്താണ്ഡവർമ്മ പുടവ നല്കുന്നത് ഉമ്മിണിത്തങ്കയ്ക്കായിരിക്കും. മറ്റൊരാൾ ആ സ്ഥാനത്തേക്ക് വരവുണ്ടാകില്ല.”

“ഈ വാക്കു കേൾക്കാൻ എത്രമാത്രം കൊതിച്ചു. ഇതുമാത്രം മതി. നൂറുജന്മം കാത്തിരിക്കാൻ.”

അവരിരുവരും പരസ്പരം നോക്കിയിരുന്നു. രണ്ടുപേരുടെയും മനസ്സ് വിടർന്നു. ചുട്ടുപഴുത്ത രണ്ടു മനസ്സുകളിൽ ഹിമമഴ പെയ്തു. ഒരാളിന്റെ സാമീപ്യവും കുളിർ വാക്കുകളും മറ്റൊരാളെ ഇത്രമാത്രം സ്വച്ഛതയിലും ആനന്ദത്തിലും എത്തിക്കുമോയെന്നവർ ഒരേ സമയം ചിന്തിച്ചു. പിടയ്ക്കുന്ന അവളുടെ കണ്ണുകളിൽനിന്ന് യുവരാജാവിന് നോട്ടം പിൻവലിക്കാനായില്ല.

പരസ്പരം നോക്കിയിരിക്കുന്ന ഇരുവരെയും അകലെ നിന്ന രാമയ്യൻ ശ്രദ്ധിച്ചു. മറ്റാരും അവരെ ശ്രദ്ധിക്കുന്നില്ലെന്ന് ഉറപ്പു വരുത്തിയിട്ട് രാമയ്യൻ അല്പസമയം കൂടി കഴിഞ്ഞ് അവരുടെ അടുത്തേക്ക് ചെന്നു.

“പാട്ടീ പോകലാമാ?”[13] രാമയ്യൻ ചോദിച്ചു.

അവളുടെ അരികിൽ നിന്ന് പിരിഞ്ഞു പോകാൻ മനസ്സ് അനുവദിച്ചില്ലെങ്കിലും യുവരാജാവ് എഴുന്നേല്ക്കാൻ ഉറച്ചു.

“ഭാവി ഫലം പറഞ്ഞിട്ടും കൊച്ചമ്പ്രാട്ടിയുടെ മൊഹം തെളിഞ്ഞില്ലല്ലോ?”

സന്തോഷംകൊണ്ട് ഉമ്മിണിത്തങ്കയുടെ കണ്ണുകൾ നിറഞ്ഞു തൂവി.

‘‘ദക്ഷിണ കിട്ടിയാൽ ആച്ചി വിടവാങ്ങിയേനെ.’’ വിറയാർന്ന സ്ത്രീശബ്ദത്തിൽ അതു പറഞ്ഞിട്ട് വലതു കൈ നീട്ടി നില്ക്കുന്ന യുവരാജാവിന് എന്തു നല്കണമെന്ന് അവൾ സംശയിച്ചു. അവൾ കഴുത്തിലണിഞ്ഞിരുന്ന തങ്കമാലയുടെ ചുട്ടി കൊളുത്തിൽ നിന്നൂരിയെടുത്ത് അതിൽ കൊത്തിവച്ചിരുന്ന ശ്രീ പത്മനാഭന്റെ രൂപത്തിൽ നെറ്റി ചേർത്തു പ്രാർത്ഥിച്ചിട്ട് അരയിൽ ചുറ്റിയിരുന്ന ചെമ്പട്ടഴിച്ച് അതിൽ പൊതിഞ്ഞ് യുവരാജാവിനു നല്കി. യുവരാജാവ് ചുട്ടിയിലും അവളെയും മാറി മാറി ഇഷ്ടത്തോടെ നോക്കിയിട്ട് കണ്ണുകൾകൊണ്ട് യാത്ര പറഞ്ഞു പുറത്തേക്കു നടന്നു.

ഉമ്മിണിത്തങ്ക നോക്കിനിന്നു. നടത്തയും ഭാവവും വയ്യായ്കയുമെല്ലാം തനിവൃദ്ധയുടേതു തന്നെയായിരുന്നു. തങ്കയ്ക്ക് ചിരി വന്നു. യുവരാജാവ് നടന്ന് കൊട്ടാരവാതില്ക്കൽ എത്തിയപ്പോൾ ഒന്നു തിരിഞ്ഞു നോക്കിയെങ്കിലെന്ന് തങ്ക ആഗ്രഹിച്ചു. അത് തിരിച്ചറിഞ്ഞിട്ടെന്നപോലെ ആ നിമിഷം യുവരാജാവ് പുഞ്ചിരിയോടെ തിരിഞ്ഞു നോക്കി. യുവരാജാവും രാമയ്യനും കവാടം കടന്നു മറഞ്ഞു.

അതുവരെ അനുഭവിച്ചിട്ടില്ലാത്ത ആഹ്ലാദത്തോടെ അവൾ മുറിയിലേക്കോടി.

യുവരാജാവും രാമയ്യനും നടന്ന് നദിക്കരയിൽ എത്തി. തെളിഞ്ഞ നദിയിൽ തന്റെ വൃദ്ധവേഷം നോക്കി യുവരാജാവ് നിന്നു.

"ഇളവരശെ, നീങ്കൾ അരുവിയിൽ മുഖം പാർക്ക ആരംഭിത്തു പൊഴുതാകിവിട്ടതേ."[14]

"മനസ്സിപ്പോൾ തൂവലുപോലെ ഭാരശൂന്യമാണ്. നൂറുനൂറു വേഷം കെട്ടി ഈ പ്രപഞ്ചം മുഴുവൻ അലഞ്ഞു തിരിയണം. മറ്റൊരു മനുഷ്യനാകുകയല്ലേ? മറ്റൊരാളുടെ സ്വപ്നങ്ങൾ, ചിന്തകൾ, വേദനകൾ അതിലൂടെ സഞ്ചരിക്കുമ്പോൾ എല്ലാ വേദനയും ഇല്ലാതാകും. തന്റെ ബുദ്ധിയിലാ വേഷം കെട്ട് ഉദിച്ചത്. അതു നന്നായി. ഇതങ്ങോട്ട് അഴിച്ചു മാറ്റാൻ ഒരു മടി. എന്തോ ഇതുവരെ തോന്നാത്ത ഒരു ഉല്ലാസം. എങ്കിലും അഴിച്ചല്ലേ പറ്റൂ." അതു പറഞ്ഞിട്ട് യുവരാജാവ് വേഷം മാറി. സ്വന്തം വേഷം അണിഞ്ഞിട്ട് കുറച്ചു നേരം നദിയിൽ പ്രതിരൂപം നോക്കി നിന്നു.

"രാമയ്യാ, ഈ വേഷം എനിക്ക് ഇണക്കമില്ലെന്നു തോന്നുന്നോ?"

"ഇളവരശനിൻ വേഷമല്ല, തിരുവിതാങ്കോട് മന്നനിൻ വേഷം താൻ ഉങ്കളുക്കു നന്റ്റാക പൊരുന്തും എൻറു എനക്കു തോൻറുകിറതു"[15]

"അത് മോഹിച്ചു കഴിയുന്ന ചിലരുണ്ടെന്ന് തനിക്കറിയില്ലേ."

"തകുതിയില്ലാത ആശൈകളെ പൂർത്തിശെയ്യ യാരാൽ മുടിയും ഇളവരശേ? അതു സർവ്വ നാശത്തുക്ക് വഴിയാകും എൻറു യാരുക്കു താൻ തെരിയാതു?"[16]

"പക്ഷേ, രാമയ്യാ..."

"നാട്ടൈ ആളപ്പോകും ഇളവരശനിൻ നാവിൽ 'ആനാൽ' എൻട്ര വാർത്തൈ വരക്കൂടാതു. രാജാവുക്കു മുന്നാൽ ഇരണ്ടു തരം മനിതർകൾ താൻ. നൻപർകളും എതിരികളും. രാജാവൈ എതിർപ്പവർകൾ എല്ലാം എതിരികൾ. രാജഹിതത്തൈ ഏർപ്പവർകൾ നൻപർകൾ. എതിരികൾക്കു തണ്ടനൈ മരണം. അതൈ നടത്തുവതു താൻ രാജധർമ്മം."[17] രാമയ്യൻ ഉറപ്പോടെ പറഞ്ഞു.

ചഞ്ചലചിത്തനായ യുവരാജാവിനെ ദൃഢചിത്തനാക്കാൻ രാമയ്യന് വേഗത്തിൽ സാധിച്ചു. നദിക്കരയിൽ നിന്നാരംഭിച്ച അവരുടെ സംഭാഷണവും തർക്കവിതർക്കങ്ങളും കൊട്ടാരത്തിൽ എത്തിയിട്ടും അവസാനിച്ചില്ല. രാത്രി വൈകിയും അതു നീണ്ടു. പുതിയ ചങ്ങാതിയെ യുവരാജാവിന് നന്നേ ബോധിച്ചു. പറയുന്ന കാര്യങ്ങൾ സമർത്ഥിക്കുന്നതിന് ലോകോക്തികൾ നിരത്തിയും ഉദാഹരണങ്ങൾ പറഞ്ഞും രാമയ്യൻ യുവരാജാവിനെ അതിശയിപ്പിച്ചു.

"അരശൻ തൻ മക്കളൈപ്പറ്റിത്താൻ നിനൈക്കണം. ആനാൽ മക്കളൈപ്പോല ആകിവിടക്കൂടാതു. തോല്വിയടയ്ന്ത അരശർകൾ എല്ലാം മക്കളൈ മാതിരി നിനൈത്തവർകൾ താൻ. രാജാ പ്രജൈ എൻറു നിനൈത്താലും പ്രജൈ രാജാവെൻറു നിനൈത്താലും നാശം താൻ കടശി

യിൽ"[18] രാമയ്യൻ പറഞ്ഞു.

ഒറ്റയ്ക്ക് ഉറങ്ങാൻ കിടന്ന യുവരാജാവിന്റെ മനസ്സിലേക്ക് ഉമ്മിണിത്തങ്ക കടന്നുവന്നു. അവൾ സമ്മാനിച്ച സ്വർണ്ണച്ചുട്ടിയും ചെമ്പട്ടും നെഞ്ചിൽ ചേർത്തുവച്ച് യുവരാജാവ് കണ്ണടച്ചു കിടന്നു. ചുണ്ടുകൾ മെല്ലെ അനങ്ങി.

വളകിലുങ്ങി മനതിളകി
കിളിപറന്നു മനതിടിഞ്ഞു...
തെനവളന്നു തെനവെളഞ്ഞു
തെനതിമ്മാൻ കിളിയിറങ്ങി
കിളിയാട്ടാൻ പെണ്ണെറങ്ങീ
മനതിളകി മാരനെത്തി
പെണ്ണണഞ്ഞു ചേർന്നണഞ്ഞു
മെല കുലുങ്ങി വളയുടഞ്ഞു.

ഓർമ്മകളിലൂടെ സഞ്ചരിച്ച യുവരാജാവ് ചീറ്റിത്തെറിച്ച നിർവൃതിയോടെ മയക്കത്തിലേക്ക് വഴുതി വീണു.

---

1. ഒന്നും ചോദിക്കാനും പറയാനും ഇല്ലെങ്കിലും ഒന്നു വരണമെന്നു തോന്നി. വന്നു.
2. യുവരാജാവിന്റെ മനസ്സ് മറ്റെവിടെയോ ആണെന്ന് മുഖം കണ്ടാലറിയാം. അതെന്താണെന്നറിയിച്ചാൽ അടിയനെക്കൊണ്ടാകും വിധം...
3. ഈ നിശ്വാസത്തിന്റെ ഹേതു എന്താണെന്നു ഊഹം പറയട്ടെ?
4. രാജ്യകാര്യമല്ല, ശത്രു ഭീഷണിയല്ല, മധുരയിലേക്കുള്ള യാത്രയോ വിജയപരാജയങ്ങളോ അല്ല...
5. ഭാവിയും ഭൂതവും അല്ല.
6. ഭാവി രാജാവിന് രാജ്യത്തിന്റെ ഭാവിയിലല്ല ആശങ്ക. അതെന്തു മറിമായം.
7. ആരാണാ പെൺകൊടി?
8. എനിക്കും ഒറ്റയ്ക്കിരിക്കാൻ ഇഷ്ടമാ യുവരാജാവേ. കുന്നിൻ പുറവും കടൽത്തീരവുമാ പ്രിയം.
9. ശ്രീകൃഷ്ണൻ മഥുരയ്ക്കു പോകുമ്പോൾ കണ്ണീർ വാർത്തത് ഗോപസ്ത്രീകളാണെങ്കിൽ യുവരാജാവ് മധുരയ്ക്കു പോകുമ്പോൾ കണ്ണീർ വാർക്കുന്നത് ആരാവും?
10. ഉമ്മിണിത്തങ്കയെ ഒറ്റയ്ക്ക് കാണണം. സംസാരിക്കണം. അത്രയല്ലേയുള്ളു. വഴിയുണ്ടാക്കാം. പൊൻ പണത്തിന്റെ കാര്യം മറക്കണ്ട.
11. ഇപ്പോൾ അങ്ങ് ആരുടെ സാമീപ്യമാണ് കൂടുതൽ കാംക്ഷിക്കുന്നതെന്ന് എനിക്കറിയാം.
12. ഭാവി ഫലം പറയുന്ന മുത്തശ്ശിയാ.
13. മുത്തശ്ശീ, പോയാലോ?
14. യുവരാജാവ് നദിയിൽ കണ്ണാടി നോക്കി നില്ക്കാൻ തുടങ്ങിയിട്ട് നേരമൊത്തിരിയായല്ലോ.

15. ഇളങ്കൂറിന്റെയല്ല, തിരുവിതാങ്കോട് മഹാരാജാവിന്റെ വേഷമാ യുവരാജാവിന് കൂടുതൽ ഇണക്കമെന്ന് എനിക്ക് തോന്നിയിട്ടുണ്ട്.
16. അനർഹമായ മോഹങ്ങൾ നിവർത്തിച്ചു കൊടുക്കാൻ ആർക്ക് കഴിയും യുവരാജാവേ. അത് സർവ്വനാശം വരുത്തുമെന്ന് ആർക്കാ അറിയാത്തത്.
17. നാടു ഭരിക്കേണ്ട യുവരാജാവിന്റെ നാവിൽ നിന്ന് 'പക്ഷേ' എന്ന പദം വരാൻ പാടില്ല. രാജാവിന്റെ മുന്നിൽ പ്രജകൾ രണ്ടു വിഭാഗക്കാരേയുള്ളൂ. മിത്രങ്ങളും ശത്രുക്കളും. രാജഹിതത്തിന് എതിർ നില്ക്കുന്നവരെല്ലാം ശത്രുക്കൾ. ഹിതാനുസരണം നില്ക്കുന്നവർ മിത്രങ്ങൾ. ശത്രുക്കൾക്ക് ശിക്ഷ മരണം. അത് നടപ്പാക്കുകയാണ് രാജധർമ്മം.
18. രാജാവ് ചിന്തിക്കേണ്ടത് പ്രജകൾക്ക് വേണ്ടിയാകണം. പക്ഷേ, പ്രജകളെപ്പോലെയാകരുത്. പരാജയപ്പെട്ട രാജാക്കന്മാരെല്ലാം പ്രജകളെപ്പോലെ ചിന്തിച്ചവരാണ്. രാജാവ് പ്രജയാണെന്നു കരുതിയാലും പ്രജ രാജാവാണെന്നു കരുതിയാലും നാശമാണ് ഫലം.

പതിമൂന്ന്

കൂറ്റൻ കൊടുങ്കാറ്റ് ആരുവാമൊഴി കടന്ന് തിരുവിതാങ്കോടിലേക്ക് പ്രവേശിച്ചു. യുവരാജാവിന്റെ തന്ത്രപരമായ ഇടപെടലുകൾക്കും വിലപേശലുകൾക്കും ഒടുവിലാണ് ആ കൊടുങ്കാറ്റിനെ ആനയിക്കാനായത്. പിള്ളമാരെയും മാടമ്പിമാരെയും ഇടപ്രഭുക്കന്മാരെയും അമർച്ച ചെയ്യുകയായിരുന്നു പ്രധാന ലക്ഷ്യം. ഭ്രാന്താവേശമുള്ള വീരനായകരായിരുന്നു പട നയിച്ചത്. വെങ്കിടപതിനായ്ക്കന്റെ നേതൃത്വത്തിൽ ആയിരം കുതിരപ്പടയാളികളും നൃപതിനായ്ക്കന്റെ നേതൃത്വത്തിൽ രണ്ടായിരം കാലാൾപ്പടയും ആർത്തുവിളിച്ചു വന്നപ്പോൾ ജനങ്ങൾ ഭയന്നോടി. കാടിനെയും നാടിനെയും പ്രകമ്പനം കൊള്ളിച്ച പട തിരുവനന്തപുരത്ത് താവളമടിച്ചു. അതുവരെ കണ്ടിട്ടില്ലാത്ത പടക്കൂട്ടം നാട്ടുകാരെ പരിഭ്രമിപ്പിച്ചു.

പ്രതിവർഷം മൂവായിരം രൂപ തിരുവിതാങ്കോട് രാജാവ് കപ്പം കൊടുത്താണ് പടയെ സ്വന്തമാക്കിയത്. ഇത്രയും വലിയ പടയോട് ഏറ്റുമുട്ടാൻ പിള്ളമാർക്കെന്നല്ല, ചക്രവർത്തിമാർക്കുപോലും കഴിയില്ല.

വെങ്കിടപതി നായ്ക്കൻ, ചെറുസംഘം കുതിരപ്പടയാളികളുമായി നാടു മുഴുവൻ ചുറ്റിക്കറങ്ങി. നൃപതി നായ്ക്കനാകട്ടെ ജനവാസകേന്ദ്രങ്ങളിൽ കാലാൾപ്പടയുമായി കറങ്ങി നടന്നു. ആക്രമണം ആസന്നമായെന്നു ജനം ഉറപ്പിച്ചു.

മാടമ്പിമാരിൽ ചിലരെ നായ്ക്കന്റെ പടയാളികൾ അങ്ങോട്ടു പോയി അതിക്രൂരമായി ആക്രമിക്കുക കൂടി ചെയ്തപ്പോൾ നാട്ടിൽ ഭീകരാന്തരീക്ഷം ഉടലെടുത്തു. തിരുവിതാങ്കോടിന്റെ മുക്കിലും മൂലയിലും പട എത്തി. തങ്ങളോളം ശക്തിയും ആയുധബലവുമുള്ളവർ ഇന്നാട്ടിലോ മറുനാട്ടിലോ ഇല്ലെന്നു നാട്ടുകാരെ ബോദ്ധ്യപ്പെടുത്താനായിരുന്നു

നായ്ക്കന്മാർ പ്രധാനമായും ശ്രമിച്ചത്.

പടപ്പാളയത്തിനു സമീപം വസിച്ചവർ ഭയത്തോടെ കുടിയൊഴിഞ്ഞു പോയി. കാളക്കൂറ്റന്മാരെപ്പോലെയുള്ള പാണ്ടിപ്പടയാളികൾ നാട്ടിൽ തലങ്ങും വിലങ്ങും നിർബ്ബാധം സഞ്ചരിച്ച് കൊള്ളയടിക്കുകയും എതിർത്തവരെ നിർദ്ദാക്ഷിണ്യം ആക്രമിക്കുകയും ചെയ്തു.

രാഘവയ്യൻ, സുബ്ബയ്യൻ എന്നീ പടത്തലവന്മാർ ഓരോ ദിവസവും പടയാളികളുമായി നാട്ടിലേക്കിറങ്ങി. തിരുവനന്തപുരത്തും പരിസരത്തുമുള്ള പ്രക്ഷോഭകാരികളെ ഭയപ്പെടുത്തി ഓടിക്കുകയായിരുന്നു നായ്ക്കന്മാരുടെ ലക്ഷ്യം. തങ്ങളുടെ നിത്യസഞ്ചാരവഴികളിൽ ഒരൊറ്റ ആളെപ്പോലും അവർ പാർപ്പിച്ചില്ല.

നായ്ക്കന്മാരുടെ സൈന്യം നാട്ടിലിറങ്ങി പോർവിളിച്ചും ശക്തി കാട്ടിയും മുന്നേറുന്നതിൽ യുവരാജാവ് സന്തോഷിച്ചു. അവരുമായി ഏറ്റുമുട്ടാൻ എട്ടുവീട്ടിൽ പിള്ളമാർക്ക് കഴിയില്ലെന്ന് യുവരാജാവ് ഉറപ്പിച്ചു. വൃദ്ധബ്രാഹ്മണ ദമ്പതികളുടെ പ്രച്ഛന്നവേഷം കെട്ടി യുവരാജാവും രാമയ്യനും നാടു മുഴുവൻ ചുറ്റിക്കറങ്ങുകയും ആക്രമണങ്ങൾ നേരിൽ കണ്ടാനന്ദിക്കുകയും ചെയ്തു.

തിരുവിതാങ്കോട് അകം പുറം ഇളകി മറിഞ്ഞു. പിള്ളമാരുമായി നായ്ക്കന്മാർ ഏറ്റുമുട്ടുമെന്നു നാട്ടുകാർ പ്രതീക്ഷിച്ചെങ്കിലും അതുണ്ടായില്ല. ഏറ്റുമുട്ടിയാൽ അതൊരു വലിയ യുദ്ധമായിത്തീരുമെന്ന് ഏവർക്കും അറിയാമായിരുന്നു.

കമ്പനിപ്പടയാളികളായ വില്യം ഗിഫോർഡിനെയും സംഘത്തെയും വധിച്ച കൊടുമൺ സൂര്യരാഘവപിള്ളയെക്കുറിച്ചും അദ്ദേഹത്തിന്റെ മിന്നലാക്രമണത്തെക്കുറിച്ചും നായ്ക്കന്മാർ കേട്ടിട്ടുണ്ടായിരുന്നു. ആയുധധാരികളായ കമ്പനിപ്പടയാളികളെ കൊന്നു തള്ളിയതെങ്ങനെയെന്ന് അവർ അത്ഭുതപ്പെട്ടു. പിള്ളമാരുമായി നേരിട്ടൊരാക്രമണം ഒഴിവാക്കാനായിരുന്നു നായ്ക്കന്മാർ ശ്രമിച്ചത്. പിള്ളമാർക്കെതിരെ വിജയം നേടിയാലും തങ്ങൾക്കുണ്ടാകുന്ന ആൾനാശത്തെക്കുറിച്ചു പ്രവചിക്കാനാകില്ലെന്നും നായ്ക്കന്മാർക്കറിയാമായിരുന്നു. വിജയിക്കണമെങ്കിൽ പിള്ളമാരുടെ ആയുധശക്തിയും അംഗബലവും ആക്രമണ രീതിയും അറിയണം. അത് മഹാരാജാവിനും യുവരാജാവിനും പോലും അജ്ഞാതമാണ്.

പിള്ളമാരും കുറുപ്പന്മാരും അവരുടെ ആജ്ഞാനുവർത്തികളായ മാടമ്പിമാരും തിരുവിതാങ്കോടും നെടുമങ്ങാട്, ആറ്റിങ്ങൽ ദേശവഴികളിലും തട്ടുതട്ടായി അടരുകളുള്ള ഒരു പൂവിന്റെ മാതൃകയിലാണ് താമസിച്ചത്. അത് ആസൂത്രിതമായ ഒരു വിന്യാസമാണെന്ന് നായ്ക്കന്മാർ മനസ്സിലാക്കി. പിള്ളമാരുടെ വീടുകൾക്കിടയിൽ ശക്തിയും ആയുധബലവുമുള്ള മാടമ്പിമാർ താമസിച്ചിരുന്നു. ഓരോ മാടമ്പിയും തങ്ങൾക്കു ചുറ്റും

ആജ്ഞാനുവർത്തികളെയും പാർപ്പിച്ചിരുന്നു. ആക്രമണങ്ങളെ പ്രതിരോധിക്കാനാവും വിധത്തിലും ഒരിടത്ത് ആക്രമണം ഉണ്ടായാൽ നാലു വഴിയിലേക്കും സന്ദേശമെത്തിക്കാൻ കഴിയുംവിധത്തിലുമായിരുന്നു അവർ വസിച്ചിരുന്നത്.

മാടമ്പിമാരെയും പ്രഭുക്കളെയും ആക്രമിച്ച നായ്ക്കന്മാർ നാട്ടുകാർക്കു നേരെയും ആക്രമണവും കൊള്ളയും നടത്തി. കുതിരപ്പുറത്ത് പാഞ്ഞുവന്നു വെങ്കിടപതി നായ്ക്കൻ സ്ത്രീകളെ റാഞ്ചിക്കൊണ്ടുപോയി. നാട് കിരാതവാഴ്ചയിൽ അമർന്നു.

തിരിച്ചടിക്കാതെ തരമില്ലെന്നു പിള്ളമാർ കണക്കുകൂട്ടി. നായ്ക്കന്മാർക്കല്ല, അവരെ നിയോഗിച്ച യുവരാജാവിനാണ് താക്കീത് നല്കേണ്ടതെന്നും അവർ തീരുമാനിച്ചു.

യുവരാജാവ് വേഷപ്രച്ഛന്നനായി നാടു മുഴുവൻ ചുറ്റിക്കറങ്ങി എല്ലാം നേരിൽ കണ്ട് മനസ്സിലാക്കുന്നുണ്ടെന്ന് പിള്ളമാർക്ക് വിവരം കിട്ടി.

സ്ത്രീവേഷം കെട്ടാനായിരുന്നു യുവരാജാവിന് ഏറെ ഇഷ്ടം. വേഷം കെട്ടിയ യുവരാജാവ് രാമയ്യന്റെ കൈ കോർത്തു പിടിച്ചും തോളിൽ കൈ ചുറ്റിയും വനാന്തരത്തിലേക്കും വിജനമായ കുന്നിൻ മുകളിലേക്കും സഞ്ചരിച്ചു.

ഒരിക്കൽ ആറ്റിങ്ങൽ മൂത്തറാണിയും മകൻ രാമവർമ്മയും തിരുവനന്തപുരം കൊട്ടാരത്തിൽനിന്ന് അംഗരക്ഷകർക്കൊപ്പം മടങ്ങവേ വഴിമദ്ധ്യേ രാമനാമഠത്തിൽ പിള്ളയുടെ നേതൃത്വത്തിൽ വഴി തടഞ്ഞു. യുവരാജാവ് വേഷപ്രച്ഛന്നനായി സഞ്ചരിക്കുകയാണെന്നു കരുതിയാണ് റാണി സഞ്ചരിച്ച പല്ലക്ക് തടഞ്ഞത്. റാണിയും മകനുമാണെന്ന് മനസ്സിലാക്കിയ രാമനാമഠം പിള്ള താണുവണങ്ങി മാപ്പപേക്ഷിച്ചു. റാണിക്കൊപ്പം അകമ്പടി സേവിച്ചിരുന്ന കിളിമാനൂർ കോയിത്തമ്പുരാൻ ഉടവാളുമായി രാമനാമഠം പിള്ളയെ നേരിട്ടു. റാണിയുടെ പല്ലക്ക് തടഞ്ഞധിക്കാരം മാപ്പാക്കാൻ കോയിത്തമ്പുരാൻ ഒരുക്കമായിരുന്നില്ല. ഇരുകൂട്ടരും തമ്മിൽ ഉഗ്രപോരാട്ടം നടന്നു. രാമനാമഠത്തിൽ പിള്ളയെ വധിക്കാതെ പിന്നോട്ടില്ലെന്ന മട്ടിൽ കോയിത്തമ്പുരാൻ വാൾപയറ്റ് നടത്തി. പ്രതിരോധിക്കാനാണ് പിള്ള ശ്രമിച്ചത്. പക്ഷേ, അപ്രതീക്ഷിതമായി പിള്ളയുടെ സംഘത്തിലെ രണ്ടുപേരെ കോയിത്തമ്പുരാൻ തലവെട്ടി വീഴ്ത്തി. സന്ധി ചെയ്യാനാവില്ലെന്നും പോര് നീണ്ടുപോയാൽ ആൾനാശം കൂടുമെന്നും മനസ്സിലാക്കിയ രാമനാമഠം പിള്ള ആകാശത്തോളം കുതിച്ചുയർന്ന് വായുവിൽ വട്ടം കറങ്ങി ഉറക്കെ വിളിച്ച് മിന്നൽ വേഗത്തിൽ വാൾകറക്കി നിലത്തെത്തിയപ്പോൾ കോയിത്തമ്പുരാന്റെ തലയറ്റു തെറിച്ചു.

ഒപ്പമുണ്ടായിരുന്ന പടയാളികൾ ഭയന്നോടി.

കോയിത്തമ്പുരാന്റെ വധം മഹാരാജാവിനെ ഉലച്ചു. യുവരാജാ

വിനത് കനത്ത പ്രഹരമായി. തിരുവിതാങ്കോടിൽ ചെറിയ കലാപങ്ങൾ പൊട്ടിപ്പുറപ്പെട്ടു. നായ്ക്കന്മാർക്ക് കരാർ പ്രകാരമുള്ള കപ്പം നല്കുന്നതിൽ കാലതാമസം വന്നതിനാൽ അവർ കലാപകാരികൾക്കു നേരേ കണ്ണടച്ചു. നായ്ക്കന്മാരുടെയും പടയാളികളുടെയും ദൈനംദിന ചെലവ് നിർവ്വഹിക്കാൻപോലും രാജാവ് പണിപ്പെട്ടു.

രാജ്യത്തിന്റെ സാമ്പത്തിക പ്രതിസന്ധിക്കു കാരണം മാർത്താണ്ഡ വർമ്മയുടെ എടുത്തുചാട്ടവും ഏകപക്ഷീയമായ തീരുമാനങ്ങളുമാണെന്ന് തമ്പിമാർ വാദിച്ചു. മഹാരാജാവിലൂടെ യുവരാജാവ് തന്റെ തീരുമാനങ്ങളാണ് നടപ്പാക്കുന്നതെന്നും രാമയ്യനുമായുള്ള കൂട്ടുകെട്ട് അവസാനിപ്പിക്കണമെന്നും അവർ പറഞ്ഞു. യുവരാജാവ് കോപിക്കുകയും കണക്കപ്പിള്ളമാർ പരിധി വിടരുതെന്ന് താക്കീതു നല്കുകയും ചെയ്തു. മഹാരാജാവ് നിസ്സഹായാവസ്ഥയിലായി. മക്കളും ശേഷക്കാരനും തമ്മിലുള്ള തർക്കങ്ങളും രാമൻ തമ്പിയെ ഭാവി രാജാവാക്കണമെന്നുള്ള അഭിരാമിയുടെ നിരന്തര സമ്മർദ്ദവും മഹാരാജാവിന് കടുത്ത മാനസിക സംഘർഷമുണ്ടാക്കി.

ഇംഗ്ലീഷ് ഈസ്റ്റ് ഇന്ത്യാ കമ്പനിയുമായുള്ള ഉടമ്പടി നായ്ക്കന്മാരുമായുള്ള ഉടമ്പടിപോലെ ധനനഷ്ടം ഉണ്ടാക്കിയെന്നല്ലാതെ ഉദ്ദേശിച്ച ഫലം കണ്ടില്ല. ആഭ്യന്തരകലാപം അമർച്ച ചെയ്യാൻ മുടക്കിയ തുകയെക്കുറിച്ചോർത്തപ്പോൾ മഹാരാജാവിന് കടുത്ത ദുഃഖം തോന്നി. ഒരു യുദ്ധത്തെ മുന്നണിയിൽനിന്നു നയിക്കാനുള്ള ത്രാണി തനിക്കില്ലെന്ന് മഹാരാജാവിന് അറിയാമായിരുന്നു.

ഇംഗ്ലീഷ് ഈസ്റ്റ് ഇന്ത്യാ കമ്പനി തിരുവിതാങ്കോടുമായി ഉടമ്പടിയിലേർപ്പെട്ടയുടനെ തന്നെ സുഗന്ധവ്യഞ്ജന വ്യാപാരത്തിൽ തങ്ങളുടെ ശത്രുക്കളായ ഡച്ചുകാരെ വേണാട്ടിൽനിന്നു തുരത്തുന്നതിന് ശ്രമം തുടങ്ങി. കമ്പനി മെല്ലെ മെല്ലെ ശക്തി പ്രാപിക്കുകയും അവർ കൊട്ടാരത്തിന്റെ അകത്തളങ്ങളിൽ വരെ അധികാരത്തോടെ കടന്നുചെല്ലുകയും ചെയ്തു. പ്രതീക്ഷിക്കാത്ത വിധം സംഭവഗതി കുഴഞ്ഞുമറിയുന്നതിൽ മഹാരാജാവ് അസ്വസ്ഥനായി.

തിരുവിതാങ്കോടിന്റെ കലുഷിതമായ അവസ്ഥയും യുവരാജാവിന്റെ തീരുമാനങ്ങൾ ദോഷകരമാകുന്നുവെന്ന മഹാരാജാവിന്റെ ആകുലതയും മാർത്താണ്ഡനുമായുള്ള തർക്കങ്ങളിൽ തമ്പിമാർ നേടുന്ന മേൽക്കൈയും അഭിരാമിയെ സന്തോഷിപ്പിച്ചു. കാലുഷ്യങ്ങൾക്കൊടുവിൽ മഹാരാജാവിന്റെ സിംഹാസനത്തിൽ രാമൻ തമ്പി ഉപവിഷ്ടനാകുമെന്നും അഭിരാമി സ്വപ്നം കണ്ടു. മരുമക്കത്തായസമ്പ്രദായം രാമവർമ്മയുടെ കാലത്തോടെ അവസാനിക്കണം. പുതിയ യുഗം പിറക്കണം. രാമൻ തമ്പി മഹാരാജാവാകണം. ഉള്ളിന്റെയുള്ളിൽ ആ മോഹം മഹാരാജാവിനുമുണ്ടെന്ന് അഭിരാമിക്കറിയാമായിരുന്നു. പക്ഷേ, മാർത്താണ്ഡന്റെ തന്ത്രപരമായ

നീക്കങ്ങളും യുദ്ധോത്സുകതയും ആധിപത്യസ്വഭാവവും കാരണം മഹാരാജാവിന് തന്റെ ഇംഗിതം പുറത്തു പറയാനാകുന്നില്ല.

മെല്ലെമെല്ലെയാണെങ്കിലും രാമൻ ഭരണകാര്യങ്ങളിൽ കൂടുതൽ ഇടപെടുന്നുണ്ട്. പല തീരുമാനങ്ങളും നടപ്പാക്കുകയും ചെയ്യുന്നു. നാട്ടിൽ കലാപങ്ങളും ആക്രമണങ്ങളും വർദ്ധിക്കണമെന്ന് അഭിരാമി ആഗ്രഹിച്ചു. ഏതു കലാപത്തിനു നേരേയും വാളെടുക്കുന്ന മാർത്താണ്ഡന്റെ സ്വഭാവം ആപത്ത് ക്ഷണിച്ചുവരുത്തലാണെന്ന് അഭിരാമിക്കറിയാമായിരുന്നു. രാമയ്യനുമായുള്ള അയാളുടെ ചങ്ങാത്തം സംശയബുദ്ധിയോടെയാണ് അഭിരാമി വീക്ഷിച്ചത്. ബ്രാഹ്മണബുദ്ധിയെ സൂക്ഷിക്കണമെന്നും അഭിരാമി കണക്കുകൂട്ടി.

മഹാരാജാവിന് രാജ്യകാര്യങ്ങളിൽ വലിയ ശ്രദ്ധയില്ല. മുമ്പെങ്ങുമില്ലാത്ത ആലസ്യം അദ്ദേഹത്തെ ബാധിച്ചിട്ടുണ്ട്. മാർത്താണ്ഡന്റെ പ്രേരണയ്ക്കു വഴങ്ങി ഓരോ അബദ്ധത്തിൽ പെടുന്നതിലും മഹാരാജാവിന് മനോദുഃഖം ഉണ്ടായിരുന്നു.

രാമൻ തമ്പിയെ ഭാവി മഹാരാജാവാക്കാനുള്ള തടസ്സം മാർത്താണ്ഡനാണ്. മാർത്താണ്ഡൻ ഇല്ലാതാകണം. തന്റെ പ്രാർത്ഥനകൾ ഒന്നൊഴിയാതെ നടപ്പാക്കിത്തന്ന ദേവനെ അഭിരാമി മുറതെറ്റാതെ പ്രാർത്ഥിച്ചു.

പതിനാല്

മാർത്താണ്ഡമഠത്തിൽ നരസിംഹൻ പിള്ള, രാമനാമഠത്തിൽ വിജയവീരേന്ദ്ര രാമനാമപിള്ള, കുളത്തൂർ വീരകുമാരപിള്ള, കഴക്കൂട്ടത്തു ത്രയംബകംപിള്ള, വെങ്ങാനൂർ ജയസിംഹൻ പിള്ള, ചെമ്പഴന്തി ഭദ്രാസനൻപിള്ള, കൊടുമൺ സൂര്യരാഘവപിള്ള, പള്ളിച്ചൽ വീരരായൻ പിള്ള എന്നീ എട്ടുവീട്ടിൽ മൂത്ത പിള്ളമാർ അത്യപൂർവ്വ സന്ദർഭങ്ങളിൽ മാത്രമേ ഒത്തുകൂടുകയുള്ളൂ. പനയറ മൂത്തകുറുപ്പിന്റെയും ചിറയിൻകീഴ് മൂത്തപിള്ളയുടെയും നേതൃത്വത്തിൽ അതീവ രഹസ്യമായി അവർ കഴക്കൂട്ടത്തുപിള്ളയുടെ വീട്ടിൽ ഒത്തുകൂടി. മണമ്പൂര്, പനയറ, വെട്ടൂര്, വർക്കല, ചിറയിൻകീഴ്, വക്കം, കടയ്ക്കാവൂര്, കൊടുമൺ, ആറ്റിങ്ങൽ, ഇടക്കോട്, ഇളമ്പൽ, ആവണിച്ചേരി, ആയിലം, ചെമ്പഴന്തി തുടങ്ങിയ തറകൂട്ടങ്ങളുടെ മേലാക്കന്മാരും വന്നു ചേർന്നു. വീടിനു ചുറ്റിലും പതിവിലേറെ വേൽക്കാരും വാൾക്കാരും ജാഗരൂകരായി നിന്നു. അകലെമാറി വീടിന്റെ നാലു ദിക്കിലായി നിരവധി പടയാളികൾ ആയുധവുമായി ഒളിവിലും തെളിച്ചത്തിലും നിന്നു. കരിങ്കാളിയുടെ സംഘം അമ്പും വില്ലുമായി വൃക്ഷങ്ങൾക്കു മുകളിൽ കണ്ണുംനട്ടിരുന്നു. എത്ര പടയാളികൾ വന്നാലും ആക്രമിച്ചു കീഴ്പ്പെടുത്താനുള്ള സംഘശക്തി അവർക്കുണ്ടായിരുന്നു. പനയറ മൂത്തകുറുപ്പിന്റെ അംഗരക്ഷകൻ വെണ്ണാമ്പിയും സംഘവും മുറ്റത്ത് വാളുമായി നിന്നു. പിള്ളമാരുടെ ഓരോ അംഗരക്ഷകർ വീതം വീട്ടുമുറ്റത്തും മറ്റുള്ളവർ പുറത്തും നിലയുറപ്പിച്ചു. കൊടുമൺപിള്ളയുടെ പടയാളികളായിരുന്നു കൂടുതലും ഉണ്ടായിരുന്നത്. അടച്ച മുറിക്കുള്ളിൽ പിള്ളമാർ യോഗം ചേർന്നു.

വേണാടിന്റെ പൊതുഅവസ്ഥയും തിരുവിതാങ്കോടിന്റെ വിശേഷാവസ്ഥയും അവർ ചർച്ച ചെയ്തു. നായ്ക്കന്മാർക്ക് ആക്രമണം എന്നതിനപ്പുറം കൊള്ളയ്ക്കും സുഖജീവിതത്തിനുമാണ് താല്പര്യമെന്നും ആക്രമണഭീതി നിലനിർത്തി കാലം കഴിക്കാനാണ് ശ്രമിക്കുന്നതെന്നും അവർ വിലയിരുത്തി. എന്നാൽ അവരെ അവഗണിക്കാനാവില്ലെന്നും ആക്രമണം ഉണ്ടാകില്ലെന്നും കരുതി സാധാരണ ജീവിതത്തിലേക്ക് മടങ്ങുമ്പോഴായിരിക്കും ശക്തമായി ആക്രമണം നടത്തുന്നതെന്നും പനയറ മൂത്ത കുറുപ്പ് പറഞ്ഞു. ജാഗരൂകരാകണമെന്നും ആക്രമണം ഉണ്ടായാൽ അതിശക്തമായി തിരിച്ചടിക്കണമെന്നും കൊടുമൺപിള്ള പറഞ്ഞു.

"നേരും ഹൈമാന്യോമില്ലാത്തവന്മാരാ. ഒരുമിച്ചു വരൂല്ല. അഞ്ചോ ആറോ കൂട്ടമായിട്ടാവും വരവ്. ആദ്യം വരണത് വൻ കൂട്ടമാവും. അതിൽ ജയിക്കണോന്നവർക്ക് വാശീണ്ടാവും. രണ്ടാമതു വരണ കൂട്ടത്തില് ആൾബലം കൊറവായിരിക്കും. പക്ഷേ, വീരന്മാരായിരിക്കും. ആരെയും കീഴ്പ്പെടുത്തും. ഒന്നാം പടയെ നമ്മള് തറപറ്റിക്കണം. അതോടെ പാണ്ടിപ്പട പതറും. രണ്ടാം പടേല് ചടേന്നു അംഗബലോം കൂട്ടി അവരെത്തും. അവരെയും കീഴ്പ്പെടുത്തണം. അതോടെ അവന്മാര് ചെതറും. അപ്പം അവര പാളയത്തി എരച്ചുകേറി ചാമ്പണം." വ്യക്തമായ ആസൂത്രണം അവതരിപ്പിച്ച് കൊടുമൺപിള്ള സംസാരിച്ചപ്പോൾ മറ്റുള്ളവർ അതംഗീകരിച്ചു കേട്ടിരുന്നു.

"നമ്മള തണ്ടും തടിയേംകുറിച്ചോ ആളും അവസ്ഥേംകുറിച്ചോ അവർക്കറിഞ്ഞൂട. മഹാരാജാവിനും ചാക്കാലയും പോക്കിടീമില്ല. യുവരാജാവും തമ്പിമാരും തമ്മിൽ കലിവിച്ചിരക്കണ്. ഭരണകാര്യങ്ങളിലൊന്നും എടപെടാതെ മഹാരാജാവ് കൂടുതൽ സമയവും മൗനത്തീ തന്നെ. രാമൻ തമ്പിയെ രാജാവാക്കണമെന്നാ തമ്പിമാരുടെ കടുംപിടുത്തം. കൊട്ടാരത്തിനുള്ളിൽ ചണ്ടപിടിക്കണത് അതിനല്ലേ. ഇക്കാര്യങ്ങള് നായ്ക്കന്മാരറിഞ്ഞാൽ അവര് കൊട്ടാരത്തിക്കേറി പണ്ടോം പണോം കൊള്ളയടിച്ചോണ്ട് രായ്ക്കുരാമാനം പോവൂടും. നമ്മൾ കരുതിയിരിക്കണം. ആക്രമണം കൊട്ടാരത്തിനു നേരെയായാലും നമുക്കൊറ്റ മനതായി നിന്ന് അവന്മാരെ കെട്ടുകെട്ടിക്കണം." കൊടുമൺപിള്ള പറഞ്ഞു.

മറ്റാരും ചിന്തിക്കാത്ത ഒരു കാര്യം അന്നേരം കുളത്തൂർ പിള്ള പറഞ്ഞു:

"നമ്മുടെ പടയാളികളേം മറ്റും രാജപടയ്ക്കൊപ്പം ചേർക്കാം. നമ്മളെ കുഴിച്ചുമൂടാൻ തോന പണം മഹാരാജാവ് ചെലവിടേല്ലേ. ആ പണം ആണ്ടുതോറും മുൻകൂറ് നമ്മക്ക് തരണോന്ന് തഞ്ചോം തരോം നോക്കി ഉണർത്തിച്ച് തമ്മസിപ്പിക്കാം."

കുളത്തൂർ പിള്ളയുടെ യുക്തി മറ്റാർക്കും മനസ്സിലായില്ല.

"സാമം ചൊല്ലിയാ പണം കൈയിലേ കിട്ടും." കുളത്തൂർ പിള്ള കൂടുതൽ ആവേശത്തോടെ പറഞ്ഞു.

"നമ്മള എതിർപ്പ് എന്തിരിനാണ് പിള്ളേ. കൊമ്പഞ്ഞിയുമായി രാജാവ് ഒടമ്പടിയുണ്ടാക്കിയത് എന്തരിനാ? നമ്മളെ കൊന്നുമുടിക്കാന കൊണ്ട്. നാടിന്റെ സമ്പത്തല്ലേ തത്തിക്ക് തത്തി വാരിക്കോരി കൊടുക്കണത്. ഇപ്പോ പാണ്ടിപ്പടയെയും കെട്ടിയെടുത്തു. പറയാനുള്ളത് കേപ്പാൻ മഹാരാജാവും ഇളങ്കൂറും തയ്യാറല്ല. പിള്ളമാർ കുലദ്രോഹികളല്ലേ!?" കൊടുമൺ പിള്ള രോഷംകൊണ്ടു.

"ഞാൻ പറയണത്..." കുളത്തൂർ പിള്ള ഇടയ്ക്കു കയറിപ്പറഞ്ഞപ്പോൾ ഇടത്തേ കൈകൊണ്ട് അയാളെ തടഞ്ഞിട്ട് കൊടുമൺ പിള്ള തുടർന്നു:

"അങ്കും പുങ്കുമില്ലാതെ വേണ്ടാതീനങ്ങള് ഓരോന്നെഴുന്നള്ളിക്കല്ലേ പിള്ളേ."

"ചൊല്ലിയത് തപ്പെങ്കി പൊറുക്കണം. ങ്ഹാ... പോട്ടുപോട്ട്. ഞാനൊന്നും ചൊല്ലിയുമില്ലേ, നിങ്ങളൊന്നും കേട്ടുമില്ലേ. കള. കേട്ടടത്തോളം മതി. തീ കായാൻ അടുപ്പത്തിരിക്കും മുമ്പ് കൊദം വേവുമെന്ന് നെനച്ചാ അവനോന് തന്നെ കൊള്ളാം."

കുളത്തൂർ പിള്ള പറഞ്ഞു.

"പാണ്ടിപ്പടയും കൊമ്പഞ്ഞിപ്പടയും ഒരുമിച്ചു വന്നൂട്ടാലും നമ്മള് പൊരുതും. നട്ടെല്ലു വളച്ചുള്ള ഒടമ്പടിയും അങ്ങോട്ട് ചെന്നുള്ള സാമവും നമ്മള് ശീലിച്ചിട്ടില്ല. ഇന്നീമത് വേണ്ട." കൊടുമൺ പിള്ളയുടെ അഭിപ്രായം തന്നെയായിരുന്നു മറ്റുള്ളവർക്കുമെന്നു മനസ്സിലാക്കിയ കുളത്തൂർ പിള്ള നിശ്ശബ്ദനായി.

ജനകീയ ഭരണം എന്ന ആവശ്യത്തിനായാരംഭിച്ച പ്രതിഷേധം മക്കത്തായ സമ്പ്രദായം എന്ന ലക്ഷ്യത്തിൽ എത്തിനില്ക്കുന്നു. മക്കത്തായം ആദ്യം വരണമെന്നും പ്രാപ്തിയുള്ളവർ രാജാവാകണമെന്നും അവർ ആഗ്രഹിച്ചു.

"യുവരാജാവ് ഇപ്പം കൊച്ചുകുമാരനല്ല. ഇരുപത്തിരണ്ടു വയതും തണ്ടും തടീമൊള്ള ആങ്കുട്ടിയാ. ഇന്നീം നമ്മള് മാറി നിക്കല്ല്. പാണ്ടിപ്പടയെ കൊണ്ടുവന്നത് നമ്മടെ ആങ്ക് അറിയാനക്കൊണ്ടുള്ള ചെയ്വനയാ. ഇപ്പം തീർത്താ തീരും. ഏത് കൊമ്പത്തെ തമ്പുരാനായാലും വച്ചേക്കല്ല്." രാമനാമഠം പിള്ള പറഞ്ഞു.

വഞ്ചിമുട്ടത്ത് പിള്ള നേരിൽ വന്നു തന്നെ കണ്ടെന്നും സന്ധി ചെയ്യാൻ ആഗ്രഹിക്കുന്നുവെന്നും മാർത്താണ്ഡമഠത്തിൽ പിള്ള പറഞ്ഞു. ആറ്റിങ്ങൽ ദേശവഴിയെ വീണ്ടും കമ്പനിക്ക് അടിയറവ് ചെയ്യിച്ചത് വഞ്ചിമുട്ടത്തു പിള്ളയാണെന്ന് മറ്റുള്ളവർ ഏക സ്വരത്തിൽ പറഞ്ഞു.

"ആ എമ്പോക്കിയെ കുടിച്ച വെള്ളത്തിലും നമ്പരുത്. കൊട്ടാര

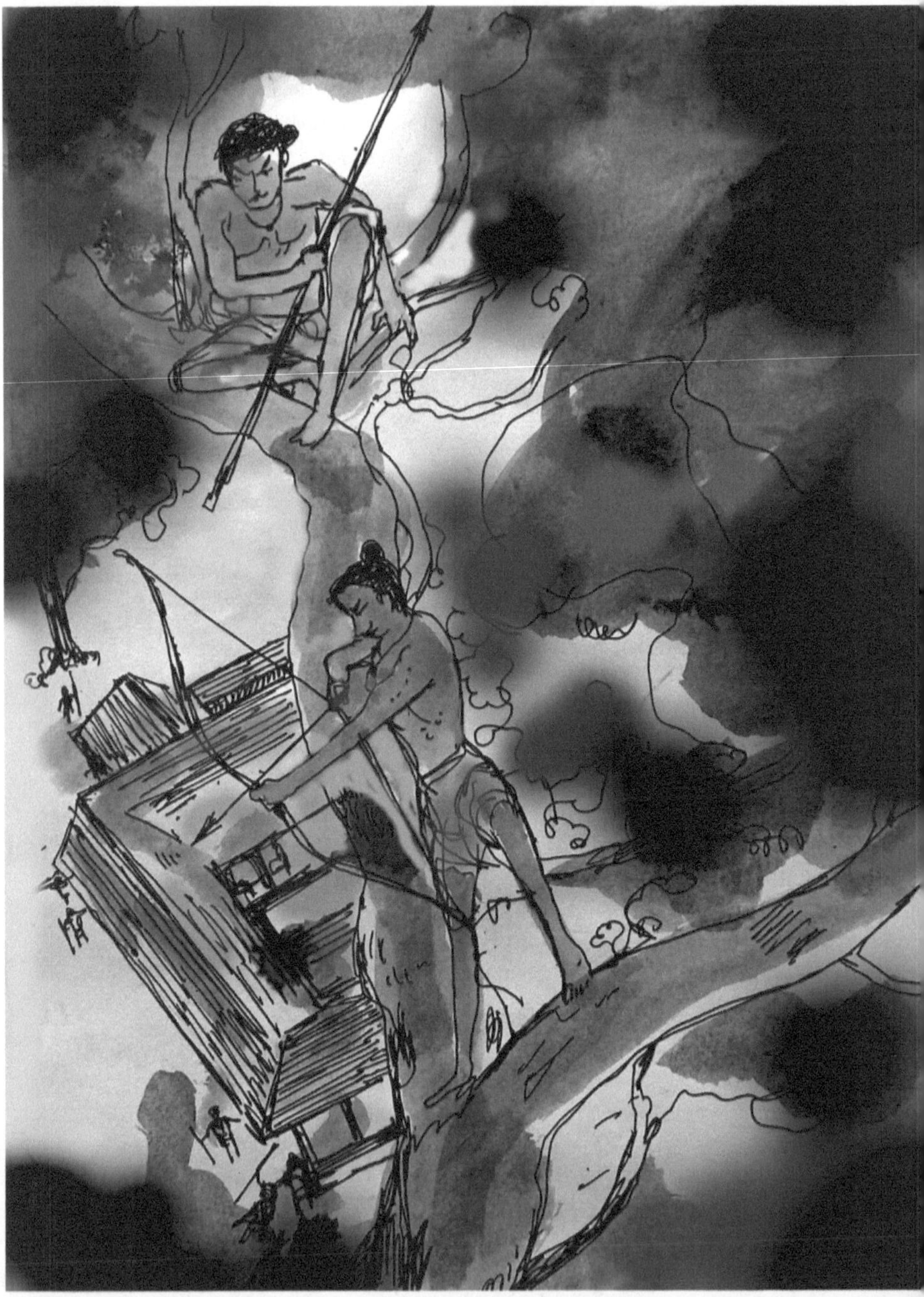

ത്തിലെ വെവരങ്ങൾ ദെനസരി കൊമ്പഞ്ഞിയെ അറിയിച്ച് ഒട്ടി നിന്നു നക്കാപ്പിച്ച വാങ്ങി മടീല് വയ്ക്കും. വലിയ റാണിയോട് കൊമ്പഞ്ഞി രഹസ്യങ്ങളെന്ന മട്ടിൽ നട്ടാക്കുരുക്കാത്ത നൊണകൾ ചൊല്ലി പൊന്നും പണവും ഒപ്പിച്ചെടുക്കും." മകിഴഞ്ചേരി പിള്ള പറഞ്ഞു.

"രണ്ടു വള്ളത്തി കാലു വയ്ക്കണവന്റെ ഗതി എന്തരാവുമെന്നറിയാല്ലോ?" പനയറ മൂത്ത കുറുപ്പ് തന്റെ നീണ്ട ദീക്ഷ തലോടിക്കൊണ്ട് ചോദിച്ചു.

"പോക്കണം കെട്ട ആ അക്കാളയോളീര കാലു രണ്ടും വലിച്ചുകീറി അടുപ്പില് വെയ്ക്കണം. വഞ്ചിമുട്ടത്ത് പിള്ള... ത്ഫൂ." വെങ്ങാന്നൂർ പിള്ള പല്ല് ഞെരിച്ചു നിലത്തു തുപ്പി.

എല്ലാവരും ആയുധമൊരുക്കി കാത്തിരിക്കാനും പാണ്ടിപ്പടയുടെയും യുവരാജാവിന്റെയും നീക്കങ്ങൾ രഹസ്യമായി മനസ്സിലാക്കി വിവരങ്ങൾ അപ്പപ്പോൾ കൈമാറാനും തീരുമാനിച്ച് അധികം ദീർഘമല്ലാത്ത ആ യോഗം പിരിഞ്ഞു.

തിരുവിതാങ്കോട് മുമ്പെങ്ങുമില്ലാത്ത വിധം അകമേ അസ്വസ്ഥമായിരുന്നു. വലിയൊരു ഏറ്റുമുട്ടൽ ഏതു നിമിഷവും ഉണ്ടാകുമെന്ന് ജനങ്ങൾ ഭയന്നു. നൂറ്റാണ്ടുകളായുള്ള ഒരാചാരത്തിന് അറുതി വരുത്താൻ തമ്പിമാരും അഭിരാമിയും അവരുടെ ഇഷ്ടക്കാരും ആഗ്രഹിക്കുകയും മക്കത്തായത്തെ യുവരാജാവ് ശക്തമായി എതിർക്കുകയും ചെയ്തപ്പോൾ കൊട്ടാരവും നീറിപ്പുകഞ്ഞു.

"ആദിത്യവർമ്മ മഹാരാജാവ് നാടുനീങ്ങിയപ്പോഴോ അതിനു മുമ്പോ ഇങ്ങനെയൊരാഗ്രഹം ആർക്കും തോന്നാത്തതെന്താ? മക്കത്തായ സമ്പ്രദായം വരണമോ അതോ രാമൻ തമ്പിയെ അധികാരത്തിലേറ്റുകയാണോ വേണ്ടത്. ഒരാൾക്കു വേണ്ടി ഒരാചാരം മാറ്റുന്നതെങ്ങനെ? നദി സമുദ്രത്തിലെന്നതുപോലെ നാം ലക്ഷ്യസ്ഥാനത്തെത്തും. അതിനെ തടഞ്ഞുനിർത്താൻ ആർക്കാണധികാരം?" യുവരാജാവ് ഉറക്കെ പറഞ്ഞത് തമ്പിമാരുടെയും അഭിരാമിയുടെയും ഹൃദയത്തിൽ അഗ്നിശരങ്ങളായി തറച്ചു.

എല്ലാവരും അവരവരുടെ നിലപാടുകളുമായി, അതു മാത്രമാണ് ശരിയെന്ന വിശ്വാസത്തോടെ മുന്നോട്ടുപോയി. രാമൻ തമ്പിയും മാർത്താണ്ഡവർമ്മയും തമ്മിൽ കണ്ടാൽ മിണ്ടാത്ത നിലയായി. കൊട്ടാരം അന്തച്ഛിദ്രത്താൽ പുകഞ്ഞു.

ഏറ്റുമുട്ടലിലൂടെ എട്ടുവീട്ടിൽ പിള്ളമാരെ അമർച്ച ചെയ്യണമെന്ന് യുവരാജാവ് ആവശ്യപ്പെട്ടെങ്കിലും നായ്ക്കന്മാർ അതിനു മുതിർന്നില്ല. അവർ താവളമടിച്ചിരുന്ന പാളയത്തിനു ചുറ്റിലും താമസിച്ചവർ ഒഴിഞ്ഞുപോക്ക് തുടർന്നു. നായ്ക്കന്മാർ സ്വതന്ത്ര വിഹാരത്തിനുള്ള സ്ഥലവിസ്തൃതി കൂട്ടിക്കൊണ്ടേയിരുന്നു. പലവിധ പരാതികളും മഹാരാജാവിനു

മുന്നിലെത്തി. പെൺകുട്ടികൾക്കും സ്ത്രീകൾക്കും പുറത്തിറങ്ങാൻ കഴിയാത്ത അവസ്ഥയായി. കൊള്ള നിത്യസംഭവമായി. മഹാരാജാവ് അതീവ ദുഃഖിതനായിരുന്നു. എത്രയും വേഗം നായ്ക്കന്മാരെ മടക്കി അയയ്ക്കണമെന്ന് മഹാരാജാവ് വിചാരിച്ചു.

കിടപ്പുമുറിക്കുള്ളിലും മഹാരാജാവിന് സ്വസ്ഥത കിട്ടിയില്ല. രാമൻ തമ്പിയെ ഭാവി രാജാവാക്കണമെന്ന പല്ലവി അഭിരാമി ആവർത്തിച്ചു. എന്നാൽ തനിക്കേറ്റവും വാത്സല്യമുള്ള ഉമ്മിണിത്തങ്ക മാത്രം ഇക്കാര്യത്തെക്കുറിച്ച് ഒരക്ഷരം ഉരിയാടാത്തതും മഹാരാജാവിനെ ചിന്തയിലാഴ്ത്തി. എന്താവും അവളുടെ ചിന്ത?

ഒരിക്കൽ, മറ്റാരും അരികിലില്ലാതിരുന്നപ്പോൾ മഹാരാജാവ് ഉമ്മിണിത്തങ്കയെ അടുത്തിരുത്തി വാത്സല്യപൂർവ്വം മുടിയിൽ തലോടിയിട്ട് ചോദിച്ചു:

"മഹളേ, തിരുവിതാങ്കോടിന്റെ ഭാവി രാജാവാരാ?"

"എനിക്കറിഞ്ഞൂട അച്ഛൻ തിരുമനസ്സേ..."

"ആരാകണമെന്നാ മഹളുടെ ആഗ്രഹം?"

"അത് ചിന്തിക്കാനുള്ള ത്രാണിയെനിക്കില്ല...തിരുമനസ്സേ." അതു പറഞ്ഞതും അവളുടെ കണ്ഠമിടറുകയും കണ്ണുകൾ നിറഞ്ഞൊഴുകുകയും ചെയ്തു.

കുറേക്കാലമായി എല്ലാവരും സംസാരിക്കുന്നതും ചിന്തിക്കുന്നതും ഭാവി രാജാവിനെക്കുറിച്ചാണ്. അതേക്കുറിച്ച് പറയുമ്പോൾ അഭിരാമിയുടെ കണ്ണുകൾ വിടരുന്നത് പണ്ടു മുതലേ മഹാരാജാവ് ശ്രദ്ധിച്ചിട്ടുണ്ട്. രാമൻ തമ്പിക്ക് മൂന്നോ നാലോ മാസം പ്രായമുള്ളപ്പോൾ കുഞ്ഞിനെ മടിയിലിരുത്തി അഭിരാമി പറഞ്ഞത് ഇന്നും ഓർമ്മയിൽ മായാതെയുണ്ട്.

"ഇവൻ വരുംകാല മന്നൻ. മുതൽ കുഴന്തൈ ആൺ പിള്ളൈ വേണമെൻറ പ്രാർത്ഥനൈ നടന്തു വിട്ടതു. കൂടിയ ശീഘ്രം രാമൻ രാജാവാകണമെൻട്രു താൻ നാൻ ഇപ്പൊഴുതു വേണ്ടുകിറേൻ."[1]

"ദൈവനിശ്ചയം അതാണെങ്കിൽ അത് ഭവിക്കട്ടെ. പക്ഷേ, തടസ്സങ്ങൾ രണ്ടാണ് മുന്നിൽ..."

"തടസ്സമോ?" അഭിരാമി ആശങ്കയോടെ ചോദിച്ചു.

"ഒന്നു നാടുവാഴുന്ന ആദിത്യവർമ്മ മഹാരാജാവ് നാടുനീങ്ങണം. യുവരാജാവായ നാം രാജാവാകണം."

"ആമാ."[2]

"രണ്ടാമത്തെ തടസ്സം നാമാണ്. നിന്റെ പ്രാർത്ഥന വേഗം ഫലിക്കട്ടെ."

താൻ ചിന്തിക്കാത്ത അർത്ഥം ഭർത്താവ് കല്പിച്ചതിൽ അഭിരാമി വിഷമിച്ചു. മറുപടിക്ക് കാത്തുനില്ക്കാതെ അദ്ദേഹം പോവുകയും ചെയ്തു.

ഭാവി രാജാവ് രാമൻ തമ്പിയോ മാർത്താണ്ഡവർമ്മയോ എന്ന തർക്കം മുറുകുമ്പോൾ മഹാരാജാവ് ചിന്തിച്ചത് തന്റെ മരണം ഇരുകൂട്ടരും കാംക്ഷിക്കുന്നുവെന്നാണ്. ഒരുപക്ഷേ, ഉമ്മിണിത്തങ്ക മാത്രമായിരിക്കും തന്റെ ദീർഘായുസ്സിനു വേണ്ടി പ്രാർത്ഥിക്കുന്നത്.

നായ്ക്കന്മാർ എട്ടുവീട്ടിൽ പിള്ളമാരുമായി ഏറ്റുമുട്ടുമെന്നും അതോടെ പിള്ളമാരുടെ യുഗം അവസാനിക്കുമെന്നും കരുതിയ യുവ രാജാവിന്റെ കണക്കുകൂട്ടൽ തെറ്റി. പ്രതീക്ഷിച്ച ഏറ്റുമുട്ടൽ ഉണ്ടായില്ല. സ്വന്തം സൈനികശക്തി വർദ്ധിപ്പിക്കാതെ തിരുവിതാങ്കോടിന് കരകയ റാനാകില്ലെന്ന രാമയ്യന്റെ വാക്കുകൾ മാർത്താണ്ഡവർമ്മയ്ക്കും ശരിയാ ണെന്നു തോന്നി. താനതുവരെ ചിന്തിക്കാത്ത കാര്യം രാമയ്യൻ ശബ്ദം താഴ്ത്തിപ്പറഞ്ഞത് യുവരാജാവിന്റെ മനസ്സിൽ മുഴങ്ങി.

“പരമ്പര പരമ്പരയാ പിള്ളൈമാർ കൈ മഹാരാജാവുക്കു മേൽ ഓങ്കി നില്ക്കിറതു. ഭയന്തും അടിപണിന്തും എത്തനൈ രാജാക്കൾ ഇരന്തു വിട്ടന. അന്ത പാരമ്പര്യമേ രാമവർമ്മ മഹാരാജാവും തുടരട്ടും. മാർത്താണ്ഡവർമ്മ മഹാരാജാവ് തിരുവിതാങ്കോട് വാഴുമ്പോതു താൻ പിള്ളൈമാരെ ഒടുക്കണം. കാലം ശെല്ലുമ്പോതു വരും തലമുറൈ അനിഴം തിരുനാൾ മാർത്താണ്ഡ വർമ്മ മഹാരാജാവിനൈ നിനൈക്കണം. വാഴ്ത്ത ണം. അതു താൻ നടക്കണം. കാത്തിരുക്കലാം ഇളവരശേ. നമതു കാലം വരും. താമതമില്ലാമൽ”[3]

രാമയ്യൻ ‘താമതമില്ലാമൽ’[4] എന്നു പറഞ്ഞത് ശബ്ദം തീരെ താഴ്ത്തി യുവരാജാവിന്റെ ചെവിയിലാണ്. യുവരാജാവ് സംശയത്തോടെ രാമയ്യനെ നോക്കി.

രാമയ്യന്റെ കണ്ണുകൾ കൈമാറിയ സന്ദേശം യുവരാജാവിന് മനസ്സിലായി.

ദിവസം കഴിയുന്തോറും രാമൻ തമ്പി ശക്തനാവുകയാണ്. രാജ സൈന്യത്തിന് തമ്പിമാരോടാണ് കൂറ്. എട്ടുവീട്ടിൽ പിള്ളമാർക്കും രാമ നോടാണ് ആഭിമുഖ്യം. അധികകാലം അവസ്ഥ തുടർന്നാൽ രാമൻ ശക്തനാകും. രാമയ്യൻ പറയാതെ പറഞ്ഞതാണ് ഇനി ഏക പോംവഴി. മാർത്താണ്ഡവർമ്മയും ആ വഴിക്കു തന്നെ ചിന്തിച്ചു.

ഓരോ രാജാവിനും വിജയത്തിന്റെ അടയാളപ്പെടുത്തലുകൾ വേണം. അത് പലപ്പോഴും മുൻഗാമിയുടെ കഴിവുകേടുകൾ പരിഹരി ക്കലാണ്. വീരപരിവേഷം നല്കി ആഘോഷിക്കുന്ന പരിഷ്കാരങ്ങളും സംഭാവനകളും കഴിവുകെട്ട മുൻഗാമിയുടെ സമ്മാനമാണെന്ന് എത്ര പേർ ഓർക്കും? ദൗർബല്യങ്ങൾ മരണാനന്തര വാഴ്ത്തലുകളിൽ വിസ്മൃതമാകും.

“സാധാരണ മനിതൻ കനാ കാൺപവൻ. വീരൻ കനവൈ നിജമാ ക്കുവാൻ.”[5]

രാമയ്യന്റെ വാക്കുകൾ അഗ്നിസ്ഫുലിംഗമായി യുവരാജാവിന്റെ തലച്ചോറിൽ തിളച്ചുമറിഞ്ഞു.

---

1. ഭാവി രാജാവാ ഇവൻ. ആദ്യത്തേത് പുത്രനായിരിക്കണമെന്ന പ്രാർത്ഥന സഫലമായി. എത്രയും വേഗം രാമൻ രാജാവാകണമെന്നാ ഞാനിപ്പോ പ്രാർത്ഥിക്കുന്നത്.
2. അതേ
3. തലമുറകളായി മഹാരാജാക്കന്മാർക്കു മേൽ ശക്തിയുള്ളവരാ പിള്ളമാർ. ഭയന്നും കീഴടങ്ങിയും എത്ര മഹാ രാജാക്കന്മാർ നാടുനീങ്ങി. ആ പാരമ്പര്യം തന്നെ രാമവർമ്മ മഹാരാജാവും തുടരട്ടെ. മാർത്താണ്ഡവർമ്മ മഹാരാജാവ് തിരുവിതാങ്കോട് വാഴുമ്പോഴാകണം പിള്ളമാരെ അമർച്ച ചെയ്യേണ്ടത്. കാലമെത്ര കഴിഞ്ഞാലും പിൻതലമുറക്കാർ അനിഴം തിരുനാൾ മാർത്താണ്ഡവർമ്മ മഹാരാജാവിനെ ഓർക്കണം. വാഴ്ത്തണം. അതാ വേണ്ടത്. കാത്തിരിക്കാം യുവരാജാവേ. നമ്മുടെ കാലം വരും. വൈകിപ്പിക്കില്ല
4. ഒട്ടും വൈകിപ്പിക്കില്ല
5. സാധാരണ മനുഷ്യൻ സ്വപ്നം കാണും. വീരന്മാർ സ്വപ്നങ്ങളെ യാഥാർത്ഥ്യമാക്കും.

പതിനഞ്ച്

രാമവർമ്മ മഹാരാജാവിന്റെ ആഗ്രഹം മക്കൾ എന്നും രാജാക്കന്മാരെപ്പോലെ ജീവിക്കണമെന്നായിരുന്നു. അതിനായി കണ്ണെത്താദൂരത്തോളം സ്വത്ത് അവർക്ക് കരമൊഴിവാക്കി നല്കി. കരം പിരിക്കാനുള്ള അധികാരവും ആനയും കുതിരയും തമ്പിമാർക്കും പൊന്നും പണ്ടങ്ങളും തങ്കയ്ക്കും ഇരണിയൽ കൊട്ടാരം അഭിരാമിക്കും ദാനം നല്കി. മദപ്പുലി പോലെയുള്ള രാമൻ തമ്പിയും ചിനപ്പുലി പോലെയുള്ള പപ്പുത്തമ്പിയും മുഖകാന്തിയും അഴകുടലുമുള്ള ഉമ്മിണിത്തങ്കയും മൂന്നു നക്ഷത്രങ്ങളായി ശോഭിച്ചു. സർവ്വ അഭ്യാസങ്ങളും വിദ്യകളും പഠിച്ചു കഴിഞ്ഞ ആൺമക്കൾ മഹാരാജാവിന്റെ അഭിമാനമായിരുന്നു.

കൊട്ടാരത്തിലും നാട്ടിലുമുള്ള അഹിതങ്ങൾ അകലാൻ പൂജയും വഴിപാടുകളും മഹാരാജാവ് മുറതെറ്റാതെ നടത്തി. മാർത്താണ്ഡനും രാമൻ തമ്പിയും ഒരേ സ്ഥാനത്തിനുവേണ്ടി കാംക്ഷിച്ച് പരസ്പര ശത്രുതയോടെ പെരുമാറുന്നത് മഹാരാജാവിനെ ഊണിലും ഉറക്കത്തിലും അലട്ടി. മാർത്താണ്ഡവർമ്മയെക്കാളും രണ്ടു വയസ്സിന്റെ ഇളപ്പമേ രാമൻ തമ്പിക്കുള്ളു. കാഴ്ചയിലും അഴകിലും നേർബുദ്ധിയിലും പോരാട്ടവീര്യത്തിലും നീതിബോധത്തിലും രാമൻ തമ്പിയായിരുന്നു ഉത്തമൻ. മാർത്താണ്ഡൻ വിജയലക്ഷ്യം മാത്രം മനസ്സിൽ ഉറപ്പിച്ച് മുന്നേറുന്നവനും രാമൻ നീതിബോധം മുറുകെപ്പിടിച്ച് പ്രവർത്തിക്കുന്നവനുമായിരുന്നു. പപ്പുത്തമ്പിയും നീതി ചിന്തയിൽ രാമനൊപ്പം നില്ക്കും. അല്പം എടുത്തുചാട്ടക്കാരനാണെന്നതൊഴിച്ചാൽ രാമനെപ്പോലെ സകല ഗുണവും തികഞ്ഞവനാണ് പപ്പുത്തമ്പിയും.

വർഷാവർഷം മകരമാസത്തിൽ കന്യാകുമാരിയിൽ നടത്താറുള്ള നീരാട്ടുത്സവം പതിവിലേറെ കെങ്കേമമാക്കാൻ മഹാരാജാവ് കല്പിച്ചു.

വാദ്യഘോഷവും ആട്ടവും പാട്ടും വായ്ക്കുരവയുമായി മഹാരാജാവും സംഘവും ഉത്സവത്തിൽ പങ്കുചേരാൻ യാത്ര പുറപ്പെട്ടു. കാലാൾപ്പടയും കുതിരപ്പടയും ആനകളും മഹാരാജാവിന് അകമ്പടി സേവിച്ചു. രാജാവ് പല്ലക്കിലും ഇടത്തും വലത്തുമായി രാമൻ തമ്പിയും പപ്പുതമ്പിയും കുതിരപ്പുറത്തും സഞ്ചരിച്ചു.

മാർത്താണ്ഡവർമ്മയെ ആ യാത്രയിൽനിന്നു ഒഴിവാക്കിയതും മറ്റൊരു ദൗത്യവുമായി തിരുവനന്തപുരത്തേക്കയച്ചതും അഭിരാമിയുടെ തന്ത്രമായിരുന്നു. അവസാന നിമിഷമുള്ള ഒഴിവാക്കൽ മാർത്താണ്ഡവർമ്മയെ പ്രകോപിപ്പിച്ചെങ്കിലും രാമയ്യൻ അനുനയിപ്പിച്ച് യുവരാജാവിനെ കൂട്ടിക്കൊണ്ടുപോയി.

ഭാരിച്ച കപ്പവും ചെലവും നല്കി നായ്ക്കന്മാരുടെ സൈന്യത്തെ നിലനിർത്തുന്നതെന്തിനെന്ന മഹാരാജാവിന്റെ ചോദ്യവും എത്രയും വേഗം അവരെ മടക്കി അയയ്ക്കണമെന്ന കല്പനയും കേട്ടതിനെ തുടർന്നാണ് മാർത്താണ്ഡവർമ്മ തിരുവനന്തപുരത്തേക്ക് തിരിച്ചത്. തീരുമാനം അറിയുമ്പോൾ നായ്ക്കന്മാർ വാക്കുകൊണ്ടാണോ ആയുധംകൊണ്ടാണോ പ്രതികരിക്കുന്നതെന്നറിയില്ല. സൈനികരിൽ ഏറെപ്പേരും മഹാരാജാവിന് അകമ്പടി പോയതിനാൽ യുവരാജാവിനോടൊപ്പം പടയാളികൾ കുറവായിരുന്നു. ആ യാത്ര അപകടം ക്ഷണിച്ചുവരുത്തുമെന്ന് അഭിരാമി കണക്കുകൂട്ടി.

യുവരാജാവും രാമയ്യനും പടയോടൊപ്പം പാണ്ടിപ്പാളയത്തിലേക്കല്ല പോയത്. നൃപതി നായ്ക്കനെയും വെങ്കിടപതിനായ്ക്കനെയും തിരുവനന്തപുരം കൊട്ടാരത്തിലേക്ക് ക്ഷണിച്ചു. വലിയ സൽക്കാരം അവർക്കായി ഒരുക്കി. സൗഹൃദാന്തരീക്ഷത്തിൽ യുവരാജാവ് ഒരു വാഗ്ദാനം മുന്നോട്ടുവച്ചു.

“മാടമ്പിമാരെ അമർച്ച ചെയ്തതോടെ എട്ടരയോഗക്കാരും എട്ടുവീട്ടിൽ പിള്ളമാരും ഭയന്നിരിപ്പാണ്. അവരുടനെയൊന്നും തലപൊക്കില്ല. നിങ്ങൾ പടയുമായി തിരികെ പോണം. നായ്ക്കന്മാർ പിണങ്ങിപ്പോയെന്ന് നാടു മുഴുവൻ ഞങ്ങൾ പറയും. മെല്ലെ മെല്ലെ പിള്ളമാർ തലപൊക്കും. അപ്പോൾ വിവരമറിയിക്കാം. പുതിയ കരാർ, കൂടുതൽ പണം. പിള്ളമാരെ എന്നെന്നേക്കുമായി അമർച്ച ചെയ്താൽ അവരുടെ കുടുംബങ്ങൾ കൊള്ളയടിക്കാൻ രണ്ടു ദിവസം സമയം തരാം.”

യുവരാജാവിന്റെ വാഗ്ദാനം നായ്ക്കന്മാരെ സന്തോഷിപ്പിച്ചു. അവർ തിരികെ പോകാമെന്ന് സമ്മതിച്ചു.

കുടിശ്ശിക കപ്പവും വാങ്ങി മധുരപ്പട മടക്കയാത്രയാരംഭിച്ചു.

അബ്രാഹ്മണ ജന്മിമാർ വേണാട്ടിൽ പ്രബലന്മാരാകുന്നതിൽ രാജാവിനൊപ്പം നിന്ന മാടമ്പിമാർ സന്തോഷിച്ചു. കാലാനന്തരം ക്ഷേത്രങ്ങളുടെ മേൽക്കോയ്മയും രാജാധികാരവും ജന്മിമാരിലേക്ക് വന്നുചേരുമെന്നുമവർ

വിശ്വസിച്ചു. ആ വിശ്വാസമാണ് എട്ടുവീട്ടിൽ പിള്ളമാരോട് കൂറു പുലർത്താൻ അവരെ പ്രേരിപ്പിച്ചത്. ഇക്കാര്യം യുവരാജാവിനും അറിയാമായിരുന്നു. ഇത്തരം പടയാളികളുമായി പിള്ളമാർക്കെതിരെ പട നയിക്കാൻ കഴിയില്ലെന്ന് രാമയ്യൻ പറയുക കൂടി ചെയ്തപ്പോൾ യുവരാജാവ് പോംവഴി ആലോചിച്ചു.

നീരാട്ടുത്സവം കഴിഞ്ഞ് മടങ്ങാനൊരുങ്ങിയ മഹാരാജാവിനെ ചില അപശകുനങ്ങൾ ദുഃഖിതനാക്കി. ശാന്തമായിരുന്ന കടൽ നീരാട്ടു കഴിയാൻ നേരം ക്ഷോഭിച്ചിളകി. തിരമാലകൾ തലയ്ക്കു മുകളിലേക്ക് ആർത്തലച്ചു വന്നു. രാജാവ് കാൽ തെറ്റി വീണു. ഉടവാൾകൊണ്ട് ചൂണ്ടുവിരൽ മുറിഞ്ഞു. ഒപ്പം ഉണ്ടായിരുന്നവർ രാജാവിനെ വേഗം പിടിച്ചെഴുന്നേല്പിച്ചു. മടക്കയാത്രയിൽ മഹാരാജാവ് വിവിധ ആശങ്കകളാലും അപശകുനഭയത്താലും അസ്വസ്ഥനായിരുന്നു.

മടങ്ങി വന്ന മഹാരാജാവിനെ മുമ്പെങ്ങും ഇല്ലാത്ത വിധം ആലസ്യവും ആത്മീയ ദുഃഖവും പിടികൂടി. സദാ സമയവും ചിന്തയിലാണ്ടിരുന്ന മഹാരാജാവിന് പഴയ ഉത്സാഹത്തിലേക്കു മടങ്ങി വരാനായില്ല. വിവരമറിഞ്ഞ യുവരാജാവ് വൈദ്യന്മാരെയും കൂട്ടി കൊട്ടാരത്തിലെത്തി. പുകൾപെറ്റ വൈദ്യന്മാരെ ഏർപ്പാടാക്കിയത് രാമയ്യനായിരുന്നു.

ദേഹപരിശോധന കഴിഞ്ഞ് ഉള്ളിൽ സേവിക്കാനുള്ള മരുന്നുകൾ വൈദ്യന്മാർ നല്കി. പക്ഷേ, ആലസ്യത്തിനും മൗനത്തിനും മാറ്റമുണ്ടായില്ല. വിട്ടുമാറാത്ത പനി മഹാരാജാവിനെ പിടികൂടി. മരുന്നും മന്ത്രവും മുടങ്ങാതെ ചെയ്തെങ്കിലും പനി വിട്ടുമാറിയില്ല. വെള്ളം പോലും കുടിക്കാനാകാതെ പനിച്ചു കിടന്ന രാജാവിന് ദിവസം കഴിയുന്തോറും ക്ഷീണമേറി. അഭിരാമിയും തമ്പിമാരും കണ്ണീരോടെ വൈദ്യന്മാരുടെ മുന്നിൽ അപേക്ഷിച്ചു നിന്നു. അർദ്ധപ്രാണനുമായി കിടന്ന മഹാരാജാവ് മടങ്ങിവരാൻ കഴിയാത്ത യാത്രയ്ക്കൊരുങ്ങുകയാണെന്ന് യുവരാജാവിന് മനസ്സിലായി.

"യുവരാജാവേ നമുക്ക് സമയമായി." മഹാരാജാവ് ആയാസപ്പെട്ട് പറഞ്ഞിട്ട് എഴുന്നേറ്റിരുന്നു. ചെങ്കോലും മുദ്രാംഗുലീയവും മാർത്താണ്ഡവർമ്മയ്ക്ക് കൈമാറി. മഹാരാജാവിന്റെ കൈകൾ മാത്രമല്ല മനസ്സും വിറയ്ക്കുന്നത് യുവരാജാവറിഞ്ഞു.

അഭിരാമി അത് തീരെ പ്രതീക്ഷിച്ചതല്ല. എല്ലാവരും ദുഃഖത്തിലും ആശങ്കയിലുമാണ്ട മുഹൂർത്തത്തിൽ ഒറ്റനിമിഷംകൊണ്ട് അധികാര കൈമാറ്റം നടന്നു.

രാമൻ തമ്പിയും പപ്പുത്തമ്പിയും ഉമ്മിണിത്തങ്കയും മുറിയുടെ വാതില്ക്കലുണ്ടായിരുന്നു. അവരെയും അഭിരാമിയെയും അരികിലേക്കു വിളിച്ചിട്ട് മഹാരാജാവ് ക്ഷീണിച്ച സ്വരത്തിൽ യുവരാജാവിനോട് പറഞ്ഞു:

"ഇവരെ വെഷമിപ്പിക്കരുത്. നാം കാത്തതുപോലെ കാക്കണം. തെറ്റു ചെയ്താലും പൊറുക്കണം. ഏല്പിക്കുന്നു. രക്ഷിക്കണം."

മഹാരാജാവ് അതു പറഞ്ഞപ്പോൾ കണ്ണുകൾ നിറഞ്ഞു തൂകി. എന്തോ കൂടി പറയാൻ ശ്രമിച്ചെങ്കിലും സാധിച്ചില്ല. തുറന്ന കണ്ണുകളോടെ തുറന്ന വായോടെ രാജാവ് പ്രാണൻ വെടിഞ്ഞു.

മാർത്താണ്ഡവർമ്മ പുറത്തേക്ക് നടന്നു. ഇടനാഴിയുടെ ഒരറ്റത്തു നിന്ന രാമയ്യന്റെയും മാർത്താണ്ഡവർമ്മയുടെയും കണ്ണുകൾ തമ്മിലിടഞ്ഞു.

"മഹാരാജാവേ" രാമയ്യന്റെ ചുണ്ടുകൾ അനങ്ങി. കണ്ണുകളിൽ ചെറിയ ചിരി മിന്നി. ഉമ്മിണിത്തങ്കയുടെ ഉറക്കെയുള്ള വിലാപം അന്നേരം അകത്തളത്തിൽ ഉയർന്നു.

1721 മുതൽ 1729 വരെ തിരുവിതാങ്കോട് ഭരിച്ച രാമവർമ്മ മഹാരാജാവ് ചന്ദനമുട്ടിയിൽ എരിഞ്ഞു തീർന്നു. മുമ്പൊരിക്കലും ഇല്ലാത്ത വിധം അടുത്ത രാജാവാരെന്നു നാടും കൊട്ടാരവും സംശയിച്ചു. മാർത്താണ്ഡവർമ്മ രാജാവാകാൻ പാടില്ലെന്ന് എട്ടുവീട്ടിൽ പിള്ളമാരും നാലുവീട്ടിൽ പിള്ളമാരും കുറുപ്പന്മാരും എട്ടരയോഗക്കാരും ഇടത്തറ പോറ്റിമാരും ഇളമ്പയിൽ പണ്ടാലയും അസംഖ്യം മാടമ്പിമാരും ആഗ്രഹിച്ചു. നാടു നീങ്ങിയ മഹാരാജാവിന്റെ മൂത്ത പുത്രൻ ഭാവി രാജാവാ കണമെന്ന് അവർ കാംക്ഷിച്ചു.

രാത്രി ഇടിവെട്ടി മഴ തിമിർത്തു. അഭിരാമിയും രാമൻ തമ്പിയും പപ്പുത്തമ്പിയും കൊച്ചു കുമാരപിള്ളയും ഇനിയെന്തെന്ന് തലപുകച്ചു.

മൂന്നാംദിവസം രാവിലെ, ദുഃഖം മാറാത്ത പത്മനാഭപുരം കൊട്ടാരത്തിലേക്ക് മാർത്താണ്ഡവർമ്മ പ്രവേശിച്ചു. തമ്പിമാരെയും രായസക്കാരെയും പടത്തലവന്മാരെയും വിളിച്ചുചേർത്തു. കേവലം 23 വയസ്സുള്ള മാർത്താണ്ഡവർമ്മയുടെ നടപ്പും ഇരിപ്പും നോട്ടവും ഭാവവുമെല്ലാം ഇരുത്തംവന്ന മഹാരാജാവിന്റേതായിരുന്നു.

"നാട്ടിൽ കലാപങ്ങൾ നടക്കുകയാണ്." മാർത്താണ്ഡവർമ്മ എല്ലാവരെയും ഒന്നു നോക്കിയിട്ട്, പറഞ്ഞ വാചകത്തിന്റെ അവസാന വാക്ക് തിരുത്തി പറഞ്ഞു.

"നടത്തുകയാണ്."

മറ്റുള്ളവർ നിശ്ശബ്ദരായി.

"ഇന്നു സൂര്യനസ്തമിക്കുന്നതിനു മുമ്പ് കലാപങ്ങൾ അവസാനിപ്പിക്കണം. കലാപകാരികളുടെ കഴുത്തരിയണം. ഒരു ദാക്ഷിണ്യവും വേണ്ട."

"തമ്പുരാൻ കല്പിച്ചാ മതി."

രാമവർമ്മ മഹാരാജാവിന്റെ ദളവയും രാമൻ തമ്പിയുടെ വിശ്വസ്തനുമായിരുന്ന അറുമുഖംപിള്ള അടിതൊഴുത് നമസ്കരിച്ചു. പടത്തലവന്മാരിൽ ഒരാളായ കുമാരസ്വാമിപിള്ളയും അറുമുഖംപിള്ളയുടെ അനുജൻ താണുപിള്ളയും ശിരസ്സു താഴ്ത്തി വണങ്ങുകയും ഏതു

കല്പനയും ശിരസ്സാവഹിക്കാൻ തയ്യാറാണെന്ന് വായ് പൊത്തിപ്പറയുകയും ചെയ്തു. രാമൻ തമ്പി ഭാവി രാജാവാകണമെന്ന് അതുവരെ പറഞ്ഞിരുന്നവർ ഒറ്റ നിമിഷംകൊണ്ട് മാർത്താണ്ഡവർമ്മയോട് കൂറു പ്രഖ്യാപിക്കുന്നതു കണ്ട തമ്പിമാർ അസ്വസ്ഥരായി.

"രാമാ നീ പോ. പെല കഴിയും വരെ രാജ്യകാര്യങ്ങളൊന്നുമോർത്ത് തല പൊകയ്ക്കണ്ട. അതിന് ഞാനിവിടെയുണ്ട്." മാർത്താണ്ഡവർമ്മയുടെ സ്വരത്തിന് താക്കീതിന്റെയും പരിഹാസത്തിന്റെയും മൂർച്ചയുണ്ടായിരുന്നു. അതുകേട്ട ഉടനെ അമർഷത്തോടെ എഴുന്നേറ്റ രാമൻ തമ്പിയും പിന്നാലെ പപ്പുത്തമ്പിയും പുറത്തേക്ക് നടന്നു.

"രാമനോട് പോകാൻ പറഞ്ഞാ പപ്പുവും പോകുമോ? ഇതെന്ത് മറിമായം?"

മാർത്താണ്ഡവർമ്മയുടെ പരിഹാസം കേട്ട് അറുമുഖംപിള്ളയും മറ്റുള്ളവരും വായ് പൊത്തി ചിരിച്ചു.

"വിശ്വാസവഞ്ചന കാട്ടിയാൽ, ആരായാലും കഴുത്തിനു മോളിൽ തല കാണില്ല." മാർത്താണ്ഡവർമ്മയുടെ ശബ്ദം വാൾത്തലപോലെ മിന്നി. ചുറ്റും നിന്നവർ വിനീതദാസന്മാരായി താണു തൊഴുതു.

മനസ്സുകൊണ്ട് അധികാരം ഏറ്റെടുത്ത മാർത്താണ്ഡവർമ്മ ആദ്യം നല്കിയ കല്പന ശത്രുക്കളുടെ തലയരിയാനായിരുന്നു. ധർമ്മമാർഗ്ഗത്തിലുള്ള നേർയുദ്ധം നടന്നാൽ എട്ടുവീട്ടിൽ പിള്ളമാരെ തോൽപിക്കാൻ കഴിയില്ലെന്ന് അദ്ദേഹത്തിന് അറിയാമായിരുന്നു. പുറമെ ധീരത നടിക്കുമ്പോഴും അകം ആശങ്കകളാൽ പിടഞ്ഞു.

അറിഞ്ഞും അറിയാതെയും പലപ്പോഴും ആഗ്രഹിക്കുകയും ചിലപ്പോൾ ഉപേക്ഷിക്കണമെന്ന് തോന്നുകയും ചെയ്ത രാജപദവി മുന്നിൽ വന്നു നില്ക്കുന്നു. സമാധാനമോ, യുദ്ധമോ, ജീവഹാനിയോ എന്താവും ഇനി സംഭവിക്കുന്നത്? ഉമ്മിണിത്തങ്കയെന്ന ആഗ്രഹം ഉള്ളിന്റെ ഉള്ളിൽ എത്രയോ കാലമായി താൻ താലോലിക്കുന്നു. പക്ഷേ, ഇനി അതിന് തനിക്കർഹതയുണ്ടോ? അവളുടെ അച്ഛന്റെ അകാലമരണത്തിന് താനും ആഗ്രഹിച്ചതല്ലേ. രാമയ്യന് മൗനാനുവാദം നല്കിയതല്ലേ. പക്ഷേ, ഉമ്മിണിത്തങ്കയെക്കൂടാതെ താനെന്തു നേടിയാലും അതിൽ പൂർണ്ണത കൈവരില്ല. അവളുമൊത്തു ശയിക്കുമ്പോഴും അവളുടെ അച്ഛന്റെ മരണത്തെക്കുറിച്ച്, അവളറിയാത്ത വലിയ രഹസ്യം തനിക്ക് പേറേണ്ടി വരും.

രാത്രി അസ്വസ്ഥതയോടെ മുറിയിൽ ഉലാത്തുന്നതിനിടയിലാണ് ഉമ്മിണിത്തങ്കയെ കാണാൻ വൃദ്ധവേഷം കെട്ടിയ കാര്യം മാർത്താണ്ഡവർമ്മ ഓർത്തത്. ഉള്ളെരിച്ചിലിനിടയിലും കണ്ണുകളിൽ ഒരു കുസൃതിച്ചിരി വിടർന്നു. വസ്ത്രക്കൂട്ടത്തിൽനിന്നു വേഷം തപ്പിയെടുത്തു.

വലിയ നിലക്കണ്ണാടിയുടെ മുന്നിൽ വൃദ്ധസ്ത്രീയായി വേഷം മാറിനിന്ന മാർത്താണ്ഡവർമ്മയ്ക്ക് ചിരി അടക്കാനായില്ല.

"കൊച്ചമ്പ്രാട്ടിയുടെ തിരുമൊഹത്തെന്താ ഒരു വെഷമം." മാർത്താണ്ഡവർമ്മ കിഴവിയുടെ ശബ്ദം അനുകരിച്ചു പ്രതിബിംബത്തോട് ചോദിച്ചു.

"തമ്പ്രാട്ടിയുടെ വെഷമം ആച്ചി പറയട്ടെ?" വിറയാർന്ന സ്വരത്തിൽ പ്രണയത്തിന്റെ ചാലൊഴുകി.

"തങ്കേ നോക്ക് ..."

വാക്കുകൾ മുറിഞ്ഞു. അച്ഛനെ കൊന്നിട്ട് മകളെ വരിക്കുന്നതിലെ അനീതി മാർത്താണ്ഡവർമ്മയുടെ കഴുത്തിൽ മുറുകെ പിടിച്ചു.

"തങ്കേ ഞാൻ..."

കിഴവിയുടെ ശബ്ദത്തിൽ 'തങ്കേ'യെന്നും സ്വന്തം ശബ്ദത്തിൽ 'ഞാൻ' എന്നും പറഞ്ഞ മാർത്താണ്ഡവർമ്മയുടെ ഇടറിയ കണ്ഠത്തിൽ നിന്നു കൃത്രിമമായ ചിരി പൊട്ടി. ചിരിച്ചും ഇടയ്ക്ക് തേങ്ങിയും നനഞ്ഞ കണ്ണുകളോടെ കിടക്കയിലേക്ക് വീണു.

എപ്പോഴെന്നറിയാതെ അദ്ദേഹം ഗർഭപാത്രത്തിലെന്നതുപോലെ വൃദ്ധവേഷത്തിൽ ചുരുണ്ടു കിടന്നുറങ്ങി.

പതിനാറ്

ആചാരാനുഷ്ഠാനങ്ങളോടെ മാർത്താണ്ഡവർമ്മ തിരുവിതാങ്കോടിന്റെ മഹാരാജാവായി. വരും നാളുകളിൽ എന്തു സംഭവിക്കുമെന്നറിയാതെ നാട് ശ്വാസമടക്കി നിന്നു. പിള്ളമാരും അവരുടെ ആജ്ഞാനുവർത്തികളും ആയുധം മിനുക്കി. ആക്രമണത്തിന്റെ നാളുകൾ ആരംഭിക്കാൻ പോകുന്നുവെന്നും പിള്ളമാർ കണക്കുകൂട്ടി.

മാർത്താണ്ഡവർമ്മ മഹാരാജാവ് തന്റെ ഭരണസംവിധാനത്തെ നവീകരിച്ചു. അറുമുഖംപിള്ള തന്നെയായിരുന്നു ദളവ. കുമാരസ്വാമി സർവ്വസൈന്യാധിപനായി. താണുപിള്ളയായിരുന്നു സൈന്യത്തിന്റെ രണ്ടാം തലവൻ. രാമയ്യന്റെ ബുദ്ധിയായിരുന്നു ആ നീക്കം. രാമൻ തമ്പിയെയും പപ്പുത്തമ്പിയെയും അവർ വഹിച്ചിരുന്ന പദവികളിൽ നിന്നു മാറ്റിയില്ലെങ്കിലും അവരുമായി ഭരണകാര്യങ്ങളൊന്നും കൂടിയാലോചിക്കുകയോ അവരുടെ അഭിപ്രായങ്ങൾ മുഖവിലയ്ക്കെടുക്കുകയോ ചെയ്തില്ല. അവഗണിച്ച് അകറ്റി നിർത്തിയാൽ സ്വയം ഒഴിഞ്ഞു പോകുമെന്നായിരുന്നു രാമയ്യന്റെ ഉപദേശം. കൊട്ടാരം രായസക്കാരനെന്ന പദവിയായിരുന്നു രാമയ്യന് നല്കിയിരുന്നതെങ്കിലും എല്ലാ കാര്യങ്ങളിലുമുള്ള അയാളുടെ അഭിപ്രായത്തിന് രാജാവ് പ്രാമുഖ്യം കൊടുത്തു.

സൈന്യം സർവ്വഅഭ്യാസങ്ങളും പരിശീലിച്ചു കഴിഞ്ഞപ്പോൾ മറവ സൈന്യം രൂപീകരിച്ചു. മടക്കര മുതൽ കന്യാകുമാരി വരെ മൺകോട്ട നിർമ്മിച്ച് മറവസൈന്യത്തെ കാവൽ നിർത്തി. കൃഷിക്കാവശ്യമായ ജലം ചാലുകൾ വെട്ടിയെത്തിച്ചു. വെള്ളം ഇല്ലാതിരുന്ന ഇടങ്ങളിലേക്ക് പുതിയ ജലവഴികളിലൂടെ വെള്ളം കുതിച്ചു ചെന്നപ്പോൾ "മഹാരാജാവ് നീണാൾ

വാഴട്ടെ"എന്നു ജനം ആർത്തുവിളിച്ചു. ഈഴവ, മുക്കുവ മുസ്ലീം, നാടാർ, പുലയ വിഭാഗത്തെ സൈന്യത്തിൽ അണിചേർത്തതു നാട്ടിൽ പുതിയൊരു സമ്പദ്ഘടനയുണ്ടാക്കി. അധികാരത്തോട് ചേർന്നുനിന്നും കൃഷിഭൂമി സ്വന്തമാക്കിയും ജാതിശ്രേണിയിൽ താഴെയുള്ളവർ സാമ്പത്തികമായി അഭിവൃദ്ധിപ്പെടാൻ തുടങ്ങി.

എട്ടുവീട്ടിൽപിള്ളമാർക്ക് ചില അപശകുനങ്ങൾ ഉണ്ടായി. പള്ളിച്ചൽ വീരരായൻ പിള്ളയുടെ നാലാമത്തെ അനുജൻ വീരൻ മണിരായൻ പിള്ള സർപ്പദംശനമേറ്റു മരിച്ചു. മഹാരാജാവായി മാർത്താണ്ഡവർമ്മ അധികാരമേറ്റെടുത്ത് അധിക ദിവസം കഴിയും മുമ്പ് സംഭവിച്ച ആ ദുഃശകുനം പിള്ളമാരെ ആകുലപ്പെടുത്തി. പേരുപോലെ തന്നെ വീര പോരാളിയും ഏവർക്കും പ്രിയപ്പെട്ടവനുമായിരുന്നു വീരമണി എന്നറിയപ്പെട്ട വീരൻ മണിരായൻ പിള്ള.

കൊടുമൺപിള്ളയും അനുജൻ രുദ്രപ്രതാപപിള്ളയും അംഗരക്ഷകരും പത്തോളം പടയാളികളുമായി പള്ളിച്ചൽ എത്തി. പള്ളിച്ചൽ പിള്ളയ്ക്കും അഞ്ച് അനുജന്മാർക്കും കൂടി ഒരു ഭാര്യയായിരുന്നു. വീരരായൻപിള്ളയുടെ ഭാര്യയായി വന്ന ആനന്ദം അനുജന്മാരെയും ഭർത്താവായി സ്വീകരിക്കുകയായിരുന്നു. ധീരത ഒരിക്കലും കൈവിടാത്ത ആനന്ദം വീരമണിയുടെ മരണത്തിൽ ആകെ തളർന്നുപോയി. കൊടുമൺ പിള്ളയെ കണ്ടപ്പോൾ ഉറക്കെ കരയുകയും വീരമണിയുടെ വീരാപദാനങ്ങൾ എണ്ണിയെണ്ണി പറയുകയും ചെയ്തു. കൊടുമൺ പിള്ള ഏവരെയും ആശ്വസിപ്പിച്ച് ഏറെ നേരം അവിടെ ഇരുന്നിട്ടാണ് മടങ്ങിയത്.

മടക്കയാത്രയിൽ, ആനന്ദത്തിന്റെ നിലവിളി കൊടുമൺപിള്ളയുടെ മനസ്സിൽ കനത്തു നിന്നു. അതിവേഗം കുതിച്ച് പിള്ളയ്ക്കൊപ്പമെത്താൻ പിന്നാലെ സഞ്ചരിച്ച കുതിരപ്പടയാളികൾ ആയാസപ്പെട്ടു. മിന്നൽ പോലെ പാഞ്ഞ ആ സംഘത്തിനുനേരേ കാട്ടുവഴിയിൽ ഒളിച്ചിരുന്ന രാജസൈന്യം മിന്നലാക്രമണം നടത്തി. ഒരു നിമിഷം കൊടുമൺ പിള്ള സംശയിച്ചു നിന്നു. അടുത്ത നിമിഷം സമചിത്തത വീണ്ടെടുത്ത പിള്ള പ്രത്യാക്രമണം ആരംഭിച്ചു. രാജസൈന്യം കൊടുമൺപിള്ളയെയാണ് ലക്ഷ്യം വച്ചത്. അതു മനസ്സിലാക്കിയ രുദ്രപ്രതാപപിള്ള ജ്യേഷ്ഠനെ സംരക്ഷിച്ചു നിന്നു പോരാടി. പിള്ളയ്ക്കൊപ്പമുള്ളതിന്റെ ഇരട്ടി പോരാളികൾ രാജസൈന്യത്തിൽ ഉണ്ടായിരുന്നു. കുതിരയെ ആൾപ്പൊക്കത്തിനു മീതെ കുതിച്ചുചാടിച്ച് മിന്നൽ വേഗത്തിൽ ഉടവാൾ വീശിപ്പൊരുതിയ കൊടുമൺ പിള്ളയെ കീഴടക്കാനാവാതെ രാജസൈന്യം വിയർത്തു.

പൊടുന്നനെ വൃക്ഷങ്ങൾക്കിടയിൽനിന്ന് വെള്ളവസ്ത്രവും വെള്ളത്താടിയും മുടിയുമുള്ള ഒരു വൃദ്ധൻ ഉടവാളും ഉയർത്തി കുതിരപ്പുറത്ത് കുതിച്ചുവന്ന് രാജസൈന്യത്തിന്റെ നേതൃത്വം ഏറ്റെടുത്തു. രൂപത്തിൽ വൃദ്ധനെങ്കിലും വാളേന്തിയ കൈകളിലെ പേശീബലവും ഉറച്ച

KP

ഭുജങ്ങളും കണ്ടാൽ യുവാവെന്നേ തോന്നൂ. ഇരുസൈന്യവും ഇരുഭാഗ ത്തായി അണിനിരന്നു. പോരാട്ടവീര്യത്തോടെയും ജ്വലിക്കുന്ന കണ്ണുക ളോടെയുംനിന്ന ആ വൃദ്ധൻ തന്റെ നീണ്ട താടിയും മുടിയും വലത് കൈകൊണ്ട് ഇളക്കി മാറ്റി. മാർത്താണ്ഡവർമ്മ മഹാരാജാവായിരുന്നു ആ വൃദ്ധവേഷധാരി.

“മഹാരാജാവേ, അടിയൻ കണ്ണാക്കു കഴിഞ്ഞ് കുളിച്ചിട്ടില്ല, തുണി മാറീട്ടില്ല. പൂവാൻ അനുവദിക്കണം.” കൊടുമൺപിള്ള പറഞ്ഞു.

“അഹങ്കാരി! നിന്നെ അശുദ്ധിയോടെ നാം യാത്രയാക്കാം. നരക ത്തിലേക്ക്.” ക്ഷോഭത്തോടെ വാളുയർത്തി മഹാരാജാവ് പറഞ്ഞു.

“പോരാട്ടത്തിൽ ഉയിര് പെയ്യാ അതീപ്പരം പുണ്യം വേറെന്തരുണ്ട് മഹാരാജാവേ. അടിയനായാലും തമ്പുരാനായാലും അതല്ലേ ഹിതം.”

കൊടുമൺപിള്ള പറഞ്ഞു കഴിയുംമുമ്പ് മഹാരാജാവ് കുതിരയെ ഉയർത്തിച്ചാടിക്കുകയും കൊടുമൺപിള്ളയുടെ കഴുത്തു ലക്ഷ്യമാക്കി വാൾ മിന്നിക്കുകയും ചെയ്തു. ആ നീക്കം പിള്ള ഒട്ടും പ്രതീക്ഷിച്ചതല്ല. ഞൊടിയിടയിൽ നടത്തിയ ആ വാൾ പ്രയോഗത്തിൽ കൊടുമൺപിള്ള യുടെ കഴുത്തറ്റു തെറിച്ചെന്നു തന്നെയാണ് മഹാരാജാവ് കരുതിയത്. ആ വേഗതയിൽ നിന്ന് ഒഴിഞ്ഞുമാറുക മനുഷ്യസാദ്ധ്യമായിരുന്നില്ല. പക്ഷേ, പിള്ള മിന്നൽവേഗത്തിൽ ഒഴിഞ്ഞുമാറുകയും കണ്ണടച്ചു തുറക്കുന്നതിനിടയിൽ മഹാരാജാവിനു നേരേ വാൾ വീശുകയും ചെയ്തു. രാജാവിന്റെ തലയറ്റെന്നു തന്നെയാണ് പിള്ള കരുതിയത്. വാളുകൾ കൂട്ടിമുട്ടുന്ന പ്രകമ്പനശബ്ദം മാത്രമേ മറ്റുള്ളവർ കേട്ടുള്ളൂ. സംഭവി ച്ചതെന്തെന്ന് ഒപ്പമുള്ളവർക്ക് ഒരു നിമിഷം കഴിഞ്ഞാണ് മനസ്സിലായത്.

ഇരു സംഘങ്ങളും ആകാശത്തേക്ക് പറന്നും ഭൂമിയിലേക്ക് പതിഞ്ഞും ഉഗ്രപോരാട്ടം നടത്തി. ആർക്കും മുന്നേറാനോ പിന്മാറാനോ കഴിയാത്ത പോരാട്ടം. അന്തരീക്ഷമാകെ പൊടിപടലത്താൽ മറഞ്ഞു. പക്ഷികൾ കൂട്ടത്തോടെ പറന്നകന്നു. കാക്കകൾ ഭയന്നു വിളിച്ചു. രണ്ടുപക്ഷത്തുനിന്നും ഓരോരുത്തർ വീതം തലയറ്റുവീണു. കൊടുമൺ പിള്ളയുടെ പക്ഷത്തുനിന്നു വീണത് രുദ്രപ്രതാപപിള്ളയായിരുന്നു.

പോരാട്ടം അവസാനിച്ചു. ഇരു വിഭാഗവും തളർന്നു. പരസ്പരം തോല്പിക്കാനാകില്ലെന്ന വിശ്വാസം ഉറച്ചതിനാൽ തളർച്ചയേറി.

“ഇനി ജീവനോടെ ഒരു കൂടിക്കാഴ്ച ഉണ്ടാകാതിരിക്കട്ടെ. തലയറ്റ നിന്റെ ഒടല് നമുക്ക് കാണണം. വൈകില്ല. നിനക്ക് പോകാം.” ജ്വലിക്കുന്ന കോപത്തോടെ മാർത്താണ്ഡവർമ്മ പറഞ്ഞു.

“ജയിക്കാനാവാത്ത മഹാരാജാവിന്റെ വീരവാദം പങ്കം തന്നെ. ആയുധബലോം അധികാരോം ഒണ്ടായിട്ടും ഇങ്ങനെ തോറ്റമ്പിനില് ക്കാനാണ് തമ്പുരാന് നിയോഗം. വീരമരണമാണ് തമ്പുരാനേ ചെലപ്പോൾ വിജയത്തെക്കാൾ ഉത്തമം. കേവലനായ അടിയനോടേറ്റുമുട്ടി മരിച്ചാ

തമ്പുരാന് വീരസ്വർഗ്ഗം കിട്ടൂല്ല. അടിയൻ മരിച്ചാ ദേവതകൾ വീരസ്വർഗ്ഗത്തിലേക്ക് ആനയിക്കും. ഈ തലയറ്റു കിടക്കണത് അടിയന്റെ ഒടപ്പിറന്നോനാ. അവനിപ്പോ വീരനായി സ്വർഗ്ഗത്തിൽ തലയുയർത്തിയിരിക്കേരിക്കും. ഏതു പോരിനും അടിയൻ തയ്യാറാ."

കൊടുമൺപിള്ള വാൾ ഉയർത്തിപ്പിടിച്ചുകൊണ്ടു പറഞ്ഞ ശേഷം അരയിലെ ഉറയിൽ നിന്ന് ഇരുതല മൂർച്ചയുള്ള കഠാര ഊരിയെടുത്തു. രാജമുദ്രയുള്ള ആ കഠാര മാർത്താണ്ഡവർമ്മ കണ്ടു. അമ്മാവൻ മഹാരാജാവിന്റെ കഠാര. രാജമുദ്രയുള്ള കഠാര ആരാവും പിള്ളയ്ക്കു നല്കിയത്.? കൊട്ടാരത്തിലെ വിവരങ്ങൾ ചോർത്തിനല്കുന്ന ചതിയൻ ആരാണ്? തന്നെ അപമാനിക്കാനാണ് കഠാര കാട്ടിയതെന്നു മാർത്താണ്ഡവർമ്മയ്ക്കു തോന്നി.

"മഹാരാജാവേ പിൻമാറുകയല്ലേ?"

രൂക്ഷമായി പിള്ളയെ നോക്കിയ ശേഷം മഹാരാജാവ് മറുപടി പറയാതെ മടക്കയാത്ര ആരംഭിച്ചു.

പൊടിപടലം ഉയർത്തി രാജാവും സംഘവും പോയിമറഞ്ഞപ്പോൾ കൊടുമൺപിള്ള കുതിരപ്പുറത്തുനിന്നു താഴെയിറങ്ങി. മണ്ണിൽ തലയറ്റു കിടക്കുന്ന രുദ്രപ്രതാപന്റെ ദേഹം വാരിയെടുത്ത് നെഞ്ചോടു ചേർത്തു. അടക്കി നിർത്താൻ ശ്രമിച്ചിട്ടും സാധിക്കാത്ത ഹൃദയവേദന കണ്ണിലൂടെ ഒലിച്ചിറങ്ങി. കൊടുമൺപിള്ള വിതുമ്പിയപ്പോൾ മറ്റു പടയാളികൾ ചുറ്റിലും വട്ടത്തിൽ തല കുമ്പിട്ടു നിന്നു. അവരുടെ കണ്ണുകളിൽ നിന്ന് കണ്ണീർച്ചാലുകൾ ഒലിച്ചിറങ്ങി.

കൊടുമൺപിള്ളയും സംഘവും മൃതദേഹവുമായി മടക്കയാത്ര ആരംഭിച്ചപ്പോൾ തലയറ്റു വീണ രാജപടയാളിയുടെ മൃതദേഹത്തിനു സമീപം ചുടുചോരയുടെ മണം പിടിച്ച് കുറുനരികൾ ഓടിയടുത്തു.

ചിത്രകാരനും നോവലിസ്റ്റും

2021 ഏപ്രിൽ 16. രാവിലെ 8 മണി

നോവലിസ്റ്റിന്റെ ഫോൺ ശബ്ദിച്ചു.

"ഹലോ."

"ഞാനാ." ചിത്രകാരൻ പറഞ്ഞു.

"ഞാൻ പ്രതീക്ഷിച്ചു."

"ഒരു സംശയം. മാർത്താണ്ഡവർമ്മ വേഷംമാറി ഒളിവിൽ കഴിഞ്ഞതും തമ്പിമാരും പിള്ളമാരും പിന്തുടർന്നാക്രമിച്ചതുമൊന്നും ഡീറ്റെയിലായി വന്നിട്ടില്ലല്ലോ?" ചിത്രകാരൻ ചോദിച്ചു.

"മാർത്താണ്ഡവർമ്മ ഒളിച്ചിരുന്നതും വേഷംകെട്ടി നടന്നതുമൊക്കെ നമ്മൾ വിശ്വസിക്കുന്ന തരത്തിലുള്ള സത്യമാണെന്ന് തോന്നുന്നില്ല. തക്കല കാണികളുടെ ഊരിൽ മാർത്താണ്ഡവർമ്മ ഒളിച്ചിരുന്നതും അതിന്റെ നന്ദിസൂചകമായി അവർക്ക് മൂവായിരം ഏക്കർ പതിച്ചുകൊടുത്തതും രേഖകളിൽ ഉണ്ട്. ഇന്നും കാണിക്കാർ അവിടെ കൂട്ടമായി താമസിക്കുന്നുമുണ്ട്.

1729 ഫെബ്രുവരി ഒൻപതാം തീയതി രാമവർമ്മ മരിച്ചു. ഉടനേ തന്നെ കരുനാഗപ്പള്ളി രാജാവായിരുന്ന തലശ്ശേരി രാജകുമാരൻ കൽക്കുളത്തെത്തി തിരുവിതാംകോടിന്റെ രാജാവായി അധികാരമേറ്റതായി ചില രേഖകളുണ്ട്.

അധികാരമേറ്റ് പത്തൊൻപതാം ദിവസം അദ്ദേഹം മരിച്ചു. തുടർന്നാണ് അധികമാരും പറയാത്തതും ദുരൂഹവുമായ ഒരു സംഭവം ഉണ്ടാകുന്നത്. തിരുവിതാംകൂർ രാജാക്കൻമാരിൽ മൂത്തയാളിന് രാമവർമ്മയെന്നും രണ്ടാമന് മാർത്താണ്ഡവർമ്മയെന്നുമാണ് പേരിടുന്നത്. മൂന്നാമന് രാമവർമ്മയെന്നും നാലാമന് മാർത്താണ്ഡവർമ്മയെന്നും അത്

തുടരും. അങ്ങനെയാണെങ്കിൽ മാർത്താണ്ഡവർമ്മയ്ക്ക് രാമവർമ്മ എന്ന് പേരുള്ള ഒരു ജ്യേഷ്ഠൻ കാണുമല്ലോ. അയാൾ എവിടെയാണ്? പുറപ്പെട്ടുപോയ ആ ജ്യേഷ്ഠൻ ബാലരാമവർമ്മയുടെ മരണത്തെ തുടർന്ന് അധികാരമേറ്റെടുക്കാൻ മടങ്ങി വന്നെന്നും അപ്പോഴേക്കും തലശ്ശേരി രാജകുമാരൻ അധികാരമേറ്റെടുത്തെന്നും ഒരു കഥയുണ്ട്. സംഗതി മനസ്സിലാക്കിയ രാമവർമ്മ ആരോടും ഒന്നും പറയാതെ പെട്ടെന്നു പിൻവാങ്ങി. ദിവസങ്ങൾക്കകം തലശ്ശേരി രാജകുമാരൻ മരിച്ചു. വസൂരി വന്നാണെന്ന് ചരിത്രഭാഷ്യം. പക്ഷേ, അതാവാൻ വഴിയില്ലെന്ന് നമുക്കൂഹിക്കാം. ഈ സമയം തമിഴ്നാട്ടിലെ മറവപ്പടയുമായി രാമവർമ്മ മടങ്ങി വന്നു. മറവപ്പടയുടെയും മാടമ്പിമാരിൽ പ്രബല വിഭാഗത്തിന്റെയും സഹായത്തോടെ മാർത്താണ്ഡവർമ്മയെ ജ്യേഷ്ഠൻ രാമവർമ്മ ആക്രമിച്ചു. പിടിച്ചു നില്ക്കാനാവാതെ മാർത്താണ്ഡവർമ്മയും സംഘവും പ്രാണരക്ഷാർത്ഥം ഓടി. ആ ഓട്ടമാണ് മാർത്താണ്ഡവർമ്മയുടെ ചരിത്രപ്രസിദ്ധമായ ഒളിച്ചുകളിയെന്നു വ്യാഖ്യാനിക്കാം. ജ്യേഷ്ഠനും അനുജനും തമ്മിലുള്ള പോരാട്ടത്തിൽ മാടമ്പിമാരിൽ നല്ലൊരു വിഭാഗവും രാജസൈന്യത്തിലൊരു വിഭാഗവും ജ്യേഷ്ഠനൊപ്പം കൂടിക്കാണും.

പിള്ളമാരും തമ്പിമാരും രാമവർമ്മയ്ക്ക് സ്വാഭാവികമായും പിന്തുണ നല്കിയിട്ടുണ്ടാവും. അഞ്ചാറ് മാസം മാർത്താണ്ഡവർമ്മയും കൂട്ടരും കാട്ടിലും മേട്ടിലും വൃക്ഷത്തലപ്പത്തും ചില വീടുകളിലുമൊക്കെ ഒളിച്ചു താമസിച്ചു. അതിശക്തമായ തിരിച്ചുവരവ് നടത്തുകയല്ല മറിച്ച് ഗൂഢതന്ത്രങ്ങളിലൂടെയും ചതിപ്രയോഗങ്ങളിലൂടെയും മാർത്താണ്ഡവർമ്മ രാമവർമ്മയെ അപായപ്പെടുത്തിക്കാണും. എന്തായാലും ഒടുവിൽ രാമവർമ്മയും മരിച്ചു. തുടർന്ന് 1729 ആഗസ്ത് 30 നാണ് അനിഴം തിരുനാൾ മാർത്താണ്ഡവർമ്മ തിരുവിതാംകൂർ രാജാവായി അധികാരമേറ്റതെന്നും ഒരു ഭാഷ്യമുണ്ട്."

"ഇതു സ്റ്റോറിയാണോ, ഹിസ്റ്ററിയാണോ?" ചിത്രകാരൻ ചോദിച്ചു.

"പൂർണ്ണമായും തള്ളിക്കളയാനും വിശ്വസിക്കാനും കഴിയില്ല. ഈ കഥയ്ക്കുള്ളിൽ ഒരു സത്യമുണ്ട്. യുവരാജാവെന്ന നിലയിൽ അതീവ ശക്തനായിക്കഴിഞ്ഞിരുന്ന മാർത്താണ്ഡവർമ്മയെ സദാ അലട്ടിയിരുന്നത് ഒപ്പമുള്ളവർ ചതിക്കുമോയെന്ന ആശങ്കയായിരുന്നു. ശക്തരായ തമ്പിമാരും പിള്ളമാരും ഏത് നിമിഷവും വമ്പൻ ആക്രമണം നടത്തി തന്നെ വധിക്കുമെന്നും അദ്ദേഹം ഭയന്നിരുന്നു. ആ അവസരത്തിലാണ് തലശ്ശേരി രാജകുമാരന്റെ വരവ്. അത് നിഷ്പ്രയാസം ഒഴിവാക്കി. പക്ഷേ, രാമവർമ്മയുടെ പടസഹിതമുള്ള വരവിനെ മാർത്താണ്ഡവർമ്മയും രാമയ്യനും ഒരു പരീക്ഷണാവസരമായി കാണാൻ തീരുമാനിച്ചു കാണും. രാമവർമ്മയെ പോരിൽ തോല്പിക്കാനുള്ള പടക്കരുത്തും കൂർമ്മബുദ്ധിയും ഉണ്ടായിരുന്നിട്ടും ഭയന്നോടൽ നാടകം കളിച്ചതെന്തിനാവും?

വിവിധ വേഷം കെട്ടി നാടുമുഴുവൻ കറങ്ങി നാട്ടുകാരുടെ ഹിതമറിയാനുള്ള തന്ത്രമായും ഒപ്പം വിവിധ വേഷങ്ങൾ കെട്ടാനുള്ള തന്റെ മോഹം സാക്ഷാൽക്കരിക്കാനുള്ള അവസരമായും ആ കാലത്തെ അദ്ദേഹം ആഘോഷിച്ചു. ഏത് പ്രതികൂലാവസ്ഥയിലും തനിക്കൊപ്പം നില്ക്കുന്ന വിശ്വസ്തരെ തിരിച്ചറിയാനുള്ളതായിരുന്നു ആ 'ഭയന്നോടൽ നാടകം.' അമ്മച്ചിപ്ലാവിന്റെ പൊത്തിലല്ല അമ്മവീടുകളിലാണ് മാർത്താണ്ഡവർമ്മ ഏറെയും അഭിരമിച്ചത്. ആറുമാസം നീണ്ട ആ ഒളിച്ചുകളിനാടകത്തിനു ശേഷം ചതിക്കാത്ത ഒരു കൂട്ടം പടയാളികളുമായി ഐതിഹാസികമായ ഒരു തിരിച്ചുവരവ് നടത്തിയെന്നു വേണം കരുതാൻ. അന്നു മുതലാണ് തിരുവിതാംകൂറിൽ ഒരു പുതിയ സൈന്യം രൂപം കൊള്ളാൻ തുടങ്ങിയത്. ജാതീയ വേർതിരുവുകളാൽ മാറ്റി നിർത്തപ്പെട്ട സമുദായങ്ങളിലെ നിരവധിപേർ മുന്നണിപ്പടയാളികളായി. ചതിച്ചവരെയും കളം മാറിയവരെയും അകറ്റി നിർത്തി. കൊടുങ്കാറ്റായുള്ള മടങ്ങിവരവിൽ സ്വന്തം ജ്യേഷ്ഠനെ കൊന്നിട്ടാണ് മാർത്താണ്ഡവർമ്മ അധികാരമേറ്റെടുത്തത്. ആ പോരിന് വ്യക്തമായ തെളിവുകളൊന്നുമില്ലാത്തതിനാലാണ് നോവലിൽ പറയാത്തത്." നോവലിസ്റ്റ് പറഞ്ഞു.

"ബാക്കിയെല്ലാത്തിനും തെളിവുണ്ടോ?"

ചിത്രകാരന്റെ ചോദ്യത്തിന് നോവലിസ്റ്റ് മറുപടി പറഞ്ഞില്ല.

"എന്താ മറുപടി ഇല്ലേ?"

"ഭരണാധികാരിയെ ചോദ്യംചെയ്യുകയും ഭരണകൂടത്തോട് ഏറ്റുമുട്ടുകയും ചെയ്തു തോറ്റവരെന്ന നിലയിലാണ് പിള്ളമാരെ കാണേണ്ടത്. അഭിരാമി രക്തസാക്ഷിയാണ്. രക്തസാക്ഷികളും തോറ്റുപോയ വ്യക്തികളും പ്രസ്ഥാനങ്ങളുമാണ് പലപ്പോഴും സമൂഹത്തെ സ്വാധീനിക്കുന്നതും വളർച്ചയ്ക്കുള്ള വഴി തെളിക്കുന്നതും." നോവലിസ്റ്റ് പറഞ്ഞു.

ചിത്രകാരൻ നിശ്ശബ്ദനായി.

"എന്തായി വര?" നോവലിസ്റ്റ് ചോദിച്ചു.

"ഞാനുമത് സ്വയം ചോദിക്കുകയാ. നമ്മൾ ജീവിക്കുന്ന ഈ മണ്ണിൽ മുന്നൂറുവർഷം മുമ്പ് നടന്ന സംഭവങ്ങളാണിതെല്ലാമെന്നോർക്കുമ്പോൾ വരയ്ക്കാൻ സാധിക്കുന്നില്ല. കഥാപാത്രങ്ങളെ വരയ്ക്കാനെളുപ്പമാണ്. മരിച്ചുപോയ ആ മനുഷ്യരെ വരയ്ക്കാൻ തുടങ്ങുമ്പോൾ അവർ നോക്കി നില്ക്കുമെന്ന് മനസ്സ് പറയുന്നു.

ചിത്രങ്ങളൊന്നുമവശേഷിപ്പിക്കാതെ പോയ മനുഷ്യരെ വരയ്ക്കണമെങ്കിൽ അദൃശ്യമായ ഒരിടപെടൽ ഉണ്ടാകണം. അതിന് വേണ്ടി ഞാൻ കാത്തിരിക്കുകയാണ്."

"ഇരുൾമൂടിയ ചരിത്രത്തിൽനിന്ന് കഥ മെനയണമെങ്കിലും അദൃശ്യമായ ഇടപെടൽ വേണം. ഭാവന അങ്ങനെയാണ് ജീവസുറ്റ മനുഷ്യരിലേക്കും സത്യപ്രപഞ്ചത്തിലേക്കും സഞ്ചരിച്ചെത്തുന്നത്." നോവലിസ്റ്റ് പറഞ്ഞു.

ചിത്രകാരൻ നെടുവീർപ്പിട്ടു.

“എങ്കിൽ പിന്നെ കഥ തുടരട്ടെ.”

ചിത്രകാരൻ പറഞ്ഞു.

“ചരിത്രകഥ.” നോവലിസ്റ്റ് തിരുത്തി.

“ചരിത്രം കഥയാണെന്നാണോ അതിന്റെ അർത്ഥം?”

ചിത്രകാരന്റെ ചോദ്യം കേട്ട് നോവലിസ്റ്റ് ചിരിച്ചു.

“നമ്മുടെ ചരിത്രകാരന്മാരല്ലേ ഏറ്റവും നല്ല കഥ പറച്ചിലുകാർ.” നോവലിസ്റ്റ് പറഞ്ഞു. നിശ്ശബ്ദതയിൽ ഫോൺ കട്ടായി.

പതിനേഴ്

മാർത്താണ്ഡവർമ്മ മഹാരാജാവിന്റെ ആജ്ഞാനുസരണം അഭിരാമിയും തമ്പിമാരും കൊച്ചു കുമാരപിള്ളയും പരിവാരങ്ങളും ചിങ്ങനല്ലൂർ പടവീട്ടിലേക്ക് താമസം മാറ്റി. വലിയ വലിയ സ്വപ്നങ്ങളിൽ നിന്നുള്ള ഒഴിഞ്ഞുപോക്കു കൂടിയായിരുന്നു അത്.

പടവീട്ടിലെ താമസവുമായി പൊരുത്തപ്പെടാൻ അവർ ഏറെ പ്രയാസപ്പെട്ടു. ആ അസംതൃപ്ത ജീവിതത്തിലേക്ക് രാജസേവകൻ ദൂതുമായി ചെന്നു. രാമൻ തമ്പിയും പപ്പുത്തമ്പിയും പത്മനാഭപുരം കൊട്ടാരത്തിലെത്തി രാജാവിനെ മുഖം കാണിക്കണമെന്ന കല്പന അറിയിക്കാനാണ് സേവകൻ വന്നത്. തങ്ങളെ കാണാനോ സംസാരിക്കാനോ കൂട്ടാക്കാത്ത രാജാവിന് പെട്ടെന്നെന്താണ് മനം മാറ്റമുണ്ടായതെന്ന് തമ്പിമാർ ചിന്തിച്ചു. കല്പന അറിയിച്ചവർ മടങ്ങിയ ഉടനേ തമ്പിമാർ നീരാട്ടിനിറങ്ങി. നീരാട്ടു കഴിഞ്ഞ് പൊന്നിൻ പിടിയുള്ള ഉടവാളും കൈയിലേന്തി ആടയാഭരണങ്ങളും അണിഞ്ഞ് ഇരുവരും അഭിരാമിയുടെ കാല്ക്കൽ നമസ്കരിച്ചു.

“ഏമാത്തവാ കാപ്പാത്തവാ എൻട്രു തെരിയാതു. ജാഗ്രതൈ വേണം. എന്ത ദയവും കിടൈക്കാതു.”[1] അഭിരാമി പറഞ്ഞു. അകമ്പടിക്കാരുമായി തമ്പിമാർ പോയപ്പോൾ അഭിരാമി പൂജാമുറിയിലേക്ക് കയറി.

മാർത്താണ്ഡവർമ്മ പുതിയതായി രൂപീകരിച്ച പടക്കൂട്ടം ചീറ്റപ്പുലികളെപ്പോലെ മാടമ്പിമാർക്കു നേരെ കുതിച്ചുചാടി. ചെറിയ കുറ്റങ്ങൾക്കുപോലും വലിയ ശിക്ഷ നല്കി. മാടമ്പിമാരാണ് നാടിന്റെ ശത്രുക്കളെന്ന് പറയാനും പ്രചരിപ്പിക്കാനും വിശ്വസിപ്പിക്കാനും രാജകിങ്കരന്മാർ നാടുമുഴുവൻ കറങ്ങി നടന്നു. പിള്ളമാരെയും മാടമ്പിമാരെയുംകുറിച്ച് ഇല്ലാ

ക്ഥകൾ ചമച്ച് അവർ നാടു മുഴുവൻ വിളമ്പി. പിള്ളമാരെ ക്രൂരതയുടെ ആൾരൂപങ്ങളായും കണ്ണിൽ ചോരയില്ലാത്ത കൊള്ളക്കാരായും അവതരിപ്പിച്ചു. ആറ്റിങ്ങൽ റാണിക്ക് കപ്പം കൊടുക്കാൻ വന്ന കമ്പനി പടയാളികളെയും പടത്തലവന്മാരെയും ഇരുട്ടിന്റെ മറവിൽ ചതിച്ചു കൊന്ന കൊടുമൺപിള്ളയുടെ ലക്ഷ്യം കൊള്ളയായിരുന്നുവെന്നും നാട്ടിലെങ്ങും പ്രചരിപ്പിച്ചു. മഹാരാജാവിനെ ചതിച്ചുകൊന്ന് രാജ്യം കൊള്ളയടിക്കുകയാണ് പിള്ളമാരുടെ ലക്ഷ്യമെന്ന് നാട്ടുകാരെക്കൊണ്ട് വിശ്വസിപ്പിച്ചു. നുണക്കഥകൾ നിരന്തരം പടച്ചുവിടുന്നത് രാമയ്യന്റെ ബുദ്ധിയായിരുന്നു.

എട്ടരയോഗക്കാരെ വരുതിക്ക് നിർത്താനും പത്മനാഭസ്വാമി ക്ഷേത്രത്തിന്റെ ഭരണാവകാശത്തിൽനിന്ന് അവരെ പുറത്താക്കാനും മാർത്താണ്ഡവർമ്മ ആസൂത്രണം തുടങ്ങി.

കരം ഇളവു ചെയ്തും കൃഷി സൗകര്യങ്ങൾ വർദ്ധിപ്പിച്ചും കർഷകരെ ഒപ്പം നിർത്തിയും കച്ചവടക്കാർക്ക് വാണിജ്യാന്തരീക്ഷം നല്കിയും മഹാരാജാവ് ജനപിന്തുണ വർദ്ധിപ്പിച്ചു. കമ്പനിക്ക് കുരുമുളകും സുഗന്ധവ്യഞ്ജനങ്ങളും നല്കി പകരം ആയുധം വാങ്ങിക്കൂട്ടാൻ തുടങ്ങിയതും രാജസൈന്യത്തിന് പുതിയ ഊർജ്ജം നല്കി. അതുവരെ അകറ്റി നിർത്തിയവരെ പടയിലെടുത്ത് അധികാരവും ആയുധവും നല്കിയപ്പോൾ അവർക്ക് മഹാരാജാവ് ദൈവമായി മാറി. രാജാവിനെ എതിർത്തവരെ അവർ ആജന്മശത്രുക്കളായി കണ്ട് അമർച്ച ചെയ്തു. തലമുറകളായി തങ്ങളെ അടിമകളായി കരുതിയ മാടമ്പിമാർക്കെതിരെ വാളുമായി മുഖാമുഖം നില്ക്കാനും തല വെട്ടാനും ശിക്ഷ നല്കാനും കിട്ടിയ അധികാരം പുതിയ പടയാളികളെ ആവേശംകൊള്ളിച്ചു.

അനന്തപത്മനാഭൻ എന്ന നാടാർ യുവാവിനെ രാജസൈന്യത്തിലെ പ്രധാനിയാക്കിയത് പടയ്ക്ക് പുതിയ ഊർജ്ജം നല്കി. അയാളുടെ കീഴിൽ 108 കളരിയും നിരവധി അഭ്യാസികളും ഉണ്ടായിരുന്നു. ആ വീരൻ ചതിക്കാതെ തുണയ്ക്കുമെന്നും രാജാവ് വിശ്വസിച്ചു.

പ്രാർത്ഥനയുമായി മുറിയിൽ ഒറ്റയ്ക്കിരുന്ന ഉമ്മിണിത്തങ്ക ചിന്തിച്ചത് മഹാരാജാവ് സഹോദരന്മാരെ കൊട്ടാരത്തിലേക്ക് ക്ഷണിച്ചത് എന്തിനാവുമെന്നാണ്. തങ്കയുടെ മുഖം ചുവന്നു തുടുത്തു. കണ്ണുകൾ നക്ഷത്രങ്ങളായി. ചുണ്ടുകൾ വിറച്ചു. തന്റെ അഭിലാഷം നടക്കാൻ സമയമായെന്നവൾ ചിന്തിച്ചു. എത്രയും വേഗം അത് നടക്കണം. താൻ രാജപത്നിയാകുന്നതോടുകൂടി രാജാവും തമ്പിമാരും തമ്മിലുള്ള കലഹം അവസാനിക്കും. മഹാരാജാവിനോട് അമ്മയ്ക്കുള്ള അനിഷ്ടവും പകയും കെട്ടടങ്ങും. മകളുടെ ഭർത്താവ് രാജാവാകുന്നതും മക്കൾ രാജാവാകുന്നതും തുല്യം തന്നെ. അവൾ ഉള്ളുരുകി പ്രാർത്ഥിച്ചു.

അകമ്പടിക്കാരോടൊപ്പം തമ്പിമാർ പത്മനാഭപുരം കൊട്ടാരത്തിലേക്ക് പ്രവേശിച്ചു. തമ്പിമാരെ അകലെനിന്നു കണ്ട കാവല്ക്കാർ കവാടം മലർക്കെ തുറന്നു. താണു വണങ്ങി. ചമഞ്ഞൊരുങ്ങിയ തമ്പിമാർ തലയുയർത്തിപ്പിടിച്ച് ഇടനാഴിയിലൂടെ നടന്നത് മഹാരാജാക്കന്മാരെപ്പോലെ തന്നെയായിരുന്നു. അവരുടെ അഴകും വിരിഞ്ഞ നെഞ്ചും കരിവീട്ടി കടഞ്ഞതുപോലെയുള്ള ഭുജങ്ങളും ഏവരെയും ആകർഷിക്കുന്ന തരത്തിലുള്ളതും അസൂയാവഹവുമായിരുന്നു. പപ്പുത്തമ്പി അല്പം തടിച്ച പ്രകൃതവും രാമൻ തമ്പിയുടേത് കടഞ്ഞെടുത്തതുപോലെയുള്ള ഉടലുമായിരുന്നു.

"വരുവിൻ, വരുവിൻ മച്ചുനന്മാരേ."

മാർത്താണ്ഡവർമ്മ രാജാവ് സിംഹാസനത്തിലിരുന്ന് അവരെ ക്ഷണിച്ചു. തമ്പിമാർ ആചാരപ്രകാരം രാജാവിനെ വണങ്ങി.

"ഇരുന്നാട്ടെ."

അവർ ഇരുന്നു. ഇരുകൂട്ടരും അല്പനേരം നിശ്ശബ്ദരായി. രാജാവിന്റെ മനസ്സിൽ ഇരുതലമൂർച്ചയുള്ള ഒരു കഠാര മിന്നിയെങ്കിലും പെട്ടെന്നു തന്നെ അത് ഉള്ളിലമർത്തി മുഖം പ്രസന്നമാക്കി.

"ഒരു വർത്തമാനമുണ്ട്. വർത്തമാനമല്ല; അഭീഷ്ടം. നാടുഭരിക്കുന്ന മഹാരാജാവ് സ്വസ്ഥനായാലേ നാടിനും സ്വസ്ഥത കിട്ടൂ. രാമയ്യന്റെ കണ്ടുപിടിത്തമാ. അപ്പോ വഴി അന്വേഷിക്കണമല്ലോ. അന്വേഷിച്ചു. ഉത്തരം കിട്ടി. അതറിയിക്കാനാ മച്ചുനന്മാരെ ക്ഷണിച്ചുവരുത്തിയത്." തമ്പിമാർ കാര്യം മനസ്സിലാകാതെ പരസ്പരം നോക്കി.

"നാം അനുഗുണയായ ഒരു കന്യകയ്ക്ക് പരിവട്ടം നല്കണം. ആ സൽഗുണ സമ്പന്നയെ എങ്ങനെ കണ്ടെത്തും. രാമയ്യനും കൂട്ടരും തല പുകച്ചപ്പോൾ നാമൊരു തീരുമാനം അറിയിച്ചു. അങ്ങനെയൊരാൾ ഈ പ്രപഞ്ചത്തിൽ ഉണ്ടെങ്കിൽ അത് മറ്റാരുമല്ല. ഉമ്മിണിത്തങ്ക." രാജാവിന്റെ വാക്കുകൾ കേട്ട തമ്പിമാർ ചിന്തയിലാവുകയും പരസ്പരം നോക്കുകയും ചെയ്തു.

"മഹാരാജാവിന്റെ അഭീഷ്ടം സന്തോഷം തന്നെ. പക്ഷേ, ഒരപേക്ഷയുണ്ട്." രാമൻ തമ്പി പറഞ്ഞു.

"എന്താണത്?"

"മഹാരാജാവിന്റെ ഇഷ്ടത്തിന് ആർക്കാണ് എതിരഭിപ്രായം. മഹാഭാഗ്യം. ഞങ്ങൾക്കൊരപേക്ഷയുണ്ട്. തിരുമനസ്സിന് തങ്കയിൽ ജനിക്കുന്ന ആൺകുട്ടിക്ക് രാജ്യാവകാശം നല്കണം." രാമൻ തമ്പി പറഞ്ഞു.

"അതു നാട്ടുനടപ്പല്ലല്ലോ രാമാ, നിന്റെ ഉടപ്പിറന്നോളെ നാം പട്ടമഹിഷിയാക്കാമെന്ന തീരുമാനം കേട്ട മാത്രയിൽ സാഷ്ടാംഗം നമിക്കുന്നതിനു പകരം നിഷേധം പറയുന്നോ?"

ഉദിച്ചുയർന്ന കോപം അടക്കാനാവാതെ മഹാരാജാവ് ചോദിച്ചു.

"നിഷേധമല്ല മഹാരാജാവേ, തീരുമാനമാ അടിയൻ ഉണർത്തിച്ചത്."

"ഹ ഹ ഹ, മഹാരാജാവിന്റെ തീരുമാനത്തിനു മേൽ കല്പിക്കാൻ നീ ആരാ?" മഹാരാജാവ് കോപിച്ചലറി.

രാമൻ തമ്പിയും പപ്പുത്തമ്പിയും എഴുന്നേറ്റു. മഹാരാജാവിന്റെ ഇടത്തേ കൈ ഉടവാളിൽ അമർന്നു. യാത്ര പറയാതെ തമ്പിമാർ വേഗം പുറത്തേക്ക് നടന്നു.

തമ്പിമാരുടെ ധിക്കാരം രാജാവിനെ കോപാകുലനാക്കി.

ഇരണിയൽ, നാഞ്ചിനാട്, വിളപ്പിൽ, ശ്രീവരാഹം, കഠിനംകുളം തുടങ്ങിയ സ്ഥലങ്ങളിൽ കരമൊഴിവാക്കി കൊടുത്ത കൃഷിഭൂമി തമ്പിമാരിൽനിന്നു കണ്ടുകെട്ടാൻ രാജാവ് കല്പിച്ചു. തമ്പിമാരുടെ വരുമാനം നിലയ്ക്കണം. അധികാരഗർവ്വ് ഇല്ലാതാകണം. രാജകല്പനയ്ക്കെതിരെ ചിന്തിക്കാൻ പ്രാപ്തി നല്കിയത് അവരിൽ കുമിഞ്ഞുകൂടിയ സമ്പത്തിന്റെ ശക്തിയാണ്.

കല്പനയറിഞ്ഞ തമ്പിമാർ കോപത്താൽ വിറച്ചു. അഭിരാമിയുടെ ക്ഷോഭം അഗ്നിപർവ്വതമായി പൊട്ടി. തകർന്ന ഹൃദയത്തോടെ ഉമ്മിണിത്തങ്ക വിലപിച്ചു. തനിക്ക് പരിവട്ടം നല്കാൻ മഹാരാജാവ് കാണിച്ച ഔദാര്യം നാട്ടിലില്ലാത്ത ആവശ്യം പറഞ്ഞ് മുടക്കിയതിൽ അവൾ വേദനിച്ചു.

ഇനിയെന്തെന്ന സന്ദിഗ്ദ്ധത തമ്പിമാരുടെ അമർഷം വർദ്ധിപ്പിച്ചു. സഹായം അഭ്യർത്ഥിച്ച് അഭിരാമി കൊടുമൺ പിള്ളയ്ക്ക് ഓല കൊടുത്തയച്ചു. മാർത്താണ്ഡനുമായി നേർയുദ്ധമല്ലാതെ മറ്റു വഴി മുന്നിലില്ല.

"കണ്ടുകെട്ടിയ സ്വത്തുക്കളെല്ലാം തിരിച്ചെടുക്കണം. മാർത്താണ്ഡനെ അധികാരത്തിൽനിന്നു താഴെയിറക്കണം. അതിന് കഴിയാതെ വന്നാൽ നാം തീപ്പെട്ട മഹാരാജാവ് രാമവർമ്മയുടെ പുത്രനല്ല." രാമൻ തമ്പി ഉറക്കെ പറഞ്ഞു.

"തലയറ്റാലും വേണ്ടില്ല. മാർത്താണ്ഡന്റെ അഹങ്കാരം ഇല്ലാതാക്കണം." പപ്പുത്തമ്പിയും ക്ഷോഭത്തോടെ പറഞ്ഞു.

"ആയുധബലവും പടൈകളും ഇല്ലാമൽ രാജാവിടം പോർ ചെയ്വതെപ്പടി? പിള്ളൈമാരിൻ ഉതവി എതിർ പാർത്താൽ ആപത്താകി വിടലാം."[2] എല്ലാം കേട്ടുകൊണ്ടിരുന്ന കൊച്ചു കുമാരപിള്ള പറഞ്ഞു.

"ഒരു വഴി സൊല്ലുങ്ക."[3] അഭിരാമി അക്ഷമയോടെ പറഞ്ഞു.

"നമക്കു ഉതവ ഇന്ത ഉലകത്തിൽ ഒരുത്തർ താൻ ഇരുക്കിരാർ. അന്ത മധുരൈ അളകപ്പ മുതലിയാർ. കൊല്ലവും വെല്ലവും പടൈ വൈത്തിരിക്കും മുതലിയാരെ പാർത്ത് ഉതവി കേൾക്കലാം. തങ്കം, കാശു പാർത്താൽ അന്ത ആൾ നിശ്ചയം വരുവാർ. ഒരേ നാളിൽ മാർത്താ

ണ്ഡനെ കൊൻറു വിടുവാർ. അളകപ്പ മുതലിയാർ അവളവു ബലശാലി."[4]

ആ അറിവ് അഭിരാമിയെ ആവേശംകൊള്ളിച്ചു. തമ്പിമാർ പ്രതീക്ഷയോടെ കേട്ടു.

"തങ്കവും കാശും അളവില്ലാമൽ കൊടുക്കലാം. മാർത്താണ്ഡൻ തലൈ ഉരുളണം."[5] അഭിരാമി പറഞ്ഞു.

തന്റെ കൺകണ്ട ദൈവത്തെ ഇല്ലാതാക്കാൻ അമ്മയും ജ്യേഷ്ഠന്മാരും ഗൂഢാലോചന നടത്തുന്നു. ഉമ്മിണിത്തങ്ക ആരുമറിയാതെ തേങ്ങി. ആകാശം ഇടിഞ്ഞു വീണോ, ഭൂമി പിളർന്നുതാണോ ഈ ലോകത്തു നിന്ന് എന്നെന്നേക്കുമായി തന്നെ രക്ഷിക്കണമേയെന്നവൾ പ്രാർത്ഥിച്ചു. പണവും പൊന്നും സിംഹാസനവും രാജാധികാരവും ആർക്കു വേണം. തന്റെ മനസ്സ് ആഗ്രഹിക്കുന്നത് പ്രാണപ്രിയനുമായുള്ള സംഗമമാണ്. അതല്ലാതെ എന്തു കിട്ടിയാലും തനിക്ക് സന്തോഷിക്കാനാകില്ല. മാർത്താണ്ഡവർമ്മ മഹാരാജാവിനോളം വിലപിടിപ്പുള്ളതൊന്നും ഭൂമിയിലും സ്വർഗ്ഗത്തിലും തനിക്കില്ല. ആ നെഞ്ചിൽ തല ചായ്ക്കാനുള്ള ഇടത്തിനപ്പുറം തനിക്ക് മറ്റൊന്നും വേണ്ട. അതിനപ്പുറം തനിക്കൊരു സ്ഥാനവും വേണ്ട. രാജ്യവും അധികാരവും വലിച്ചെറിഞ്ഞ് ദേശാടകരായി ജീവിക്കാമെന്ന് അദ്ദേഹം പറഞ്ഞാലും താൻ അതിരറ്റ സന്തോഷത്തോടെ ഒപ്പം പോകും. തങ്കയുടെ ഹൃദയം തപിച്ചു. ചുണ്ടുകൾ വിറച്ചു. മനസ്സിനെ ദുഃഖം വന്നു മൂടി. എന്തൊരു ജന്മമാണ് തന്റേത്. എന്തൊരു വിധിയാണ്. അവൾ അടക്കാനാകാത്ത ദുഃഖത്തോടെ തേങ്ങി. തന്റെ അച്ഛൻ ജീവിച്ചിരുന്നെങ്കിൽ തനിക്കീ ഗതി വരില്ലായിരുന്നു. വാത്സല്യം ചൊരിയുന്ന നോട്ടവും 'തങ്കേ' എന്ന തേനൂറുന്ന വിളിയും നല്കിയ സുരക്ഷ എത്ര പെട്ടെന്നാണ് മാഞ്ഞുപോയത്. അച്ഛൻ ജീവിച്ചിരുന്നപ്പോൾ ഇങ്ങനെയൊരാഗ്രഹം തന്റെ പ്രാണപ്രിയൻ ഉണർത്തിച്ചിരുന്നെങ്കിൽ അച്ഛനെത്രമാത്രം ആഹ്ലാദിച്ചേനേ. ചിന്തകൾ ഒന്നിനു പുറകെ ഒന്നായി വന്ന് ഉമ്മിണിത്തങ്കയെ തീവ്രദുഃഖത്തിലാഴ്ത്തി.

രാമൻ തമ്പിയും പപ്പുത്തമ്പിയും കൊച്ചുകുമാരപിള്ളയും അതീവ രഹസ്യമായി മധുരയിലേക്ക് പോകാൻ തീരുമാനിച്ചു. സേവകരും അംഗരക്ഷകരും ഒപ്പം യാത്രയ്ക്കൊരുങ്ങി. പൊന്നും പണവും സഞ്ചികളിൽ പൊതിഞ്ഞു കെട്ടി. എന്തു വില കൊടുത്തായാലും അളകപ്പ മുതലിയാരെയും പടയാളികളെയും സർവ്വായുധങ്ങളുമായി കൊണ്ടുവരണമെന്ന് അഭിരാമി ചട്ടം കെട്ടി.

പാതിരാത്രി കഴിഞ്ഞ് രാമൻ തമ്പിയും പപ്പുത്തമ്പിയും കൊച്ചുകുമാരപിള്ളയും അംഗരക്ഷകരോടൊപ്പം കുതിരപ്പുറത്ത് യാത്ര തിരിച്ചു. രാജസൈന്യത്തിന്റെ കണ്ണിൽപ്പെടാതെ കാട്ടുവഴികളിലൂടെയാണവർ

സഞ്ചരിച്ചത്. ഊരിപ്പിടിച്ച വാളുമായി മുന്നേറിയ തമ്പിമാർക്കൊപ്പമെത്താൻ അകമ്പടിക്കാർ പെടാപാടുപെട്ടു. വിജയം നേടാൻ പോകുന്ന ആ കുമാരന്മാർക്ക് വഴിവെട്ടം കാട്ടി പൂർണ്ണചന്ദ്രൻ തെളിഞ്ഞു നിന്നു.

ദുർഘടവും സുദീർഘവുമായിരുന്നു യാത്ര. പുലർച്ചെ കുറച്ചുനേരം വിശ്രമിക്കുകയും കുതിരകളെ മേയാൻ വിടുകയും ചെയ്തിട്ട് തെളിഞ്ഞ നദിയിൽ നീരാടിയപ്പോഴും ചന്ദ്രൻ മറഞ്ഞിരുന്നില്ല.

അവർ യാത്ര തുടർന്നു. ശുഭലക്ഷണങ്ങൾ ആ യാത്രയിലുടനീളം ഉണ്ടായിരുന്നു. ഒടുവിൽ അവർ ലക്ഷ്യസ്ഥാനത്തെത്തി.

തമ്പിമാരുടെ മട്ടും ഭാവവും വസ്ത്രവും കണ്ട് രാജാക്കന്മാരാണെന്നു തെറ്റിദ്ധരിച്ച കാവല്ക്കാർ ഓടിപ്പോയി അളകപ്പ മുതലിയാരെ വിവരം അറിയിച്ചു.

"വണക്കം മഹാരാജാ. വാങ്ക, വാങ്ക." വേഗം പുറത്തേക്കു വന്ന ആജാനബാഹുവും ഉരുക്കു ദേഹവുമുള്ള അളകപ്പ മുതലിയാർ അടിതൊഴുതു വണങ്ങിയിട്ട് പറഞ്ഞു.

"ഇത് തമ്പി രാമൻ രാമൻ. ഇത് തമ്പി ആതിച്ചൻ. തിരുവിതാങ്കോട്ടിലെ കാലമാന മഹാരാജാവിൻ കുഴന്തൈകൾ. നാൻ ഇവങ്കളോട മാമാ കിട്ടണൻ."[6] കൊച്ചുകുമാരപിള്ള പറഞ്ഞു.

തമ്പിമാരെയും കൊച്ചു കുമാരപിള്ളയെയും ആചാരപൂർവ്വം അകത്തേക്ക് ക്ഷണിച്ചു. ഒപ്പം വന്നവർ പുറത്തുനിന്നു.

മുതലിയാർ മൂവരെയും ആചാരപൂർവ്വം രത്നക്കമ്പളത്തിൽ ഇരുത്തി.

"ശൊല്ലുങ്കോ." മുതലിയാർ പറഞ്ഞു.

കൊച്ചു കുമാരപിള്ള ആഗമനോദ്ദേശ്യം വിശദമായി പറഞ്ഞു. ആവശ്യമറിഞ്ഞ മുതലിയാർ കുറേനേരം ചിന്തിച്ചിരിക്കുകയും ഇടതുകൈ തലയുടെ പിൻഭാഗത്ത് ശക്തമായി ഉരസുകയും ചെയ്തു.

"മന്നരൈ തോർക്കടിത്തു നാട്ടൈ വെല്ലണമാ? എന്നപ്പാ ശൊല്ലറീങ്ക, നിറയ പടൈകൾ വേണ്ടും. യാനയും കുതിരയും വേണ്ടും."[7] മുതലിയാർ ആശങ്കപ്പെട്ടു.

കൊച്ചു കുമാരപിള്ള രാമൻ തമ്പിയെ നോക്കി. രാമൻ തമ്പി പപ്പുത്തമ്പിക്ക് കണ്ണുകൊണ്ട് ആജ്ഞ കൊടുത്തു.

രണ്ടു ചാക്കുകളിലായി കൊണ്ടുവന്ന പൊന്നും പണവും പപ്പുത്തമ്പി മുതലിയാരുടെ മുന്നിൽ തട്ടിയിട്ടു. മുതലിയാരുടെ കണ്ണുകൾ മഞ്ഞളിച്ചു. മുഖം തെളിഞ്ഞു.

"നാങ്കൾ പടൈയോടു വന്താൽ എന്ത മന്നരെയും വെല്ലലാം. എന്നിടമിരുക്കുമളവുക്ക് പടൈയോ, യാനയോ, കുതിരയോ ഉങ്കൾ അരശനിടമില്ലൈ."[8] മുതലിയാർ അത് പറയുകയും പൊന്നിലും പണത്തിലും

ആർത്തിയോടെ നോക്കുകയും ചെയ്തു.

“പോർ വെൻറു പത്മനാഭപുരം കൊട്ടാരം തമ്പിമാരിടം ഒപ്പടൈത്ത യുടൻ നീങ്കൾ തിരുമ്പവേണ്ടാം. കൊള്ളയടിക്ക മൂൻട്രു നാളൈയ്ക്ക് വേണാടൈ വിട്ടുത്തരുകിറോം.”[9] കൊച്ചു കുമാരപിള്ള അതു പറഞ്ഞപ്പോൾ രാമൻ തമ്പി അതിനെ തിരുത്താൻ ശ്രമിച്ചെങ്കിലും അയാളുടെ ഇടത്തേ കാലിൽ അമർത്തി പിടിച്ചു കൊച്ചു കുമാരപിള്ള തടഞ്ഞു.

“സമ്മതം. ഇത് അളകപ്പൻ വാക്ക്. തിരുവിതാങ്കോട്ടൈ തമ്പിമാർകളിടം ഒപ്പടൈയ്ക്കും വരൈയിൽ എനക്ക് ഓയ്‌വില്ലൈ.”[10]

രാമൻ തമ്പിയും അളകപ്പ മുതലിയാരും കൈകൾ ചേർത്തുപിടിച്ചു.

“അളകപ്പനൈ തോർക്കടിക്ക ഇന്ത നാട്ടിൽ മട്ടുമല്ല എന്ത നാട്ടിലും ഇൻറും യാരും പിറക്കവില്ലൈ.”[11]

അളകപ്പ മുതലിയാരുടെ പടപ്പാളയം കണ്ട തമ്പിമാരും കൊച്ചു കുമാരപിള്ളയും അതിശയിച്ചുപോയി. ആയിരക്കണക്കിന് കരുത്തന്മാരായ പടയാളികൾ, കുതിരകൾ, ആനകൾ. ആയുധപ്പുരയിൽ നിറയെ മരണം വിതയ്ക്കും പടക്കോപ്പുകൾ. തിരുവിതാങ്കോട് മാത്രമല്ല ഈ പ്രപഞ്ചം മുഴുവൻ കീഴടക്കാനുള്ള കരുത്ത് മുതലിയാർക്കുണ്ടെന്ന് തമ്പിമാർക്കും കൊച്ചു കുമാരപിള്ളയ്ക്കും തോന്നി. വിജയം കൈപ്പിടിയിൽ ഒതുങ്ങാൻ പോകുന്നുവെന്ന് അവർ മൂവരും ഉറപ്പിച്ചു.

നേരമിരുട്ടും മുമ്പ് ഇരുപക്ഷവും കരാറുകൾ എല്ലാം പറഞ്ഞുറപ്പിച്ചു. ആ രാത്രി ആ മൂന്നുപേരും വിശേഷപ്പെട്ട അതിഥികളായി അളകപ്പ മുതലിയാരുടെ വസതിയിൽ തങ്ങി. എല്ലാ ആശങ്കകൾക്കും അറുതി വരാൻ പോകുന്നുവെന്ന സമാധാനത്തോടെ രാമൻ തമ്പിയും പപ്പുത്തമ്പിയും കാലങ്ങൾക്കുശേഷം സ്വച്ഛമായി ഉറങ്ങി.

---

1. ചതിക്കാണോ തുണയ്ക്കാണോയെന്നറിയില്ല. കരുതൽ വേണം. കരുണ പ്രതീക്ഷിക്കണ്ട.
2. ആയുധബലവും സൈനികരും ഇല്ലാതെ നാമെങ്ങനെ രാജാവുമായി ഏറ്റുമുട്ടും. പിള്ളമാർ സഹായിക്കുമെന്നു കരുതി ചാടി പുറപ്പെട്ടാൽ ആപത്താവും ഫലം.
3. ഒരു പോംവഴി പറയൂ.
4. നമ്മെ സഹായിക്കാൻ ഈ ഉലകത്തിൽ ഒരാളേയുള്ളൂ. അത് മധുരയിലെ അളകപ്പ മുതലിയാരാ. കൊല്ലാനും വെട്ടാനും തക്ക പടയാളികളുള്ള മുതലിയാരെ ചെന്നു കണ്ട് സഹായം അപേക്ഷിക്കാം. പൊന്നും പണവും കണ്ടാൽ അയാൾ ആർത്തിയോടെ വരും. മാർത്താണ്ഡനെ ഒറ്റ ദിവസം കൊണ്ട് കൊന്നു കൊലവിളിക്കും. അത്രയ്ക്കും കരുത്തനാ അളകപ്പ മുതലിയാർ.

5. പൊന്നും പണവും കൊണ്ടയാളെ മൂടാം. മാർത്താണ്ഡന്റെ തലയരിയണം.
6. ഇത് തമ്പി രാമൻ രാമൻ, ഇത് തമ്പി ആതിച്ചൻ. തിരുവിതാങ്കോടിലെ കാലം ചെയ്ത മഹാരാജാവിന്റെ പുത്രന്മാരാ. ഞാനിവരുടെ അമ്മാവൻ കിട്ടണൻ.
7. അരചനെ തോല്പിച്ച് രാജ്യം പിടിച്ചെടുക്കണമെന്നോ? എന്നായപ്പാ പറയുന്നത്. എത്ര പടയാളികൾ വേണം. കുതിരയും ആനയും വേണം...
8. ഞങ്ങൾ പടയും കൂട്ടി വന്നാൽ ഏത് രാജനെയും കീഴ്പ്പെടുത്താം. എനിക്കുള്ള ആനയും കുതിരയും പടയാളികളും നിങ്ങളുടെ രാജാവിനില്ല.
9. യുദ്ധം ജയിച്ച് പത്മനാഭപുരം കൊട്ടാരം തമ്പിമാരെ ഏല്പിച്ചിട്ട് ഉടനെ മടങ്ങണ്ട. മൂന്നു ദിവസം കൊള്ളയടിക്കാൻ വേണാട് വിട്ടുതരാം.
10. സമ്മതം. അളകപ്പന്റെ വാക്ക്. തിരുവിതാങ്കോടിന്റെ ഭരണം തമ്പിമാരെ ഏല്പിക്കും വരെ എനിക്ക് വിശ്രമമില്ല
11. അളകപ്പനെ തോല്പിക്കാൻ ഈ നാട്ടിലും അന്യനാട്ടിലും ആരും പിറന്നിട്ടില്ല.

പതിനെട്ട്

വൻപടയും സന്നാഹവുമായി അളകപ്പ മുതലിയാർ തിരുവിതാംകോടിലേക്ക് പ്രവേശിച്ചു. കുതിരപ്പടയും കാലാൾപ്പടയും കടലുപോലെ ഇരച്ചു കയറി. പീരങ്കി, വാൾ, വേൽ, കുന്തം തുടങ്ങി വിവിധ തരം ആയുധങ്ങൾ ആനപ്പുറത്തും കുതിരവണ്ടിയിലും നിറച്ച് പടയാളികൾ പറ്റമായി ഒപ്പം സഞ്ചരിച്ചു. പടനയിച്ചു വന്ന അളകപ്പ മുതലിയാരാകട്ടെ പടജയിച്ചു വരുന്ന പടത്തലവന്റെ ആവേശത്തിലാണ് മുന്നോട്ടു കുതിച്ചത്. കടന്നു വന്ന ഗ്രാമങ്ങൾ കൊള്ളയടിച്ചും നശിപ്പിച്ചും മുന്നേറിയ ആ സംഘം ശുചീന്ദ്രത്തിലെത്തിയപ്പോൾ നാടാകെ വാർത്ത പരക്കുകയും ജനം ഭയന്നു വിറയ്ക്കുകയും ചെയ്തു. മുതലിയാരും സംഘവും ശുചീന്ദ്രം ക്ഷേത്രം കൊള്ളയടിച്ചു. രാമൻ തമ്പിയും പപ്പുത്തമ്പിയും അത് പ്രതീക്ഷിച്ചതല്ല. ഭ്രാന്തിളകിയ ആ സംഘത്തിനുമേൽ അവർക്കുള്ള കടിഞ്ഞാൺ നഷ്ടപ്പെട്ടു. ക്ഷേത്രത്തിലെ ശരപ്പൊളി മാല, തങ്കക്കൊടി, കാണിക്കവഞ്ചി തുടങ്ങി സകലതും വാരിയെടുത്തു. തമ്പിമാർക്ക് കണ്ണടയ്ക്കാനേ നിർവ്വാഹമുണ്ടായിരുന്നുള്ളു.

മാർത്താണ്ഡവർമ്മ ഞെട്ടലോടെയാണ് വാർത്ത അറിഞ്ഞത്. പാഞ്ഞടുക്കുന്ന മഹാ സൈന്യത്തെ സർവ്വശക്തിയും ഉപയോഗിച്ച് നേരിടാൻ കല്പന നല്കി. നാട്ടിലെ മാടമ്പിമാരോടെല്ലാം ആയുധവുമായി രാജസൈന്യത്തോടൊപ്പം അണിചേരാനും രാജാവ് കല്പിച്ചു. നാടും സൈന്യവും ഉണർന്നു.

പട നയിച്ച് മഹാരാജാവ് കുതിച്ചു. പോരാടി ജയിക്കുക അല്ലെങ്കിൽ മരണം വരിക്കുക. രണ്ടു വഴി മാത്രമേ മുന്നിലുണ്ടായിരുന്നുള്ളു. തമ്പിമാരുടെ നീക്കം മുൻകൂട്ടി അറിയാൻ കഴിയാത്തത് മഹാരാജാവിനെ ഞെട്ടിച്ചു. എതിരാളിയുടെ ശക്തിയും ആയുധബലവും എത്രയെന്ന്

ഉറപ്പില്ലാതെയുള്ള പടക്കുതിപ്പ് അപകടത്തിലേക്കും സർവ്വനാശത്തിലേക്കുമാണോയെന്നും മാർത്താണ്ഡവർമ്മ ഉൽക്കണ്ഠപ്പെട്ടു.

തക്കല വച്ച് അളകപ്പ മുതലിയാരുടെ സൈന്യവും രാജസൈന്യവും മുഖാമുഖം കണ്ടു. എതിരാളിയുടെ അംഗബലവും ആയുധബലവും കണ്ട് രാജാവ് അന്ധാളിച്ചു. വിജയം അസാദ്ധ്യമാണെന്ന് രാമയ്യൻ ഉൾക്കിടിലത്തോടെ തിരിച്ചറിഞ്ഞു.

എതിർ സൈന്യത്തിന്റെ ശക്തിയും ദൗർബല്യവും വേഗത്തിൽ തിരിച്ചറിഞ്ഞ അളകപ്പ മുതലിയാർ നാലു ദിക്കിൽനിന്നു ഒരേ സമയം ആക്രമിച്ചു. കെട്ടുപടക്കങ്ങൾ വലിയ ശബ്ദത്തിൽ പൊട്ടിച്ച് എതിരാളികളുടെ കുതിരകളെയും ആനകളെയും വിരട്ടിയോടിച്ച് മുതലിയാർ മുന്നേറിയപ്പോൾ പിടിച്ചു നില്ക്കാനാവാതെ രാജസൈന്യം ചിതറിയോടി. രാജസൈന്യത്തിന്റെ കുതിരകളെ മുതലിയാരുടെ ഭ്രാന്തൻ പടയാളികൾ വെട്ടിയരിഞ്ഞു.

"മഹാപാപികളാ, വെട്ടിക്കൊല്ലാമ ഉയിരോട പിടിങ്കടാ."[1] മുതലിയാർ അലറി.

സ്വന്തം പക്ഷത്ത് വലിയ ആൾനാശം ഉണ്ടായെങ്കിലും പിന്മാറാനുള്ള മനസ്സില്ലാതെ, കെടാത്ത വീര്യത്തോടെ മാർത്താണ്ഡവർമ്മ പൊരുതി. എതിർ സൈന്യം പിടിച്ചു നില്ക്കാനാകാതെ ചിതറുന്നതു കണ്ട് മുതലിയാർ കൂടുതൽ ശക്തനായി. തങ്ങളുടെ പക്ഷത്തുണ്ടായതിന്റെ ഇരട്ടിയിലധികം ആൾനാശം രാജപക്ഷത്തുണ്ടായതിൽ മാത്രമല്ല, തങ്ങൾക്ക് അതിവേഗം മുന്നേറാനായതിലാണ് മുതലിയാർ ആവേശംകൊണ്ടത്.

തമ്പിമാരുടെ സൈന്യവും മുതലിയാർക്കൊപ്പം ചേർന്നു പൊരുതി. അവർ ലക്ഷ്യം വച്ചത് മാർത്താണ്ഡവർമ്മയെയായിരുന്നു. മഹാരാജാവിന് ചുറ്റും അനന്തപത്മനാഭന്റെ നേതൃത്വത്തിൽ ശക്തരായ പടയാളികൾ സുരക്ഷിത വലയം തീർത്തു പോരാടി.

രാജസൈന്യത്തിന് ആൾനാശം ഏറി. കുതിരകളും ആനകളും ചത്തുവീണു. അതിലുമേറെ മാർത്താണ്ഡവർമ്മയെ പ്രതിസന്ധിയിലാക്കിയത് സ്വന്തം സൈനികരുടെ പിന്തിരിഞ്ഞോട്ടമാണ്. പിന്നണിയിൽ നിന്നു പൊരുതിയ മാടമ്പിമാരാണ് രാജാവിന് ജയിക്കാനാകില്ലെന്ന് തിരിച്ചറിഞ്ഞപ്പോൾ പിന്തിരിഞ്ഞോടിയത്. അവരുടെ കൂറ് എട്ടുവീട്ടിൽ പിള്ളമാരോടാണെന്നു രാജാവിന് അറിയാമായിരുന്നു. എന്നിരുന്നാലും ആപത്ഘട്ടത്തിൽ സഹായിക്കാനെന്ന മട്ടിൽ ഒപ്പം ചേരുകയും അപകടച്ചുഴിയിൽ പെട്ടപ്പോൾത്തന്നെ നിഷ്കരുണം ഉപേക്ഷിച്ച് കടന്നുകളയുകയും ചെയ്ത മാടമ്പിമാരോട് രാജാവിന് കടുത്ത അമർഷം തോന്നി. പോരാടുകയല്ലാതെ തന്റെ മുന്നിൽ മറ്റ് വഴികളില്ല.

ഒന്നാം ദിവസത്തെ പോരാട്ടം അവസാനിച്ചു. രാജപക്ഷത്തിന്

കനത്ത നാശമുണ്ടായി. മുറിവേറ്റ പടയാളികൾ വേദനയാൽ പുളയുന്നു. അടുത്ത ദിവസം സംഭവിക്കാൻ പോകുന്നതെന്താണെന്ന് രാജാവിനറിയാമായിരുന്നു. നാളെ അസ്തമയത്തിനു മുമ്പ് തന്റെ അന്ത്യവും രാമൻ തമ്പിയുടെ സ്ഥാനാരോഹണവും നടക്കും. മഹാരാജാവ് ചിന്തിച്ചു.

കോട്ടയ്ക്കുള്ളിൽ തളർന്നുറങ്ങുമ്പോഴും പടയാളികൾ ഭയപ്പെട്ടു. ഇരുളിന്റെ മറവിൽ അളകപ്പ മുതലിയാരെന്ന രാക്ഷസനും സംഘവും ഇരച്ചുകയറി തങ്ങളെ വെട്ടിക്കൊല്ലുമോയെന്നവർ ചിന്തിച്ച് വിറച്ചു. കൊട്ടാരം തീയിട്ട് രാജാവിനെ ചുട്ടുകൊല്ലുമോയെന്നും അവർ ആശങ്കപ്പെട്ടു.

രാജാവിനെയും അതേ ചിന്തകൾ തന്നെയാണ് അലട്ടിയത്. അളകപ്പ മുതലിയാരെ തോല്പിക്കുന്നത് അസാദ്ധ്യമാണ്. ഇനി മഹാത്ഭുതം സംഭവിച്ചൊരു വിജയം നേടിയാലും തന്റെ പടയാളികളിൽ ഏറെപ്പേരും ഇല്ലാതാകും. വിജയവും പരാജയവും ഒന്നിച്ചനുഭവിക്കാനേ യുദ്ധം ജയിച്ച എല്ലാ രാജാക്കന്മാർക്കും കഴിയൂ. വിജയിച്ചെന്ന് മറ്റുള്ളവർ ആർത്തുവിളിക്കുകയും തോറ്റെന്ന് സ്വയം കരുതുകയും ചെയ്യുന്നവൻ അനുഭവിക്കുന്ന ഏകാന്തത താൻ അനുഭവിച്ചിട്ടുള്ളതാണ്.

പകൽ മുഴുവൻ ജയത്തിനായി പൊരുതുകയും രാത്രി ജയത്തിന്റെ പൊരുൾ തേടുകയും ചെയ്യുന്ന മനസ്സ് മാർത്താണ്ഡവർമ്മയെ ചിന്താക്കുഴപ്പത്തിലാക്കി. തന്നിൽ ഒളിച്ചു പാർക്കുന്ന ഒരു അപരൻ ഉണ്ടെന്ന് കുട്ടിക്കാലം മുതലേ മാർത്താണ്ഡന് അറിയാമായിരുന്നു. തന്റെ ചിന്തകളെ ആ അപരൻ കീഴടക്കുമ്പോഴാണ് എല്ലാം ഉപേക്ഷിച്ച് കാട്ടിൽ പോകണമെന്നും വിജയവും പരാജയവും വെറും മായയാണെന്നും തോന്നുന്നത്. കാട്ടുമരങ്ങൾക്കു മുകളിലെ ഏറുമാടത്തിൽ, ഇതിനപ്പുറം സ്വസ്ഥത മറ്റൊരിടത്തും കിട്ടില്ലെന്നുറപ്പിച്ച് സന്തോഷപാരമ്യത്തിൽ ഉറങ്ങിയ താൻ ശത്രുക്കളെ അമർച്ച ചെയ്ത് രാജ്യവിസ്തൃതി വർദ്ധിപ്പിച്ച് രാജാധിരാജനായി കല്പാന്തകാലത്തോളം വാഴാനും ആഗ്രഹിക്കുന്നു. ഒരാളെങ്ങനെയാ രണ്ടു മനസ്സുള്ളവനാകുന്നത്? ആരുമറിയാതെ ഇരുട്ടിലൂടെ കാടുകയറിയാലോ? വേഷം മാറി കൊട്ടാരത്തിൽ നിന്ന് പുറത്തു കടക്കാം. മാർത്താണ്ഡൻ ചിന്തിച്ചു. വേഷം കെട്ടുമ്പോഴാണ് തനിക്കേറ്റവും സന്തോഷം കിട്ടുന്നത്. തന്റെ പേരും പദവിയും നിലത്തുപേക്ഷിച്ച് മറ്റൊരാളിലേക്ക് പ്രവേശിക്കുന്ന പ്രശാന്തമായ അനുഭൂതി. യുദ്ധമുഖത്തുനിന്ന് മാർത്താണ്ഡവർമ്മ മഹാരാജാവ് ഒളിച്ചോടിയെന്ന് നാളെ നാടറിയട്ടെ. തനിക്കിനി ഒന്നും വേണ്ട. എന്നെന്നേക്കുമായി മറ്റൊരു വേഷത്തിലേക്ക് പ്രവേശിക്കാൻ മാർത്താണ്ഡവർമ്മ തീരുമാനിച്ചു. പുലരും മുമ്പ് കൊട്ടാരത്തിൽനിന്നു രക്ഷപ്പെടണം.

തീരുമാനത്തിലുറച്ചിരുന്ന മഹാരാജാവിന്റെ അരികിലേക്ക് രാമയ്യൻ വന്നു. ഇരുവരും പരസ്പരം നോക്കി.

"മഹാരാജൻ, നം പടൈവീരർകൾ ഭയന്തു തൂങ്കുകിറാർകൾ. തൂക്കത്തിലും അവങ്ക ഭയപ്പെടറതു നാളയ ദിനം. നാമ ജയിച്ചേ ആകണം. ആനാൽ..."[2]

"നമുക്കതിന് കഴിയുമോ?" കഴിയില്ലെന്ന ബോദ്ധ്യത്തോടെ മഹാരാജാവ് ചോദിച്ചു.

"ജയിച്ചേ ആകണം, മന്നവാ."[3]

"എന്താ വഴി?"

"ഒരു വഴിയിരുക്കു. അളകപ്പ മുതലിയാർ കൂട്ടത്തിലിരുന്തു, അവരുക്കു മികവും നെരുക്കമാന ഒരുത്തനൈ നാൻ അഴൈത്തു വന്തിരുക്കിറേൻ. അവൻ വഴിയാക മുതലിയാരുക്കു ഒരു ദൂത് അനുപ്പലാം. തങ്കമോ, കാശോ, യാനൈയോ കുതിരയോ അവരുക്ക് ഏതു വേണമാനാലും കൊടുക്കലാം. ഏതു കേട്ടാലും കൊടുക്കലാം. നാളൈ പോരിലിരുന്തു അവങ്ക വെളിയേറണം. നാമ ജയിക്ക ഉതവണം."[4]

"ചോദിക്കുന്നതിന്റെ ഇരട്ടിയും ഇരട്ടിക്കിരട്ടിയും കൊടുക്കാം."

മഹാരാജാവ് പറഞ്ഞു. മുതലിയാരുടെ കൂട്ടത്തിൽ നിന്നൊരുവനെ തന്ത്രപൂർവ്വം ഒപ്പം കൊണ്ടുവന്ന രാമയ്യനെ രാജാവ് അഭിനന്ദിച്ചു.

"അവൻ നം ഒപ്പന്തത്തൈ മുതലിയാരുക്കു തെരിവിപ്പാൻ. അവർ ശരിയെൻട്രു ശൊന്നാൽ, നാൻ നേരിൽ ശെൻട്രു പാർത്തു ഉറുതി ശെയ്കിറേൻ."[5]

"ചെല്ലൂ. വേഗം ചെല്ലൂ." രാജാവ് തിടുക്കംകൂട്ടി.

എല്ലാം ഉപേക്ഷിക്കാൻ ആഗ്രഹിച്ച മഹാരാജാവിന്റെ മനസ്സ് ഒറ്റനിമിഷംകൊണ്ട് എല്ലാം പിടിച്ചടക്കാൻ വെമ്പി.

അളകപ്പ മുതലിയാർ ഉറക്കെ ചിരിച്ചു. താണു വണങ്ങി നില്ക്കുന്ന വില്ലാൻ കുരിചി എന്ന തന്റെ വിശ്വസ്തൻ പറഞ്ഞത് കേട്ടപ്പോഴുണ്ടായ സന്തോഷമാണ് അയാളെ ചിരിപ്പിച്ചത്. മഹാരാജാവിന്റെ വാഗ്ദാനം സ്വീകരിക്കണമെന്നായിരുന്നു വില്ലാൻ കുരിചിയുടെ അപേക്ഷ.

"തങ്കം, പണം, യാനൈ, കുതിരൈ എവ്വളവ് എൻട്രു കേൾ. രാസാവൈ നാൻ പോയ് പാർക്കവാ? അവരിൻ ദൂതർ ഇങ്കു വരുവാരാ?"[6] മുതലിയാർ ചോദിച്ചു.

"ദൂതൻ ഇങ്കു വരുവാർ."[7] വില്ലാൻ കുരിചി പറഞ്ഞു.

"തമ്പിമാരുക്കു എതവും തെരിയക്കൂടാത്."[8]

"തെരിയവരാത്."[9]

എത്രയും വേഗം രാജദൂതനെ കൊണ്ടുവരാൻ മുതലിയാർ പറഞ്ഞു.

വില്ലാൻ കുരിചിയോടൊപ്പം വന്ന രാമയ്യനെ സ്വീകരിച്ചിരുത്തി അളകപ്പ മുതലിയാർ ചോദിച്ചു:

"തമ്പിമാർ കുടുത്ത തങ്കവും കാശും എവ്വളവു എൻട്രു തെരിയുമാ?"[10]

“അതോട ഇരണ്ടുമടങ്കു അരശൻ തരുവാർ.”[11] രാമയ്യൻ പറഞ്ഞു.

“ജയിച്ച പിറകു എവ്വളവു തരുകിറേൻ എൻട്രു ശൊന്നാർ തെരിയുമാ.”[12]

“അതോട മൂൻട്രു മടങ്കു തരുവോം.”[13]

രാമയ്യൻ പറഞ്ഞു മുതലിയാർ ഉറക്കെ ചിരിച്ചു.

“യുദ്ധത്തില രാജാ ജയിക്കണം. മുതലിയാർ പിൻവാങ്കണം. പോർ നാളൈയും നടക്കട്ടും. ആൾകളൈ കൊല്ലവേണ്ടാം. എങ്കൾ പക്കം എതവും ശെയ്യാതു. സായങ്കാലം എല്ലാം മുടിന്തിരുക്കണം. നീങ്കൾ തോല്‌വിയടന്തു വെളിയേറണം. തമ്പിമാർകളുക്കു എതുവും തെരിയവരക്കൂടാത്.”[14]

“ശൊന്നതെല്ലാം മുന്നാടിയേ എനക്കു കിടൈക്കണം. അതു താൻ എൻ വഴക്കം.”[15] മുതലിയാർ പറഞ്ഞു.

രാമയ്യൻ ചാക്കിൽനിന്നു പൊന്നും പണവും വെറും നിലത്ത് തട്ടിയിട്ടപ്പോൾ അളകപ്പ മുതലിയാരുടെ കണ്ണുതള്ളി. 12 ആനകളെ കൂടി രാജാവ് സമ്മാനമായി നല്കുമെന്നറിഞ്ഞപ്പോൾ അളകപ്പ മുതലിയാർ മതിമറന്ന് സന്തോഷിച്ചു.

വില്ലാൻ കുരുചിക്കും കിട്ടി കൈനിറയെ പൊന്നും പണവും.

‘‘ഉനക്കെന്നടാ കുരുചീ ഇന്നും വേണം?’’[16] കൈകൂപ്പി തലചൊറിഞ്ഞു നിന്ന കുരുചിയോട് രാമയ്യൻ ചോദിച്ചു.

“എതുവും വേണ്ടാം യശമാ. ഇതുവേ അധികം. ആനാലും ഒരു ആശൈയിരുക്ക്.”[17]

“എന്നടാ ശൊല്ലു.”[18]

“എൻ വാഴ്കൈ പൂരാ ശാപ്പിട്ടു തൂങ്ക ഇന്ത കാസേ പോരും. എല്ലാമിരുന്തും ഒരു കൂട്ടം കുറൈവാനാൽ...”[19]

“അതെന്ന കൂട്ടമടാ?”[20] രാമയ്യന്റെ ചോദ്യം കേട്ട കുരുചി കുനിഞ്ഞു നോക്കി വൃത്തികെട്ട ശബ്ദത്തിൽ ചിരിച്ചു.

“ഓഹോ, അപ്പടിയാ ഉനക്കു പണം മട്ടും പോതാതു പൊണ്ണും വേണമാടാ?”[21] രാമയ്യൻ ചോദിച്ചു. കുരിചിക്ക് നാണം വന്നു. രാമയ്യൻ ഉറക്കെ ചിരിച്ചു.

“ഉൻ ജാടൈകൾ പാർത്തതും നാൻ നിനൈത്തേൻ നീ നാട്ടിൻ പാതിയെ കേൾക്ക പോകിറായ് എൻട്രു. ശരി എത്തനെ പൊൺകൾ വേണം. അഞ്ചാ, പത്താ...”[22] രാമയ്യൻ ഊറിച്ചിരിച്ചുകൊണ്ട് ചോദിച്ചു.

“അതുവന്തു യശമാ അഞ്ചു പത്തു എല്ലാ ആവാതു. ഒരു... നൂറ്...”[23] അറച്ചറച്ച് അവൻ പറഞ്ഞു. രാമയ്യൻ ഉറക്കെ ചിരിച്ചു.

“തിരുമ്പിപ്പോകുമ്പോതു എവ്വളവു വേണുമാനാലും പിടിച്ചെടുത്തു കിട്ടു പോ.”[24]

ഇരുളിന്റെ മറവിൽ നടന്ന ആ ചതിയറിയാതെ തമ്പിമാർ പാളയ

ത്തിൽ ഉറങ്ങി. ചുറ്റിലും അവരുടെ സൈന്യം കണ്ണുചിമ്മാതെ കാവൽ നിന്നു. തമ്പിമാർ തങ്ങിയതിനു പുറത്താണ് വൃത്താകൃതിയിൽ സംരക്ഷണകവചം തീർത്ത് മുതലിയാരും സംഘവും തമ്പടിച്ചത്.

തമ്പിമാരുടെ പടയാളികൾ തികഞ്ഞ ആത്മവിശ്വാസത്തിലായിരുന്നു. അടുത്ത ദിനം യുദ്ധം അവസാനിക്കും. മാർത്താണ്ഡവർമ്മ തമ്പിമാരുടെ വാളിനിരയാകും. തമ്പിമാർ നാട് ഭരിക്കും. അടുത്ത പ്രഭാതത്തിനായി, സുനിശ്ചിതമായ വിജയത്തിനായി അവർ കാത്തിരുന്നു.

---

1. മഹാപാപീ, വെട്ടിക്കൊല്ലാതെ ഉയിരോടെ പിടിച്ചെടുക്കടാ.
2. മഹാരാജാവേ; നമ്മുടെ പടയാളികൾ ഭയന്നുറങ്ങുകയാണ്. ഉറക്കത്തിലും അവരെ ഭയപ്പെടുത്തുന്നത് നാളത്തെ ദിനമാണ്. നാളെ... നമുക്ക് ജയിച്ചേ തീരൂ. പക്ഷേ...
3. ജയിച്ചേ പറ്റൂ. മഹാരാജാവേ.
4. ഒരു വഴി തെളിഞ്ഞിട്ടുണ്ട്. അളകപ്പ മുതലിയാരുടെ കൂട്ടത്തിൽ നിന്നൊരുത്തനെ, അതും അയാളുടെ വിശ്വസ്തനെ ഞാനൊപ്പം കൊണ്ടുവന്നിട്ടുണ്ട്. അവൻ വഴി മുതലിയാരെ വിവരം അറിയിക്കാം. പൊന്നോ പണമോ ആനയോ കുതിരയോ എന്താണയാൾക്കു വേണ്ടത് കൊടുക്കാം. ചോദിക്കുന്നതെന്തും കൊടുക്കാം. നാളെ പടയിൽ നിന്ന് പിന്മാറണം. നമുക്ക് ജയിക്കാൻ വഴിതെളിക്കണം.
5. അവൻ നമ്മുടെ വാഗ്ദാനം മുതലിയാരെ അറിയിക്കും. അയാൾ സമ്മതിച്ചാൽ ഞാൻ പോയി എല്ലാം നേരിൽ ഉറപ്പിക്കാം.
6. പൊന്ന്, പണം, ആന, കുതിര എത്രയെന്ന് ചോദിക്ക്. രാജാവിനെ ഞാൻ പോയി കാണണോ. രാജദൂതൻ ഇങ്ങോട്ടു വരുമോ?
7. ഇങ്ങോട്ടു വരും.
8. തമ്പിമാർ ഒന്നും അറിയരുത്.
9. ഇല്ല.
10. തമ്പിമാർ തന്ന പൊന്നും പണവും എത്രയെന്നറിയോ?
11. അതിന്റെ ഇരട്ടി മഹാരാജാവ് തരും.
12. ജയിച്ചു കഴിയുമ്പോൾ തരാമെന്നു പറഞ്ഞത് എത്രയെന്നറിയോ?
13. അതിന്റെ മൂന്ന് ഇരട്ടി തരാം.
14. യുദ്ധത്തിൽ മഹാരാജാവ് ജയിക്കണം. മുതലിയാർ പിൻവാങ്ങണം. യുദ്ധം നാളെയും നടക്കട്ടെ. ആൾനാശം ഉണ്ടാക്കരുത്. ഞങ്ങളുടെ പക്ഷത്തുനിന്നും ആക്രമണം ഉണ്ടാകില്ല. വൈകുന്നേരം എല്ലാം അവസാനിക്കണം. നിങ്ങൾ തോറ്റു പിൻവാങ്ങണം. തമ്പിമാർ ഒന്നും അറിയരുത്.
15. പറഞ്ഞതെല്ലാം മുമ്പേ കിട്ടണം. അതാ എന്റെ ശീലം.
16. നിനക്കിനിയെന്താടാ കുരിചീ വേണ്ടത്?
17. ഒന്നും വേണ്ട തമ്പ്രാനേ, തന്നത് കണ്ടെന്റെ കണ്ണുതള്ളി. എന്നിരുന്നാലും ഒരു കൊതിയുണ്ട്.
18. പറയെടാ, നിനക്കെന്തു വേണം?
19. ഈ പണം മതി അടിയന് ഇനിയുള്ള കാലം സുഖമായി ഉണ്ടുറങ്ങാൻ. പക്ഷേ,

എല്ലാം ഉണ്ടെങ്കിലും ഒരു കൂട്ടത്തിന് കുറവുണ്ടായാ...

20. അതേതു കൂട്ടമാടാ?

21. ഓഹോ, നിനക്കപ്പോൾ പണംകൊണ്ടു മാത്രം നിറയില്ല. പെണ്ണും വേണം. അല്ലേടാ?

22. നിന്റെ മട്ടും മാതിരിയും കണ്ടപ്പോൾ ഞാൻ കരുതി രാജ്യത്തിന്റെ പാതി ചോദിക്കുമെന്നല്ലേ. എത്ര പേരെ വേണം. അഞ്ച്... പത്ത്...

23. അതിപ്പോ... തമ്പ്രാനേ... അഞ്ചും പത്തും കൊണ്ടെന്താവാൻ? ഒരു... നൂറ്...

24. മടങ്ങിപ്പോകുമ്പോൾ ആവശ്യമുള്ളവരെ പിടിച്ചുകൊണ്ടു പൊയ്ക്കോ.

പത്തൊൻപത്

നേരം പുലർന്നു. ഇരുഭാഗത്തും പടയൊരുക്കം ആരംഭിച്ചു. മാർത്താണ്ഡവർമ്മയ്ക്ക് അത് ആശ്വാസത്തിന്റെ പുലരിയായിരുന്നു. തങ്ങൾ ജയിക്കാൻ പോകുന്നുവെന്ന സന്ദേശം രാമയ്യൻ പടയാളികൾക്ക് കൈമാറി. മുതലിയാരുടെ സൈന്യത്തിന് നാശം ഉണ്ടാക്കരുതെന്നും തമ്പിമാരെ വധിക്കുകയോ അവരുടെ സൈന്യത്തിന് നാശം ഉണ്ടാക്കുകയോ ചെയ്യുന്നവർക്ക് പ്രത്യേക പാരിതോഷികവും പദവിയും നല്കുമെന്നും രാമയ്യൻ പടയാളികളെ അറിയിച്ചു.

മുതലിയാരുടെ സൈന്യത്തിനും കിട്ടി രഹസ്യ സന്ദേശം. എതിരാളികളിൽ ഒരാൾക്കുപോലും ജീവഹാനിയോ മുറിവോ ഉണ്ടാക്കരുത്. കുതിരകളെയോ ആനകളെയോ ആക്രമിക്കരുത്. യുദ്ധം നടക്കണം. കളിയുദ്ധം മാത്രം. തമ്പിമാർക്കോ അവരുടെ സൈന്യത്തിനോ ഇക്കാര്യം മനസ്സിലാവുകയും ചെയ്യരുത്.

രാമൻ തമ്പിയും പപ്പുത്തമ്പിയും തങ്ങളുടെ സൈന്യവുമായി വർദ്ധിതവീര്യത്തോടെ യുദ്ധത്തിനിറങ്ങി. അപ്രതീക്ഷിത നീക്കമായിരുന്നു രാമൻ തമ്പി അന്ന് ആസൂത്രണം ചെയ്തത്. കൊടുങ്കാറ്റുപോലെ പാഞ്ഞടുത്ത രാമൻതമ്പി മാർത്താണ്ഡവർമ്മയെയാണ് ലക്ഷ്യം വച്ചത്. തമ്പിമാരുടെ പടയാളികൾ ശരവർഷം ആരംഭിച്ചപ്പോൾ രാജസൈന്യം ചിതറിയോടി. മാർത്താണ്ഡവർമ്മ ആ മിന്നലാക്രമണം ഒട്ടും പ്രതീക്ഷിച്ചതല്ല. തമ്പിമാരാകട്ടെ മുൻ ദിവസത്തെക്കാളും ശക്തിയിലാണ് പോരാട്ടം നടത്തിയത്. ചെറുത്തുനില്ക്കാൻ രാജസൈനികർക്ക് കഴിഞ്ഞില്ല. അവർ ഓരോരുത്തരായി ചത്തു വീണു.

മാർത്താണ്ഡവർമ്മ പതറിപ്പോയി. ഇനി പോരാടി നില്ക്കാനാവില്ല.

രക്ഷപ്പെടുകയേ വഴിയുള്ളൂ. അടുത്ത നിമിഷം മാർത്താണ്ഡവർമ്മ പിന്തിരിഞ്ഞോടി. മുന്നിലും പിന്നിലും വശങ്ങളിലും നാലു കുതിരപ്പടയാളികൾ മഹാരാജാവിന് കവചം തീർത്ത് ഒപ്പം കുതിച്ചു. അപമാന ഭാരത്തോടെ പ്രാണനും ചേർത്തുപിടിച്ച് പാഞ്ഞു.

കുതിരപ്പുറത്ത് പാഞ്ഞ മാർത്താണ്ഡവർമ്മയുടെ പിന്നാലെ പപ്പുത്തമ്പി കുതിച്ചു. ചീറ്റപ്പുലിയെപ്പോലെ പാഞ്ഞടുത്ത തമ്പിയെ കണ്ട് രാജാവ് ഒരു നിമിഷം സംഭ്രമിച്ചു. അടുത്ത നിമിഷം ഉറയിൽ നിന്ന് വാളൂരിയെടുത്ത് പൊരുതാൻ തുടങ്ങി. കടന്നാക്രമിച്ച തമ്പിയുടെ കരുത്തിനു മുന്നിൽ മാർത്താണ്ഡവർമ്മ പതറി. പപ്പുത്തമ്പിയുടെ പടയാളികൾ നാലുദിക്കും കിടുങ്ങും വിധം അലറി വിളിച്ച് മിന്നൽ വേഗത്തിൽ പൊരുതിയപ്പോൾ രാജസൈനികർ ഒന്നൊന്നായി തലയറ്റു വീണു. ഉയർത്തിപ്പിടിച്ച വാളുമായി ഒടുവിൽ മാർത്താണ്ഡവർമ്മ ഒറ്റയ്ക്ക് നിന്നു. പപ്പുത്തമ്പിയും പടയാളികളും മാർത്താണ്ഡവർമ്മയെ വളഞ്ഞു.

തന്റെ ജീവിതത്തിലെ വിജയപരാജയങ്ങളും സുഖദുഃഖങ്ങളും എന്നെന്നേക്കുമായി അവസാനിക്കാൻ പോകുന്നുവെന്നു മനസ്സിലാക്കിയ മാർത്താണ്ഡവർമ്മയുടെ കണ്ണുകൾ നിറഞ്ഞു. പറന്നുയരാൻ പ്രാണൻ ചിറക് കുടഞ്ഞു. ഉയർത്തിപ്പിടിച്ച വാളുമായി പപ്പുത്തമ്പി നിന്നു. ആ നിമിഷം അളകപ്പ മുതലിയാർ കുതിരപ്പുറത്ത് മിന്നൽപോലെ പാഞ്ഞടുത്തു.

"അയ്യാ... കൊല്ലാതിങ്കയ്യാ... മഹാപാപം പണ്ണാതിങ്കയ്യാ..."[1]

ഉറക്കെ അലറിവിളിച്ച അളകപ്പ മുതലിയാർ പാഞ്ഞുവന്ന് പപ്പുത്തമ്പിക്കും മാർത്താണ്ഡവർമ്മയ്ക്കും മദ്ധ്യേ കിതപ്പോടെ നിന്നു. കാലുകളുയർത്തി കുതിര ചീറി വിളിച്ചു. മുതലിയാരുടെ പടയാളികൾ രാജാവിനെ വലയം ചെയ്തു. അടുത്ത നിമിഷം മറ്റൊരു കൊടുങ്കാറ്റ് അവിടേക്ക് വന്നു.

"കൊല്ലടാ അവനെ" രാമൻ തമ്പി അലറി.

"വേണ്ടാമയ്യാ. മന്നർ എടുത്ത പണ്ടങ്കളെല്ലാം തിരുമ്പി കൊടുത്തിടുവാർ. അപ്പാ ഇരുന്തപ്പൊഴുതു കിടൈത്തിരുന്ത അധികാരങ്കൾ തിരുമ്പക്കിടൈക്കും. അപ്പൻ തിരുമേനി തൻ ഉയിരൈപ്പോൽ നേസിത്തിരുന്ത ആളോടു തലൈയറുത്താൽ അന്ത ആത്മാ പൊറുക്കാതയ്യാ, പൊറുക്കാതു."[2] അളകപ്പ മുതലിയാർ പറഞ്ഞു.

അതുകേട്ട രാമൻ തമ്പിയും പപ്പുത്തമ്പിയും അയഞ്ഞു. അച്ഛന്റെ ഓർമ്മ തമ്പിമാരുടെ കോപത്തെ ശമിപ്പിച്ചു.

കുതിരപ്പുറത്തുനിന്നു താഴെ ഇറങ്ങിയ അളകപ്പ മുതലിയാർ ആദ്യം മഹാരാജാവിനെയും പിന്നെ രാമൻ തമ്പിയേയും പപ്പുത്തമ്പിയേയും അടിതൊഴുതു വണങ്ങി.

"അരശനും തമ്പിമാർകളും ഇനിമെ ഒരുത്തരുക്കൊരുത്തർ ശണ്ഠ

പോടക്കൂടാതു. കടവുൾ കോപത്തിർക്കു ആളാകക്കൂടാതു. ആത്മാക്കൾ ശാപം പോടും. ഇനി പോർ വേണ്ടാമെൻട്രു ശപഥം പോടണം."[3]

അളകപ്പ മുതലിയാരുടെ ആ വാക്കോടെ യുദ്ധം അവസാനിച്ചു. മാർത്താണ്ഡനെ കൊല്ലാതെ വിട്ടതിലുള്ള അമർഷം രാമൻ തമ്പിക്കുണ്ടായിരുന്നു.

"അവനെ കുടിച്ച വെള്ളത്തിലും വിശ്വസിക്കാൻ പറ്റില്ല." രാമൻ തമ്പി അനുജനോട് പിറുപിറുത്തു.

പത്മനാഭപുരത്തെ തിരുനീലകണ്ഠ ക്ഷേത്രത്തിന്റെ തിരുനടയിൽ വച്ച് രാജാവും തമ്പിമാരും സത്യം ചെയ്തു.

"ഇനിമേൽ ശത്രുവായി കാണുകയോ ചതിക്കുകയോ ചെയ്യില്ല. ആപത്തിൽ തുണയ്ക്കും. തമ്പിമാരിൽനിന്നു കണ്ടുകെട്ടിയ സ്വത്തുക്കളെല്ലാം ഉടനടി തിരിച്ചു നല്കും." മാർത്താണ്ഡവർമ്മ സത്യം ചെയ്തു. ഇരു വിഭാഗവും പിരിഞ്ഞു.

അളകപ്പ മുതലിയാർ കരാർ പ്രകാരം കിട്ടാനുള്ള പണവും പണ്ടങ്ങളും ഇരുപക്ഷത്തുനിന്നും വാങ്ങി മടക്കയാത്രയാരംഭിച്ചു. തിരിച്ചുള്ള യാത്രയിലും മുതലിയാരുടെ സംഘം ഗ്രാമങ്ങളെ കൊള്ളയടിച്ചു. വില്ലാൻ കുരുചി നൂറിൽപ്പരം കന്യകമാരെ കവർന്നുകൊണ്ടുപോയി. മാർത്താണ്ഡവർമ്മയ്ക്കു കീഴിൽ രാജ്യം വീണ്ടും സമാധാനത്തിന്റെ പ്രച്ഛന്നവേഷമണിഞ്ഞു.

"സൊത്തയും അധികാരത്തെയും തമ്പിമാർകളുക്കു തിരുമ്പി കൊടുത്താൽ അവങ്കളോട നിഴലില പിള്ളൈമാർകളും മാടമ്പിമാർകളും ശെഴിപ്പാ വളരുവാങ്ക. തമ്പിമാർകൾ ഉടനെയെല്ലാം പോരുക്കു വരമാട്ടാർകൾ. ആനാൽ പിള്ളൈമാർകളൈ നമ്പ മുടിയാതു. അവർകൾ തമ്പിമാർകളുടൻ ശേർന്തു പോർ നടത്തുവാർ."[4]

രാമയ്യന്റെ വാക്കുകൾ മഹാരാജാവിനെ ചിന്തിപ്പിച്ചു.

തമ്പിമാരെ രാജാവ് അടിയറവ് പറയിപ്പിച്ചെന്നും അളകപ്പ മുതലിയാരെ ആരുവാമൊഴി വരെ രാജസൈന്യം ഓടിച്ചു വിട്ടെന്നും പ്രാണനു വേണ്ടി കരഞ്ഞുയാചിച്ച മുതലിയാരെ മഹാരാജാവ് കൊല്ലാതെ വിട്ടതാണെന്നും രാമയ്യൻ നാട്ടിലാകെ കഥ പ്രചരിപ്പിച്ചു.

ഇരുട്ടിവെളുത്തപ്പോൾ അളകപ്പ മുതലിയാർക്കുണ്ടായ മനംമാറ്റം തമ്പിമാരെ നിരാശപ്പെടുത്തി. ഇട്ടുമൂടാനുള്ള പൊന്നും പണവും കൊടുത്തുമുതലിയാരെ കൊണ്ടുവന്നത് നിരർത്ഥകമായി. എന്തായിരിക്കും ഒത്തുതീർപ്പുണ്ടാക്കാൻ അയാളെ പ്രേരിപ്പിച്ചത്? ചതിവ് പറ്റിയോ? എത്ര ആലോചിച്ചിട്ടും രാമൻ തമ്പിക്ക് ഉത്തരം കിട്ടിയില്ല.

"എല്ലാം ഒത്തുവന്നിട്ടും നീയെന്താ മാർത്താണ്ഡനെ കൊല്ലാത്തത്?"

രാമൻ തമ്പിയുടെ ചോദ്യം നൂറാവർത്തി പപ്പുത്തമ്പി സ്വയം ചോദിച്ചു. തന്റെ ഒരേയൊരു ഉടപ്പിറന്നോൾ ഉള്ളിന്റെ ഉള്ളിൽ മാർത്താണ്ഡനെ ആരാധിക്കുന്ന വിവരം അറിയുന്ന ഏക ആൾ താനാണ്.

ഒരിക്കൽ, കരഞ്ഞു കലങ്ങിയ കണ്ണുകളോടെ ഒറ്റയ്ക്കിരിക്കുന്ന തങ്കയെ കണ്ട പപ്പുത്തമ്പി ചോദിച്ചു. “ഒടപ്പിറന്നോള് കരയണാ? തണ്ടും തടീമുള്ള രണ്ട് ഒടപ്പെറന്നോന്മാര് ഉയിരോടെയിരിക്കേല്ലേ.”

ആദ്യമാദ്യം ഒഴിഞ്ഞുമാറിയ അവൾ സഹോദരന്റെ സ്നേഹത്തിന് മുന്നിൽ മനസ്സ് തുറന്നു.

“എനിക്ക് പൊടവതരണമെന്നുണർത്തിച്ചപ്പോ..... അച്ഛനേറ്റവും ഇഷ്ടമുള്ള ആളല്ലേ... എന്നിട്ടും...” അവൾ തേങ്ങലോടെ അകത്തേക്കോടി.

കുട്ടിക്കാലത്ത് ഒരുമിച്ചു കളിച്ചു വളർന്ന മുറച്ചെറുക്കനോട് അങ്ങനെ ഒരിഷ്ടം ഉമ്മിണിത്തങ്കയ്ക്കുണ്ടാകുന്നത് സ്വാഭാവികം. മാർത്താണ്ഡനും ഉള്ളിൽ ഇഷ്ടം കാണും. പപ്പുത്തമ്പി ചിന്തിച്ചു. ബാല്യകാലം മുതൽ അറിയുന്ന തങ്ങൾക്ക് പരസ്പരം കൊല്ലാൻ കഴിയുന്നതെങ്ങനെ? ആ അവസരം മുന്നിൽ വന്നുനില്ക്കുമ്പോൾ ഓർമ്മകൾ ഇരുവരെയും വില ക്കില്ലേ. അതുതന്നെയാണ് തനിക്കും സംഭവിച്ചത്. ഓർമ്മകൾ വന്ന് തടസ്സം പിടിച്ചു.

അഭിരാമിയും മനസ്സുതകർന്ന നിലയിലായിരുന്നു. എല്ലാ അവസ രവും ഒത്തുവന്നിട്ടും തന്റെ മക്കൾക്ക് വിജയം കൈവരിക്കാനായില്ല. ഇനി ഇങ്ങനെ ഒരവസരം വന്നുചേരുമോ? മാർത്താണ്ഡന്റെ പക വർദ്ധിച്ചു കാണും. പിള്ളമാർ പോരാട്ടത്തിന് ഇറങ്ങുന്നുമില്ല. അധികാരത്തിലി രിക്കുന്ന ഓരോ ദിവസവും മാർത്താണ്ഡന്റെ ശക്തി വർദ്ധിക്കും. ഇനി എന്താണൊരു പോംവഴി.

ജ്യേഷ്ഠന്മാരും മഹാരാജാവും സത്യം ചെയ്ത് സന്ധിയായെന്നറി ഞ്ഞപ്പോൾ ഉമ്മിണിത്തങ്ക സകല ദൈവങ്ങളെയും വിളിച്ച് നന്ദി പറഞ്ഞു. തന്റെ പ്രാർത്ഥന ഫലിച്ചതിൽ അവൾ അന്നുവരെയനുഭവിക്കാത്ത സമാധാനം അനുഭവിച്ചു. ഇനി തന്റെ ഏറ്റവും വലിയ പ്രാർത്ഥനയും ദൈവം നടപ്പാക്കിത്തരും. അവളുടെ മനസ്സിൽ മാർത്താണ്ഡവർമ്മയുടെ മുഖം സൂര്യതേജസ്സോടെ ഉദിച്ചുയർന്നു. എത്ര മധുരമാണ് ആ ചിന്ത. അവൾ കണ്ണടച്ചിരുന്നു. ചുണ്ടുകളിൽ ചെറിയ ചിരി വിടർന്നു.

മാർത്താണ്ഡവർമ്മയും ആ സമയം ചിന്തയിലായിരുന്നു. മരണ ത്തിന്റെ മുന്നിൽനിന്നു എത്രയോ തവണ താൻ രക്ഷപ്പെട്ടു. എല്ലാം അവസാനിച്ചു എന്നുറപ്പിക്കുന്ന നിമിഷത്തിൽ നിന്ന് ഒരു മടക്കയാത്ര. അത് ആവർത്തിക്കുന്നു. അകനിന്ദ വർദ്ധിക്കുന്നു. മഹാരാജാവ് ദീർഘമായ നിശ്വാസം ഉതിർത്തു.

വാതില്ക്കൽ ഒരു നിഴൽ പ്രത്യക്ഷപ്പെട്ടു. രാമയ്യൻ.

അടുത്തേക്കു വന്ന രാമയ്യൻ ശബ്ദമടക്കി മഹാരാജാവിനോട് പറഞ്ഞു:

“ഒരു വിഷയം സൊല്ലണം.”[5]

“എന്താ?”

"തചശൊഷ്ഠഅഅം. പുചഘ്ഘി കാഴാച്ചിമ് കെറുമ്മക്ഷ്ക്ഷുന്നോർ നാവായാഝാഹിമ ടപിട്ടു ഒസാമാങ് തബ്ഭപി. ഹാർ തചശാക്ഷിഅർ കണ്ണൂഴോക്ഷനുന്താഉം. മേൾതോഷസ്സ കൊക്ഷിത്തോഷാ. തിക്ഷ്ക്ഷ നാൾ നഴണ്ണിഷുമ്മ് കെസ്സാം മിശണ്ട്ഴിഉളം."[6]

മൂലഭദ്രി ഭാഷയിൽ രാമയ്യൻ പറഞ്ഞതുകേട്ട് ഭയന്നുപോയ രാജാവിന്റെ മുഖം കോപംകൊണ്ട് വിറച്ചു.

"എങ്ങനെയാ വിവരം കിട്ടിയത്?" രാജാവിന്റെ ചോദ്യം കേട്ടപ്പോൾ രാമയ്യന്റെ മുഖത്ത് ഗൂഢമായ ചിരി വിടർന്നു.

രാമയ്യൻ കുറച്ചുകൂടെ അടുത്തേക്ക് ചെന്ന് ശബ്ദം താഴ്ത്തി പറഞ്ഞ വിവരം കേട്ട് രാജാവിന്റെ മുഖത്തു പടർന്ന ചിരി പൊട്ടിച്ചിരിയായി മാറി. രാമയ്യനും ഉറക്കെയുള്ള ആ ചിരിയിൽ പങ്കുചേർന്നു.

"തമ്പിമാർ അറിയാതെ പിള്ളമാർ ചലിക്കില്ല. നല്കാമെന്നു പറഞ്ഞ സ്വത്തുവകകൾ ഇനി തമ്പിമാർക്ക് നല്കണ്ട." മാർത്താണ്ഡവർമ്മയുടെ വാക്കുകൾ രാമയ്യനെ സന്തോഷിപ്പിച്ചു.

"നാനതൈ ഉങ്കകിട്ട ശൊല്ലത്താൻ വന്തേൻ. പണം കിടൈത്താൽ അപ്പുറം അവങ്ക അധികാരത്തൈ യോശിപ്പാങ്ക. തമ്പിമാർകളുക്കു അതുക്കു തകുതിയില്ലൈ മഹാരാജാ."[7]

നല്കാമെന്നു പറഞ്ഞ സ്വത്തും അധികാരവും കിട്ടാതെ വരുമ്പോൾ തമ്പിമാർ പ്രകോപിതരും അപമാനിതരുമാകും. കോപം കൊണ്ടവരുടെ കണ്ണുകൾ മഞ്ഞളിക്കും. എടുത്തു ചാടിയൊരു പോരാട്ടത്തിനൊരുങ്ങും. മുൻപിൻ നോക്കാതെ കോപിച്ചുവരുന്ന തമ്പിമാരെ നിഷ്പ്രയാസം തോല്പിക്കാം. രാമയ്യൻ കണക്കുകൂട്ടി.

ആറാട്ടിന് പോകുന്ന മഹാരാജാവിന്റെ അകമ്പടിക്കാരായി വാൾക്കാരെ നിയോഗിക്കാൻ രാമയ്യൻ തീർച്ചപ്പെടുത്തി. രാമയ്യൻ ഒരുക്കങ്ങൾ തുടങ്ങി. ആറാട്ടുത്സവം കെങ്കേമമാക്കാൻ കൊട്ടാരത്തിലും ഒരുക്കം തകൃതിയായി നടന്നു.

---

1. അയ്യാ... കൊല്ലാതയ്യാ... മഹാപാപം ചെയ്യാതയ്യാ...
2. വേണ്ട അയ്യാ. രാജാവ് പിടിച്ചെടുത്ത പണ്ടവും വകയും തിരിച്ചു തരും. അച്ഛൻ തമ്പുരാൻ ഉണ്ടായിരുന്നപ്പോൾ നല്കിയ എല്ലാ അധികാരവും തിരിച്ചു നല്കും. അച്ഛൻ തിരുമേനി പ്രാണനെപ്പോലെ ഇഷ്ടപ്പെട്ടിരുന്ന ആളിന്റെ തലയെടുത്താൽ ആ ആത്മാവ് പൊറുക്കില്ല അയ്യാ.
3. രാജാവും തമ്പിമാരും പരസ്പരം പോരടിക്കാൻ പാടില്ല. ദൈവകോപം വരും. ആത്മാക്കൾ കോപിക്കും. ഇനി പോരടിക്കില്ലെന്ന് സത്യം ചെയ്യണം.
4. തമ്പിമാർക്ക് സ്വത്തും അധികാരവും തിരിച്ചു നല്കിയാൽ അവരുടെ തണലിൽ പിള്ളമാരും മാടമ്പിമാരും തഴച്ചുവളരും. തമ്പിമാർ നമുക്കെതിരെ ഇനി ഉടനെയൊന്നും പട നയിക്കില്ലായിരിക്കും. പക്ഷേ, പിള്ളമാരെ

വിശ്വസിക്കാൻ പറ്റില്ല. അവർ തമ്പിമാരുമായി ചേർന്ന് ആക്രമണം നടത്തും.

5. ഒരു സംഗതിയുണ്ട്.
6. വാൾ പടയാളികൾ അഞ്ഞൂറോളം ഉണ്ടാവും. നേർപോരല്ല, ഒളിപ്പോരാ. പിള്ളമാർ മറഞ്ഞിരുന്ന് എല്ലാം നിയന്ത്രിക്കും. പടയൊരുക്കം തുടങ്ങി. ആറാട്ടിന് എഴുന്നള്ളുമ്പോൾ മഹാരാജാവിനെ ചതിച്ചു കൊല്ലാനാണ് പദ്ധതി.
7. ഞാനതങ്ങോട്ട് പറയാൻ മുതിർന്നതാ. സമ്പത്ത് കിട്ടിയാൽ പിന്നെയവർ അധികാരത്തെക്കുറിച്ച് ചിന്തിക്കും. തമ്പിമാർ അതിന് അർഹരല്ല മഹാരാജാവേ.

ഇരുപത്

മാർത്താണ്ഡമഠത്തിൽ നരസിംഹൻപിള്ളയുടെ വസതിയിൽ എട്ടുവീട്ടിൽ പിള്ളമാരുടെ അടിയന്തര യോഗം നടന്നു. പിള്ളമാരിൽ മൂത്ത അംഗങ്ങളായ കൊടുമൺ സൂര്യരാഘവപിള്ള, രാമനാമഠത്തിൽ വിജയ വീരേന്ദ്രപിള്ള, കഴക്കൂട്ടത്തു ത്രയംബകംപിള്ള, പള്ളിച്ചൽ വീരരായൻ പിള്ള എന്നിവരും നാലുവീട്ടിൽ കുറുപ്പന്മാരെയും നാലുവീട്ടിൽ പിള്ള മാരെയും പ്രതിനിധീകരിച്ച് ഓരോ മൂത്ത അംഗവും മറ്റ് കുടുംബങ്ങളിലെ ഓരോ അംഗവും യോഗത്തിൽ പങ്കുചേർന്നു. തൊട്ടു മുമ്പത്തെ മാസ യോഗത്തിൽ കഴക്കൂട്ടത്തു പിള്ളയാണ്, ആറാട്ടുത്സവത്തിന് എഴുന്ന ള്ളുന്ന രാജാവിനെ ഒളിപ്പോരിലൂടെ വധിക്കണമെന്നു പറഞ്ഞത്. ഒട്ടുമിക്ക അംഗങ്ങൾക്കും അതേ അഭിപ്രായം തന്നെയായിരുന്നു. പിള്ളമാർക്കും മാടമ്പിമാർക്കുമെതിരേ മഹാരാജാവ് നിരന്തരം ആക്രമണം നടത്തിയ തിലും അനന്തപത്മനാഭൻ എന്ന ചാന്നാനെ പടത്തലവനായി പ്രതിഷ്ഠി ച്ചതിലും അവർക്ക് കടുത്ത അമർഷം ഉണ്ടായിരുന്നു.

മധുരപ്പടയെ തറപറ്റിച്ച് തമ്പിമാരുമായി സന്ധി ചെയ്ത രാജാവ് കൂടുതൽ ശക്തനായെന്ന് നാട്ടിൽ പ്രചരിച്ച കഥകൾ സത്യമല്ലെന്നും പപ്പുത്തമ്പിയുടെ മുന്നിൽ തോറ്റു തുന്നം പാടിയ രാജാവ് തമ്പിമാരുടെ ദയാദാക്ഷിണ്യം കൊണ്ടാണിപ്പോഴും ജീവനോടെയിരിക്കുന്നതെന്നും കൊടുമൺപിള്ള യോഗത്തിൽ പറഞ്ഞു. വിജയിയും കരുത്തനുമായി പ്രചരിപ്പിക്കപ്പെടുന്നെങ്കിലും ആയുധ ശക്തിയും അംഗബലവും ക്ഷയിച്ച് മാർത്താണ്ഡവർമ്മ അശക്തനായി തീർന്നിരിക്കുന്നുവെന്ന് തെളിവുകൾ നിരത്തി കൊടുമൺപിള്ള സമർത്ഥിച്ചു. വളരെ വേഗം രാജാവ് സൈന്യം വിപുലീകരിക്കും. അനന്തപത്മനാഭൻ ചാന്നാന്റെ കളരിക്കാരെ മുഴുവൻ

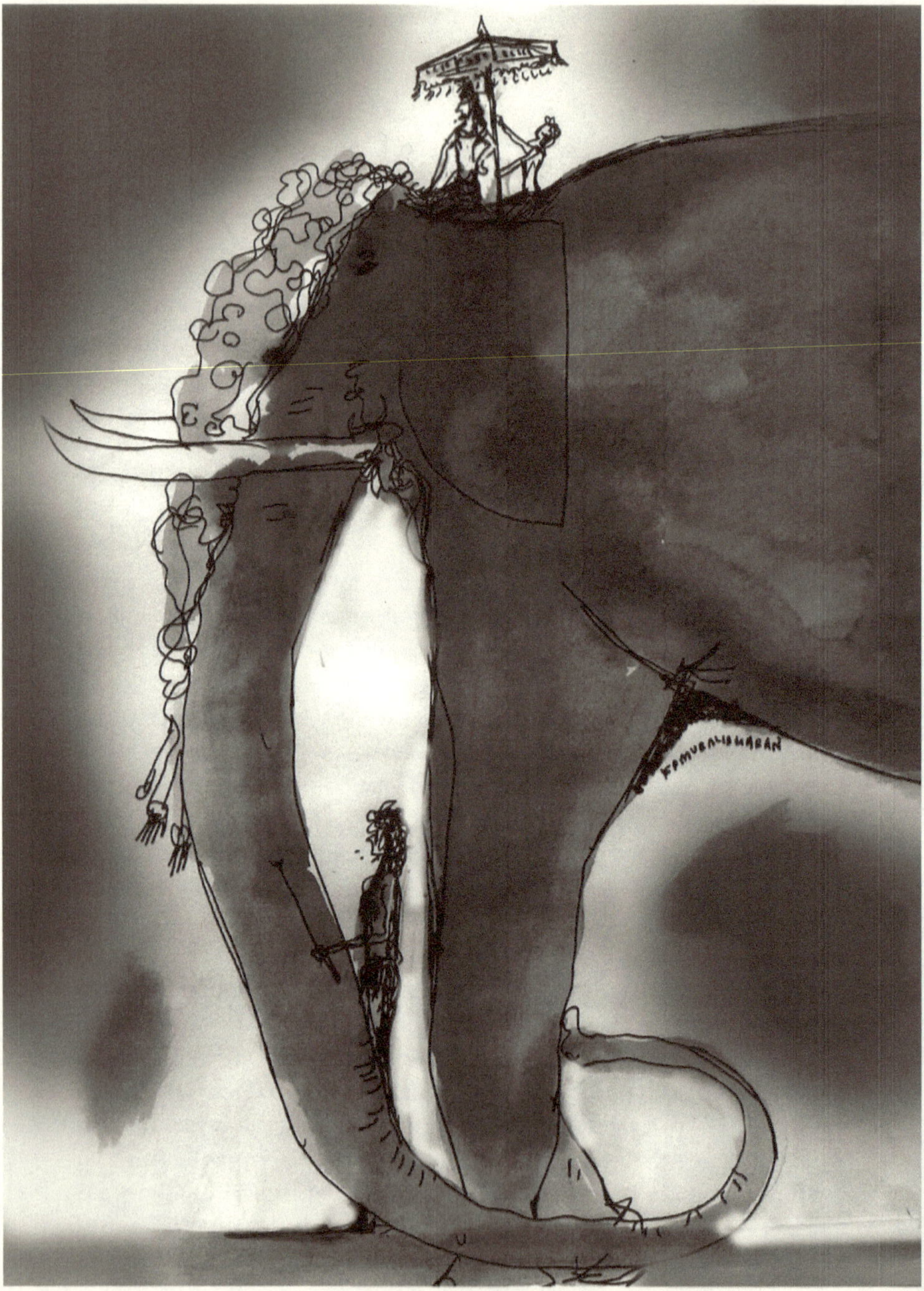

പടയിൽ ചേർക്കും. വെള്ളക്കാരിൽനിന്ന് ആയുധം വാങ്ങും. തമ്പിമാരെ തന്ത്രത്തിലൂടെ നിഷ്ക്രിയരാക്കിയ രാജാവിന്റെ അടുത്ത ലക്ഷ്യം എട്ടുവീട്ടിൽ പിള്ളമാരെ അമർച്ച ചെയ്യുകയാണെന്നും കൊടുമൺപിള്ള പറഞ്ഞു.

എല്ലാ ആസൂത്രണങ്ങളും കൊടുമൺ പിള്ളയുടെ നേതൃത്വത്തിൽ പഴുതടച്ച് നടപ്പാക്കണമെന്നും ഓരോ നീക്കവും അതീവ രഹസ്യമായിരിക്കണമെന്നും തീരുമാനിച്ച് അവർ പിരിഞ്ഞു.

മാർത്താണ്ഡപെരുമാൾ, കരിങ്കാളി, വെണ്ണാറമ്പൻ, പളുങ്ക് എന്നിവർ പുലർച്ചെ തിയൂർ ഗുരുക്കളുടെ കളരിയിലെത്തി. മണമ്മേൽ ഇമ്പിരി ചേകോർ അവരെ കാത്ത് അവിടെ നില്ക്കുന്നുണ്ടായിരുന്നു.

പോരാട്ടത്തിലൂടെ നാട് അടിമുടി മാറാൻ പോവുകയാണ്. അധികാരം മാറും, വ്യവസ്ഥകളും വഴക്കങ്ങളും മാറും. വിജയം മാത്രമേ മുന്നിലുള്ളു. പുതിയ പ്രഭാതം പുലരും. ഇമ്പിരി ചേകോർ മറ്റുള്ളവർക്ക് പ്രതീക്ഷ പകരുകയും പിഴവില്ലാതെ എല്ലാം ഒരുക്കുകയും ചെയ്തു. ആയുധങ്ങളും പോരാളികളും ഒരുങ്ങി. ആയുധക്കൂമ്പാരവുമായി കുതിക്കാൻ വെമ്പിനില്ക്കുന്ന പടയാളികളെ കണ്ടപ്പോൾ ആറാട്ടുത്സവം വന്നണഞ്ഞെങ്കിലെന്ന് കൊടുമൺപിള്ള ആഗ്രഹിച്ചു. ആ ദിനത്തെ കുറിച്ചോർത്തപ്പോൾ നിഗൂഢമായ ചിരി ആ വീരന്റെ മുഖത്ത് തെളിഞ്ഞു.

ആറാട്ടുത്സവം വന്നുചേർന്നു. കടപ്പുറത്തേക്ക് ജനം കൂട്ടമായെത്തി. പൊന്നുതമ്പുരാനെ കാണാൻ ജനം തൊഴുകൈയോടെ കാത്തുനിന്നു. മാർത്താണ്ഡവർമ്മ മഹാരാജാവിന് പതിവിലും കൂടുതൽ ഉണർവും ഉത്സാഹവുമായിരുന്നു. മുന്നിലും പിന്നിലും വശങ്ങളിലുമായി അനന്തപത്മനാഭന്റെ നേതൃത്വത്തിൽ നിരവധി പടയാളികൾ വലയം തീർത്തു നീങ്ങി. കൈയിൽ ഉയർത്തിപ്പിടിച്ച ഉടവാളും അരയിൽ ഉറപ്പിച്ച കഠാരയുമായി ബിംബത്തിനു പിന്നിലായി മഹാരാജാവ് ജാഗരൂകനായി എഴുന്നള്ളി. ആയുധമേന്തിയ പടയാളികൾ നിരനിരയായി നടന്നുനീങ്ങി.

അകലെ കടൽ ഇളകി മറിഞ്ഞു. ഇരുവശത്തും ജനങ്ങൾ തൊഴുതു വണങ്ങി നിന്നു. പെട്ടെന്ന് ഇടതുവശത്തെ ജനങ്ങൾക്കിടയിൽനിന്നു തിക്കും തിരക്കും ഉണ്ടായി. ചിലർ ഉരുണ്ടുവീണു. എല്ലാം പിള്ളമാർ ആസൂത്രണം ചെയ്തതുപോലെ. ഇടതുവശത്തേക്ക് ശ്രദ്ധ തിരിച്ചിട്ട് വലതുവശത്തുനിന്ന് ആക്രമിക്കാനായിരുന്നു പിള്ളമാരുടെ പദ്ധതി. അടുത്ത നിമിഷം വലതുവശത്തുനിന്ന് പിള്ളമാരുടെ പടയാളികൾ മിന്നൽ വേഗത്തിൽ ചാടിവീണു. രാജാവിന്റെ പടയാളികളിൽ പകുതിയിലേറെപ്പേരും ജനക്കൂട്ടത്തിനു നടുവിൽ ആയുധവും ഒളിപ്പിച്ച് കാത്തുനില്ക്കുകയായിരുന്നു. മുന്നിൽനിന്നും പിന്നിൽനിന്നും വശങ്ങളിൽനിന്നും ഒരേ സമയം രാജാവിന്റെ പടയാളികൾ ഉഗ്രപോരാട്ടം നടത്തി. ആറാട്ടിന് അകമ്പടി സേവിച്ചവരും ജനക്കൂട്ടത്തിൽ പകുതിയിലേറെ

പ്പേരും രാജാവിന്റെ പടയാളികളായിരുന്നു. ജനം നാലു വശത്തേക്കും ചിതറിയോടി.

മഹാരാജാവിനു ചുറ്റും അനന്തപത്മനാഭനും ചാന്നാർ പടയാളികളും വലയം തീർത്ത് ജാഗരൂകരായി മുന്നോട്ട് നീങ്ങി. മൂന്നു വലയം തീർത്ത് രാജാവിന്റെ പടയാളികൾ പിള്ളമാരുടെ സൈന്യത്തെ അകപ്പെടുത്തി ആക്രമിച്ചു.

നിരായുധരായ ഭക്തൻമാരെന്ന് കരുതിയവരൊക്കെ ആയുധധാരികളായ പോരാളികളായിരുന്നു. വൃദ്ധവേഷത്തിൽ കൂനിക്കൂടിയും ഏന്തിവലിഞ്ഞും നടന്നവർ നിമിഷാർദ്ധംകൊണ്ട് യുവപോരാളികളായി രൂപാന്തരപ്പെട്ടു.

മണമ്മേൽ ഇമ്പിരിചേകോരാണ് പിള്ളമാരുടെ പക്ഷത്ത് നിന്നു ആദ്യം തലയറ്റു വീണ പ്രധാനി. തൊട്ടുപിന്നാലെ തിയ്യൂർ ഗുരുക്കന്മാരിൽ വീരനും കൂടി നിലം പതിച്ചപ്പോൾ ഒപ്പം നിന്നവർ പതറി. പിന്തിരിഞ്ഞോടാൻപോലും കഴിയാത്തവിധം വലയത്തിൽപ്പെട്ട അവർ മുൻപിൻ നോക്കാതെ പോരാടി.

കരിങ്കാളിയേയും വെണ്ണാറമ്പനേയും പലുങ്കിനേയും ഒറ്റപ്പെടുത്തി നാലുചുറ്റും നിന്നാക്രമിച്ചു. അധികനേരം പോരാടാനാകാതെ അവർ ഓരോരുത്തരായി തലയറ്റു വീണു.

പിള്ളമാരുടെ ഒരു പടയാളിയെപ്പോലും ജീവനോടെ അവശേഷിപ്പിക്കാതെ ആർത്തട്ടഹസിച്ച് പോരാട്ടം അവസാനിപ്പിച്ച രാജഭടന്മാർ മൃതദേഹങ്ങളുടെ വയറ് കീറി കടലിലേക്ക് വലിച്ചെറിഞ്ഞു. കടൽ ചെഞ്ചുവപ്പണിഞ്ഞു. ചോരനിറമുള്ള കടൽവെള്ളം കൈക്കുമ്പിളിൽ കോരിയെടുത്ത് മാർത്താണ്ഡവർമ്മ ബിംബത്തിന് മേൽ അർപ്പിച്ചു.

"മഹാരാജാവ് നീണാൾ വാഴട്ടെ."

ചോരയിൽ കുതിർന്ന വാൾ ഉയർത്തി രാജഭടന്മാർ ഉറക്കെ വിളിച്ചു. രാജാവിന്റെ മുഖം ചുവന്നുവിറച്ചു. ഒരൊറ്റ ശത്രുവോ എതിർവാക്കോ ഇല്ലാത്ത തിരുവിതാങ്കോടായിരുന്നു മഹാരാജാവിന്റെ സ്വപ്നം. ശത്രുക്കളില്ലാത്ത രാജ്യത്തെ പൊന്നുതമ്പുരാനായി തനിക്ക് എന്നെന്നും വാഴണം. താൻ കല്പിക്കും. മറ്റുള്ളവർ അനുസരിക്കണം.

കടൽ ഇളകി മറിഞ്ഞു. മാർത്താണ്ഡവർമ്മ ചക്രവാളത്തിലേക്ക് നോക്കിനിന്നു. ആയുധങ്ങളുമുയർത്തി പടയാളികൾ പിന്നിൽ അണിനിരന്നു.

"മഹാരാജാവ് തിരുമനസ്സുകൊണ്ട് നീണാൾ വാഴട്ടെ." തിരമാലകൾ ആകാശത്തോളം ഉയർന്നു.

വിജയം എല്ലാ ഇരുട്ടിനെയും വെളുപ്പിക്കും. കളങ്കങ്ങളെ കഴുകിക്കളയും. ചതിപ്രയോഗങ്ങളെ തന്ത്രമെന്ന് വ്യാഖ്യാനിക്കും. എല്ലാ മനുഷ്യരും ഒന്നാമനാകണമെന്നും പൂർവികരെക്കാളും കേമനാകണമെന്നും തന്നെയാണാഗ്രഹിക്കുന്നത്.

ഒരിക്കലും തോല്ക്കുകയില്ലെന്നു കരുതിയ ആസൂത്രണം പിഴച്ച തെങ്ങനെയെന്ന് പിള്ളമാർ തല പുകഞ്ഞാലോചിച്ചിട്ടും ഉത്തരം കിട്ടിയില്ല. തങ്ങളുടെ രഹസ്യ പദ്ധതി രാജാവ് മുൻകൂട്ടി അറിയാതെ ഇത്തരം ഒരു പ്രത്യാക്രമണം നടത്താനാകില്ല. എവിടെയാണ് ചതിവു പറ്റിയത്? കൂട്ടത്തിലാരും ചതിക്കില്ല. പിന്നെങ്ങനെയാവും വിവരം ചോർന്നത്? കൊടുമൺപിള്ള തലങ്ങും വിലങ്ങും ചിന്തിച്ചു. കൂടെ നില്ക്കുന്നവർ ചതിച്ചാൽ സർവ്വനാശമാണ് ഫലം.

എട്ടുവീട്ടിൽ പിള്ളമാരുടെ ദയനീയ തോല്‌വിയും രാജാവിന്റെ പൂർണ്ണവിജയവും അഭിരാമിയെയും ഞെട്ടിച്ചു. പിള്ളമാർ പോരിന് നേരിൽ പങ്കെടുക്കാത്തത് കൊണ്ടുമാത്രമാണ് ജീവൻ രക്ഷിക്കാനായത്. 'മാർത്താണ്ഡന് ഉള്ളതും തനിക്കും തന്റെ മക്കൾക്കും ഇല്ലാതെ പോയതും ഒന്നു മാത്രം, ദൈവാധീനം.' അഭിരാമി ചിന്തിച്ചു.

തമ്പിമാരും ആശങ്കയിലായിരുന്നു. മാർത്താണ്ഡവർമ്മ തിരിച്ചുനല്കാമെന്നേറ്റ അധികാരവും സ്വത്തും ഇനിയും നല്കിയിട്ടില്ല. സന്ധി ചെയ്ത് പിരിഞ്ഞതിൽ പിന്നെ കൊട്ടാരത്തിൽനിന്നു വിവരങ്ങളൊന്നും അറിയിച്ചിട്ടില്ല. തങ്ങൾ വസിക്കുന്ന വെമ്പടിവാൾ കോയിക്കലിനു ചുറ്റും പടയാളികളും ചാരന്മാരും വട്ടം ചുറ്റുന്നതും തങ്ങളെ കാണാൻ വരുന്നവരെ വഴിയിൽ തടഞ്ഞു മടക്കിവിടുന്നതും തമ്പിമാർ അറിഞ്ഞു. പപ്പുത്തമ്പിയുടെ ഒരു നിമിഷത്തെ മൗഢ്യം കാരണമാണ് മാർത്താണ്ഡൻ ജീവനോടെയിരിക്കുന്നതെന്ന ചിന്ത കൊച്ചുകുമാരപിള്ളയുടെ സ്വസ്ഥത നശിപ്പിച്ചു. എത്ര ചിന്തിച്ചിട്ടും ഇനിയെന്തെന്ന് അവർക്കാർക്കും ഉത്തരം കിട്ടിയില്ല.

ഇരുപത്തിയൊന്ന്

കൊട്ടാരത്തിൽനിന്ന് അറിയിപ്പു വന്നു. 'തമ്പിമാരിൽ ഒരാൾ' മഹാരാജാവിനെ മുഖം കാണിക്കണം. പപ്പുത്തമ്പിയാണ് ഓല ഉറക്കെ വായിച്ചത്. 'തമ്പിമാരിൽ ഒരാൾ' എന്ന പരിഹാസം രാമൻ തമ്പിക്ക് ഇഷ്ടമായില്ല. രാജാവിനെ മുഖം കാണിക്കാനുള്ളതും സന്ധി പ്രകാരമുള്ള വസ്തുവകകൾ വാങ്ങേണ്ടതും താനാണെന്നിരിക്കെ 'ഒരാൾ' എന്ന് ഓലയിൽ കുറിച്ചത് തന്നെ പരിഹസിക്കാനാണെന്ന് രാമൻ തമ്പിക്ക് തോന്നി. തമ്പി കോപാകുലനായി. കാലംചെയ്ത മഹാരാജാവിന്റെ മക്കളാണ് തങ്ങളെന്ന ബോധം ഉണർന്നു.

പപ്പുത്തമ്പിയോട് യാത്രയ്ക്കൊരുങ്ങാൻ രാമൻ തമ്പി പറഞ്ഞു.

വീരാളിപ്പട്ടും മാന്തളിർ പോലുള്ള പൊൻകച്ചയും ഉടുത്ത് കൈയിൽ വീരശൃംഖലയും പൊൻ വളകളുമണിഞ്ഞ് തമ്പിരാമൻ ആതിച്ചനെന്ന പപ്പുത്തമ്പി അമ്മ അഭിരാമിയുടെ കാൽതൊട്ടു വന്ദിച്ചു. അമ്മ മകനെ അനുഗ്രഹിച്ചു.

തങ്ങളെ അവഗണിച്ച് മാർത്താണ്ഡന് മുന്നോട്ടു പോകാനാകില്ലെന്ന് അഭിരാമിയും രാമൻ തമ്പിയും കരുതി. സന്ധി പ്രകാരമുള്ള വസ്തുവകകളും അധികാരവും ഏറ്റുവാങ്ങുവാൻ തന്നെ ക്ഷണിക്കുമെന്നും രാമൻ തമ്പി കണക്കുകൂട്ടി. പപ്പുത്തമ്പി ചെല്ലുമ്പോൾ തന്റെ പ്രതിഷേധം മാർത്താണ്ഡന് മനസ്സിലാവും.

പപ്പുത്തമ്പി അംഗരക്ഷകരോടും അകമ്പടിക്കാരോടുമൊപ്പം യാത്ര പുറപ്പെട്ടു. വെമ്പടിവാൾ കോയിക്കൽ നിന്ന് ഒരു മിന്നൽപ്പിണർ നാഗർകോവിൽ കൊട്ടാരത്തിലേക്ക് പാഞ്ഞെന്നു പറയുന്നതാവും ഉചിതം.

അംഗരക്ഷകരെയും അകമ്പടിക്കാരെയും കൊട്ടാരപാത തുടങ്ങുന്നിടത്തു നിർത്തിയിട്ട് തമ്പി കൊട്ടാരകവാടം ലക്ഷ്യമാക്കി പാഞ്ഞു.

അകലെ നിന്നു കാണുമ്പോഴേ കാവല്ക്കാർ കവാടം തുറന്ന് അടി തൊഴുതു വഴിമാറി നില്ക്കുകയാണ് പതിവ്. പക്ഷേ, അന്ന് ആ പതിവ് തെറ്റി. കവാടം കൊട്ടിയടച്ചു. ഒരു വാതിലിനു മുന്നിലും കാത്ത് നില്ക്കാൻ ശീലിച്ചിട്ടില്ലാത്ത പപ്പുത്തമ്പി കോപിച്ചലറി. കുതിരയെ കടിഞ്ഞാണയച്ചു വിട്ടു. ഉഗ്രശബ്ദത്തോടെ വാതിൽ തകർത്ത് തമ്പി കൊട്ടാരമുറ്റത്ത് കുതിച്ചിറങ്ങി. കുതിരയെ പിൻകാലുകളിൽ ഉയർത്തി വട്ടം കറക്കുകയും വാൾ വീശി ഉറക്കെ അലറുകയും ചെയ്തപ്പോൾ ചുറ്റിലും നിന്ന കാവല്ക്കാർ ചിതറിയോടി.

"ആർക്കെടാ നമ്മെ തടയാൻ ധൈര്യം?"

ഒളിവിൽനിന്ന ഒരു പടയാളി പപ്പുത്തമ്പിയുടെ ഇടനെഞ്ച് ലക്ഷ്യമാക്കി കൂർത്ത കഠാര എറിഞ്ഞു. ശരവേഗത്തിൽ ഒഴിഞ്ഞു മാറിയ തമ്പി ഇടനാഴിയിലേക്ക് ഇരച്ചുകയറാൻ തുടങ്ങിയതും പിന്നിൽ നിന്നുമൊരാൾ കുതിരയുടെ പള്ള ലക്ഷ്യമാക്കി കുന്തമെറിഞ്ഞു. പള്ള തുളച്ചു കുന്തം പുറത്തുവന്നു. അമറിവിളിച്ചുകൊണ്ട് കുതിര മുട്ടുകുത്തി നിലത്തു വീണു. ചാടി ഇറങ്ങിയ പപ്പുത്തമ്പിക്ക് നേരെ കൊട്ടാരത്തിനുള്ളിൽനിന്നു പടയാളികൾ ആയുധവുമായി അലറിവിളിച്ചു വന്ന് ആക്രമണം തുടങ്ങി. ഒരു പറ്റം പടയാളികളുടെ മദ്ധ്യത്തുനിന്ന് മിന്നൽ വേഗത്തിൽ പൊരുതിയ തമ്പി ഓരോരുത്തരെയായി അരിഞ്ഞിടുന്നത് മട്ടുപ്പാവിൽ നിന്ന് ഒളിഞ്ഞുകണ്ട രാമയ്യൻ ഞെട്ടിവിറച്ചു.

എന്ത് മഹാത്ഭുതമാണ് സംഭവിക്കുന്നത്. ഒരു മനുഷ്യനിതെങ്ങനെ സാധിക്കുന്നു. കരുത്തന്മാരായ ഒരുപറ്റം പടയാളികൾ കിണഞ്ഞു പരിശ്രമിച്ചിട്ടും ഒരു പോറൽ പോലും ഏല്പിക്കാൻ കഴിയുന്നില്ല. കണ്ണടച്ചു തുറക്കുംമുമ്പ് ഓരോരുത്തർ ചത്തു വീഴുന്നു. മുറ്റത്ത് മൃതദേഹങ്ങൾ കുമ്പാരം കൂടുന്നു.

"അനന്താ..." രാമയ്യൻ പരിഭ്രമത്തോടെ അനന്തപത്മനാഭനെ വിളിച്ചു. അകലെ മാറി എല്ലാം കണ്ട് നിന്നാൽ മതിയെന്നും പപ്പുത്തമ്പിയെ കൊല്ലാനുള്ള പടയാളികൾ ആയുധമൊരുക്കി കാത്തു നില്ക്കുകയാണെന്നും മഹാരാജാവിന്റെ മുന്നിൽ വച്ച് അനന്തനോട് കല്പിച്ച രാമയ്യൻ ദയനീയമായും ഭയത്തോടെയും അനന്തനെ വീണ്ടും വിളിച്ചു.

"അനന്താ കാപ്പാത്തു."

മുറ്റത്ത് നിന്നു പൊരുതിയ പടയാളികളിൽ പകുതിയിലേറെപ്പേർ ചത്തുവീണു. ബാക്കിയുള്ളവരിൽ പകുതിപേർക്കും മുറിവേറ്റതിനാൽ പോരാടാനാവാതെ അന്ധാളിച്ചു നിന്നു. ഉടവാളുമുയർത്തി കുതിക്കാനൊരുങ്ങിയ അനന്തപത്മനാഭനെ രാമയ്യൻ വിലക്കി. കൂർത്ത കഠാര അനന്തന്റെ കൈയിൽ പിടിപ്പിച്ച രാമയ്യൻ അയാളെ മട്ടുപ്പാവിൽ കൊണ്ട് നിർത്തി.

"ശക്തിയല്ല ബുദ്ധി താൻ മുഖ്യം. ആർപ്പാടം ഇപ്പൊഴുതു

തേവയില്ലെ."

കണ്ണിറുക്കിയിട്ട് രാമയ്യൻ പറഞ്ഞതിന്റെ പൊരുൾ അനന്തന് മനസ്സിലായി. അയാൾ വലം കൈയിലിരുന്ന കഠാരയിൽ ഇടംകൈ കൊണ്ടൊന്ന് തലോടി. പപ്പുത്തമ്പിയുടെ ഇടനെഞ്ച് ലക്ഷ്യമാക്കി കഠാരയെറിഞ്ഞു. അണുവിടമാറാതെ അത് ലക്ഷ്യം കണ്ടു. പപ്പുത്തമ്പി ഉഗ്രശബ്ദത്തിൽ അമറി. വീരഭാവത്തിൽ രാമയ്യൻ ഉറക്കെ ചിരിച്ചു. മാർത്താണ്ഡവർമ്മയും അവിടേക്ക് വന്നു.

"വിളിച്ചുവരുത്തി ചതിച്ചിട്ട് എല്ലാം കൈയടക്കി വച്ച് ഭരിച്ചോ. നാം മരിക്കണത് വീരനായിട്ടാ."

പപ്പുത്തമ്പിയുടെ അലർച്ച മാർത്താണ്ഡവർമ്മയെ വിറപ്പിച്ചു.

ശരീരമാസകലം ചോരയൊലിപ്പിച്ച്, ഇരുകൈകളും ആകാശത്തേക്ക് ഉയർത്തി വീരഭാവത്തോടെ നിന്ന തമ്പിയെ രാജഭടന്മാരിൽ ഒരാൾ പിന്നിലൂടെ വന്നു കഴുത്ത് ലക്ഷ്യമാക്കി വെട്ടി. ആ വീരന്റെ തലയറ്റു വീണു. തല വീണിട്ടും അല്പസമയം കൂടി ആ ദേഹം കൈ ഉയർത്തിപ്പിടിച്ച് ആ നില്പ് നിന്നു. പ്രാണൻ വെടിഞ്ഞദേഹം നിലംപൊത്തി. മുറ്റം ചോരക്കളമായി.

കാവല്ക്കാരുമായി ഹേതുവില്ലാതെ ഏറ്റുമുട്ടിയ പപ്പുത്തമ്പിയെ ഭടന്മാർ വധിച്ചെന്ന കൊട്ടാരം സേവകർ ഓടിനടന്നു നാടു മുഴുവൻ പ്രചരിപ്പിച്ചു. വെമ്പടിവാൾ കോയിക്കലിൽ കൂട്ടക്കരച്ചിൽ ഉയർന്നു. അഭിരാമിയും ഉമ്മിണിത്തങ്കയും ഉറക്കെ നിലവിളിച്ചു. കേട്ടത് സത്യമായിരിക്കല്ലേയെന്നവർ പ്രാർത്ഥിച്ചു. വാർത്തയറിഞ്ഞ രാമൻ തമ്പി ഉടവാളും ഉയർത്തിപ്പിടിച്ച് കുതിരപ്പുറത്തേറി കൊട്ടാരം ലക്ഷ്യമാക്കി പാഞ്ഞു. അംഗരക്ഷകരും അകമ്പടിക്കാരും ഒപ്പമെത്താൻ കിണഞ്ഞു പരിശ്രമിച്ചിട്ടും സാധിച്ചില്ല.

കാവല്ക്കാരുടെ തലയ്ക്കുമീതെ കുതിരയെ പായിച്ച് കൊട്ടാരമുറ്റത്ത് രാമൻ തമ്പി പറന്നിറങ്ങി. പപ്പുത്തമ്പിയുടെ തലയറ്റ ദേഹം ചോരക്കളത്തിൽ കിടക്കുന്ന കാഴ്ച കണ്ട് രാമൻ തമ്പി ഇടിനാദംപോലെ അലറി. ഉടവാളും ഉയർത്തി കോപത്താൽ ജ്വലിച്ചുനിന്ന ആ വീരനെ തടയാൻ ശ്രമിച്ച പടയാളികളെ വെട്ടിയരിഞ്ഞിട്ടു. കാവല്ക്കാരും പടയാളികളും നാലു വശത്തേക്കും ഭയത്തോടെ ഓടിമാറി. രാമൻ തമ്പിയുടെ വരവ് പ്രതീക്ഷിച്ചിരുന്നതിനാൽ അനന്തപത്മനാഭന്റെ സംഘം സർവ്വസന്നാഹവുമൊരുക്കി കൊട്ടാരത്തിനുള്ളിൽ ഒളിച്ചിരിക്കുകയായിരുന്നു. അവർ ആർത്തട്ടഹസിച്ചുകൊണ്ട് നാലു വശത്തുകൂടിയും കൊട്ടാരമുറ്റത്തേക്ക് പാഞ്ഞടുത്തു. ഒറ്റയ്ക്കു പൊരുതിയ രാമൻ തമ്പിയുടെ അടുത്തേക്കെത്താൻ കിണഞ്ഞു ശ്രമിച്ചിട്ടും അവർക്കായില്ല. എല്ലാം വീക്ഷിച്ച് മാർത്താണ്ഡവർമ്മയും രാമയ്യനും അനന്തപത്മനാഭനും മട്ടുപ്പാവിൽ നിന്നു. രാമൻ തമ്പിയുടെ പോരാട്ടവീര്യംകണ്ട് മാർത്താണ്ഡവർമ്മ

അത്ഭുതപ്പെടുകയും ഭയക്കുകയും ചെയ്തു. ഞൊടിയിടയിൽ രാമൻ തമ്പി കൊട്ടാരത്തിനുള്ളിലേക്ക് ഉടവാളുമുയർത്തി കൊടുങ്കാറ്റായി പാഞ്ഞുകയറി. പിന്നാലെയും മുകളിൽനിന്നു താഴേക്കും പാഞ്ഞടുത്ത ഭടൻമാർ തമ്പിയെ നേരിട്ടു. ഏറെ നേരം പരിശ്രമിച്ചിട്ടും അവർക്ക് ആ കൊടുങ്കാറ്റിനെ കീഴടക്കാനോ പിന്തിരിപ്പിക്കാനോ തടയാനോ സാധിച്ചില്ല. ജീവനറ്റു വീണ പടയാളികളുടെ നെഞ്ചിൽ ചവിട്ടി രാമൻ തമ്പി മുകളിലെ നിലയിലെത്തി.

ആട്ടുകട്ടിലിൽ നിസ്സംഗത നടിച്ചിരുന്ന രാജാവിനെ കണ്ട് തമ്പി “എടാ” എന്ന് അലറുകയും വാളോങ്ങി ഉയർന്നുചാടുകയും ചെയ്തു. ഞൊടിയിടയിൽ നടത്തിയ ആ നീക്കം കണ്ട് രാജാവിന്റെ അംഗരക്ഷകർ സ്തംഭിച്ചു നിന്നു.

രാമൻതമ്പി കുതിച്ചു ചാടാൻ തുടങ്ങിയതും ഒളിഞ്ഞുനിന്ന രാമയ്യൻ ചങ്ങല വലിച്ചു. തമ്പി നിന്ന പലകത്തറ മുകളിലേക്കുയർന്നു. കുതിച്ചുയർന്ന തമ്പിയുടെ നിലതെറ്റി. ഉറക്കെ അലറി ഉയർന്നു ചാടിയ രാമൻ തമ്പി കോപത്തോടെ മാർത്താണ്ഡവർമ്മയുടെ കഴുത്ത് ലക്ഷ്യമാക്കി ആഞ്ഞുവെട്ടി. മാർത്താണ്ഡവർമ്മ പിന്നിലേക്ക് മറിഞ്ഞു. വെട്ടുകൊണ്ടത് മച്ചിന്റെ താഴ്ന്ന എഴുകയിൽ ആയിരുന്നു. രാജാവിന്റെ ശിരസ്സിനു പകരം കരിവീട്ടി പിളർന്നു. രാമൻ തമ്പി വലിയ ശബ്ദത്തോടെ നിലത്തു വീണു. അംഗരക്ഷകർ അയാൾക്ക് മേൽ ചാടിവീണു. രാജാവിനു ചുറ്റും അംഗരക്ഷകർ പൊതിഞ്ഞു നിന്നു. നാലു വാതിലുകളിലൂടെ ഇരച്ചു കയറിയ സൈനികർ രാമൻ തമ്പിയെ തലങ്ങും വിലങ്ങും വെട്ടി. പടയാളികൾ അയാളുടെ കൈയും കാലും ബന്ധിച്ചു. മാർത്താണ്ഡവർമ്മ കഠാരയുമായി തമ്പിയുടെ നെഞ്ചിൽ ചാടിക്കയറി.

“എടാ, രാജമുദ്രയുള്ള കഠാര കൊടുമൺപിള്ളയുടെ കാല്ക്കൽ വച്ച് നീ അപേക്ഷിച്ചില്ലേ? നിനക്ക് വേണ്ടത് രാജ്യമോ നമ്മുടെ തലയോ?” മാർത്താണ്ഡന്റെ ചോദ്യംകേട്ട് രാമൻ തമ്പി ആഞ്ഞു തുപ്പി. ചോരകലർന്ന തുപ്പൽ രാജാവിന്റെ മുഖത്തെ ചുവപ്പിച്ചു. വലത്തെ ഭുജംകൊണ്ട് തുപ്പൽ തുടച്ച രാജാവ് ക്ഷോഭത്തോടെ തമ്പിയുടെ ഇടനെഞ്ചിൽ ആഞ്ഞു കുത്തി. ആഴ്ന്നിറങ്ങിയ കഠാര വലിച്ചൂരി വീണ്ടും വീണ്ടും കുത്തി. ചോര ചീറിത്തെറിച്ചു. പ്രാണൻ പറന്നുപോയി.

കുട്ടിക്കാലം മുതൽ തന്റെ മുന്നിൽ എല്ലാം തികഞ്ഞവരെന്ന മുദ്രയുമായി നിന്നവരായിരുന്നു തമ്പിമാർ. അറിവിലും പഠിപ്പിലും അഭ്യാസത്തിലും അഴകിലുമെല്ലാം അവർ തന്നെയായിരുന്നു മുമ്പർ. ഒത്തുകൂടിയപ്പോഴൊക്കെയും ഓരോ മത്സരങ്ങളായിരുന്നു. ബുദ്ധിയും ശക്തിയും പരസ്പരം പരീക്ഷിച്ചു. തനിക്കവരോട് എപ്പോഴെങ്കിലും സ്നേഹം തോന്നിയിട്ടുണ്ടോ? എല്ലാക്കാലത്തും അസൂയ മാത്രമേ ഉണ്ടായിരുന്നുള്ളൂ. ഉമ്മിണിത്തങ്കയെ ഇഷ്ടപ്പെട്ടതും തമ്പിമാരെ ചൊൽപ്പടിയിൽ

നിർത്തണമെന്ന തന്റെ ഗൂഢഹിതം കാരണമായിരുന്നില്ലേ? മാർത്താണ്ഡ വർമ്മ സ്വയം ചോദിച്ചു.

വാർത്തയറിഞ്ഞ അഭിരാമി അലറിക്കരയുകയും ശാപവാക്കുകൾ കൊണ്ട് രാജാവിനെ മൂടുകയും ചെയ്തു. ഇരുന്നിട്ട് ഇരിപ്പുറയ്ക്കാതെ, കിടന്നിട്ട് കിടപ്പുറയ്ക്കാതെ അഭിരാമി നാഗർകോവിൽ കൊട്ടാരത്തിലേക്ക് പുറപ്പെടാൻ തീരുമാനിച്ചു. മറ്റുള്ളവർ തടഞ്ഞു.

"ഇനിമെ എനക്കാര് തുണൈ? എനക്കെന്ന ഭയം. മാർത്താണ്ഡൻ എൻ തലയൈ എടുപ്പാനാ? ഒരു പൊണ്ണോട തലയറുത്തവൻ എൻട്ര പേർ മാർത്താണ്ഡനുക്കിരുക്കട്ടും."[1] അഭിരാമി പറഞ്ഞു. വിലക്കുകൾ തട്ടിമാറ്റി യാത്ര പുറപ്പെട്ട അഭിരാമിക്കൊപ്പം കരഞ്ഞുവാടിയ ഉമ്മിണി ത്തങ്കയും മരവിച്ചുപോയ കൊച്ചുകുമാരപിള്ളയും ഉണ്ടായിരുന്നു.

യുദ്ധത്തിൽ കൊല്ലാമായിരുന്നിട്ടും രാജാവിനെ കൊല്ലാതെ വിട്ട ജ്യേഷ്ഠന്മാരെ വിളിച്ചുവരുത്തി ചതിച്ചുകൊന്നത് ഏത് രാജനീതിയാണ്? നീലകണ്ഠ ക്ഷേത്രത്തിൽ വച്ചു ചെയ്ത സത്യം ലംഘിച്ച രാജാവിൽ നിന്ന് എന്തു നീതിയാണിനി പ്രതീക്ഷിക്കേണ്ടത്? ഉമ്മിണിത്തങ്ക ചിന്തിച്ചു. ഈ ഭൂമിയിൽ തനിക്കാരുമിനി തുണയില്ലെന്ന് വേദനയോടെ അവൾ ഓർത്തു.

അയോദ്ധ്യാപുരിയിൽ നിന്ന് കുതിരവണ്ടിയിൽ ശുചീന്ദ്രത്തേക്ക് വന്ന യാത്രയെക്കുറിച്ചായിരുന്നു കണ്ണീരോടെ കൊച്ചുകുമാരപിള്ള ഓർത്തത്. വേനൽവറുതിയിൽ നിന്നുള്ള രക്ഷ മാത്രമായിരുന്നു ലക്ഷ്യം. ആ യാത്ര എവിടെയെല്ലാം എത്തിച്ചേർന്നു. എന്തെല്ലാം നേടി. ഇനി പ്രതീക്ഷിക്കാൻ എന്താണുള്ളത്? കൊച്ചുകുമാരപിള്ളയുടെ കണ്ണുകളിൽ ഇരുട്ടു കയറി.

1. ഇനി എനിക്കാരു തുണ? എനിക്കെന്തു ഭയം, മാർത്താണ്ഡൻ എന്റെ തല യെടുക്കുമോ? എടുക്കട്ടെ. പെണ്ണിന്റെ തലകൊയ്തവനെന്ന പേരും മാർത്താ ണ്ഡനിരിക്കട്ടെ.

ഇരുപത്തിരണ്ട്

തിരുവിതാങ്കോട് തല താഴ്ത്തി നിന്നു. പടയാളികൾ ആയുധവു മുയർത്തി പാഞ്ഞുനടക്കുകയും ഒച്ചയുണ്ടാക്കുകയും ചെയ്തെങ്കിലും അഗാധമൂകതയെ വകഞ്ഞു മാറ്റാനായില്ല.

ചെമ്മൺ പാതയിലൂടെ മന്ദഗതിയിലോടിയ ഒരു കുതിരവണ്ടിയെയും അതിനുള്ളിലിരുന്ന മൂന്നുപേരെയും അകലെ മാറി നിന്ന് പലരും നെടുവീർപ്പോടെ നോക്കി. കുതിരവണ്ടി അകന്നുപോയിട്ടും കുളമ്പടി ശബ്ദം കാഴ്ചക്കാരുടെ മനസ്സിൽ ഏങ്ങലായി പ്രതിധ്വനിച്ചു.

അഭിരാമിയും ഉമ്മിണിത്തങ്കയും കൊച്ചുകുമാരപിള്ളയും കൊട്ടാര വാതില്ക്കൽ എത്തി. പരിസരമാകെ ആയുധമേന്തിയ പടയാളികൾ നില്പുണ്ടായിരുന്നു. ഈച്ചയ്ക്കുപോലും അകത്തേക്ക് കടക്കാനാവാത്ത സുരക്ഷ.

"ഇനിയെന്തര് ഉണർത്തിക്കാനകൊണ്ട് മൊഹം കാണിക്കണത്? പോയ ഉയിര് തിരികെ തരണോന്നപേക്ഷിപ്പാനാ?"

വാളുയർത്തിപ്പിടിച്ചു നിന്ന പടയാളി പരിഹസിച്ചു. മറ്റു പടയാളികൾ ചിരിയടക്കി.

"എടാ എന്നയെ എതിർത്തു പേശറയാ.?"[1] അഭിരാമി കോപത്തോടെ ചോദിച്ചു.

"വോ, വോ ത്മ്പ്രാട്ടീ, വന്ന വഴീം പോയ വഴീം അടിയനറിയാം." വീണ്ടും പരിഹാസം.

"ഇതിലും വലിയ കൂത്തായിരുന്നു... ദോണ്ടെ കെടക്കണ് തല വേറെ ഒടലു വേറെ." അയാൾ ചൂണ്ടിക്കാണിച്ച ദിക്കിലേക്ക് അവർ പാഞ്ഞു.

തമ്പിമാർ അണിഞ്ഞിരുന്ന ഉറുമാൽ, വേഷ്ടി, കമ്പിക്കര കവണി,

വീരാളിപ്പട്ട്, പൊൻപട്ട് എന്നിവ ചോരയിൽ കുതിർന്നു കിടക്കുന്നതു കണ്ട അഭിരാമിയും ഉമ്മിണിത്തങ്കയും ഉറക്കെ നിലവിളിച്ചു. അൽപം അകലെയായി കാട്ടുചെടികൾക്കിടയിൽ കിടന്ന തമ്പിമാരുടെ മൃതദേഹത്തെ പരുന്തിൻ കൂട്ടം കൊത്തിവലിക്കുന്നത് ഒന്നു നോക്കാനേ മൂവർക്കും കഴിഞ്ഞുള്ളൂ.

കാക്കകൾ കൂട്ടമായി കരഞ്ഞു. പറന്നിറങ്ങാനായി പിന്നെയും പരുന്തുകൾ ആകാശത്ത് വട്ടംചുറ്റി പറന്നു. വസ്ത്രങ്ങൾ വാരിയെടുത്ത് അതിൽ ചുംബിച്ചു കരഞ്ഞ അഭിരാമിയും തങ്കയും ഇനിയെന്തിന് തങ്ങൾ ജീവിക്കണമെന്ന് സ്വയം ചോദിച്ചു. അടുത്ത നിമിഷം കൊട്ടാരത്തിന്റെ ദിക്കിലേക്ക് നോക്കി "നാശമാ പോകട്ടും" എന്ന് ശപിച്ച അഭിരാമി അരയിൽനിന്നു കഠാര വലിച്ചൂരിയെടുത്ത് തന്റെ ഇടനെഞ്ചിനും പള്ളയ്ക്കുമിടയിൽ കുത്തിയിറക്കി. അലറി വിളിച്ച് നിലത്തേക്ക് കമിഴ്ന്നു വീണു.

പിടഞ്ഞു പിടഞ്ഞു പ്രാണൻ വെടിഞ്ഞ അഭിരാമിയെ ഹൃദയം പിളർക്കുന്ന വേദനയോടെ നോക്കി നിന്ന ഉമ്മിണിത്തങ്ക നിലവിളിക്കാൻ പോലും കഴിയാത്ത വിധം മരവിപ്പിലകപ്പെട്ടു. കൊച്ചു കുമാരപിള്ള ഉടവാളുയർത്തി അലറുകയും അടുത്ത നിമിഷം നിലവിളിക്കുകയും ചെയ്തു.

"രാമാ... മഹാരാജനാക മേടയിൽ അമർന്താൽ മട്ടും പോതുമാ!

എതിരിക്കളൈ ഒന്റുവിടാമൽ കൊന്റുവിട വേണ്ടും.. മുഖ്യ എതിരിയയ് കൊല്ല ഇനിയും ഏൻ അഞ്ചുകിറായ്? ആതിച്ചൻ എങ്കേ? ആതിച്ചാ...."[2]

കൊച്ചു കുമാരപിള്ള മതിഭ്രമം ബാധിച്ചതുപോലെ ഉറക്കെ വിളിച്ചു. പടയാളികളുടെ മുഖത്ത് പരിഹാസച്ചിരി ഉയർന്നു. കൊച്ചു കുമാരപിള്ള പിന്നെയുമെന്തൊക്കെയോ പുലമ്പുകയും അലറി വിളിക്കുകയും ചെയ്തു.

"തമ്പാട്ടീ..." പിന്നിൽനിന്ന് ഒരു വിളി ഉയർന്നു. ഉമ്മിണിത്തങ്ക നോക്കി. രാമയ്യൻ ഭവ്യതയോടെ വണങ്ങി.

"തമ്പാട്ടീ... പോനവർ പോയാച്ചു.. അതവർകളിൻ വിധി, കടവുളിൻ നിശ്ചയം. തമ്പാട്ടി യാരെൻറും വസിപ്പത് എങ്കെന്റും മഹാരാജൻ മുടിവെടുക്കട്ടും. പട്ടമഹിഷിയാക തമ്പാട്ടി കൂടവേ ഇരുന്താൽ താൻ മഹാരാജനുക്കു നിമ്മതി. അവരൈ പാർക്ക തമ്പാട്ടിയയും കൂട്ടിവര ഉത്തരവിരുക്കു..."[3]

രാമയ്യൻ പറഞ്ഞു.

ഉമ്മിണിത്തങ്കയുടെ കണ്ണുകൾ അഗ്നി ഗോളങ്ങളായി. ആ നോട്ടം അഭിമുഖീകരിക്കാനാവാതെ രാമയ്യൻ തല കുനിച്ചു. കൊട്ടാരത്തിന്റെ മട്ടുപ്പാവിൽ എല്ലാം വീക്ഷിച്ചുനിന്ന മാർത്താണ്ഡവർമ്മയെ നോക്കിയിട്ട് ഉമ്മിണിത്തങ്ക രാമയ്യനോട് പറഞ്ഞു.

"നിന്റെ മഹാരാജാവിന് ജന്മം നൂറുജനിച്ചാലും ഇനി തങ്കയുടെ ഹൃദയം കീഴടക്കാനാകില്ല. ചതിച്ചും കൊന്നും നേടിയ സിംഹാസന

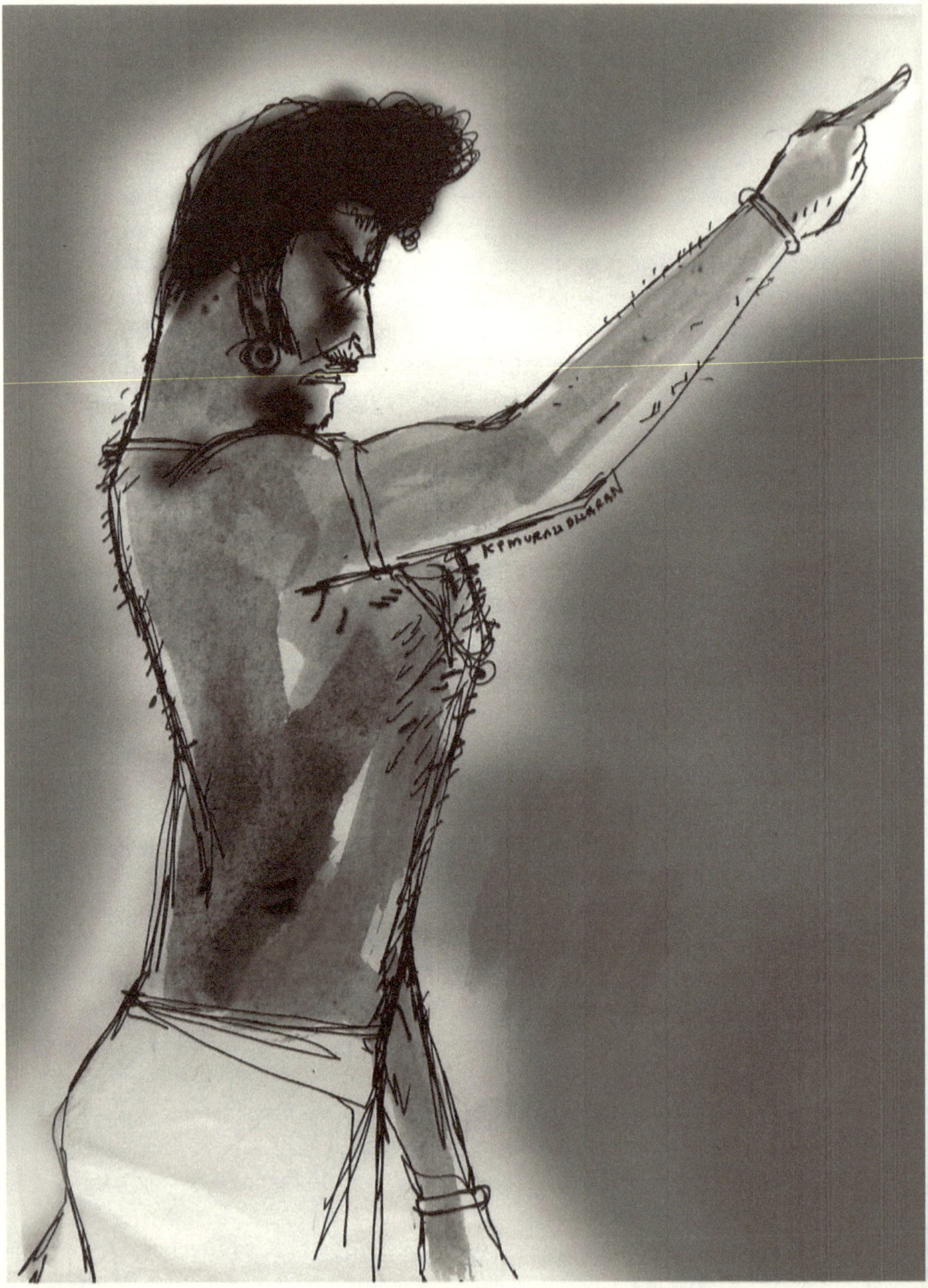

ത്തിൽ സ്വസ്ഥമായിട്ടിരിക്കണമല്ലേ? കഷ്ടം! ആ മനസ്സിൽ ഒരു തുള്ളി വെളിച്ചം പോലുമില്ലേ? നേടിയതാണോ നഷ്ടപ്പെടുത്തിയതാണോ വലുതും മഹത്തരവുമെന്ന് തിരിച്ചറിയാൻ എന്നെങ്കിലുമൊരിക്കൽ ഇടയാകട്ടെ. അതിനുള്ള വിവേകവും ആയുസ്സും ശ്രീപത്മനാഭൻ നല്കട്ടെ. നാഴികയ്ക്ക് നാൽപ്പത് വട്ടം ഒരാളിന്റെ പേരും മന്ത്രിച്ച് അയാളേ ശരണമെന്നെണ്ണി കാലംകഴിച്ച ഉമ്മിണിത്തങ്കയാണ് ചൊല്ലണത്. എനിക്കിനി ആ മുഖം കാണണ്ട. അതിലും ഭേദം മരണമാ. പോയി പറയ് തിരുമനസ്സിനോട്."

"തമ്പാട്ടീ..." രാമയ്യന്റെ ശബ്ദം താക്കീതായി കടുത്തു. അത് തിരിച്ചറിഞ്ഞ പടയാളികൾ ആയുധവുമായി ഉമ്മിണിത്തങ്കയെ വളഞ്ഞു. അച്ഛൻ സമ്മാനിച്ച ഉടവാൾ അരയിൽനിന്ന് ഉമ്മിണിത്തങ്ക വലിച്ചൂരുകയും ഉറക്കെ അലറി കുതിച്ച് ചാടി മിന്നൽ വേഗത്തിൽ വാൾ വീശുകയും ചെയ്തപ്പോൾ പടയാളികൾ നാലുപാടും ചിതറി മാറി.

"കട്ടി ഇഴുത്തു അരസനിൻ മുന്നാടി കൊണ്ടു വാ."[4] കോപത്തോടെ പറഞ്ഞിട്ട് രാമയ്യൻ പിന്തിരിഞ്ഞു.

"ശ്രീപത്മനാഭാ..."

ഉമ്മിണിത്തങ്ക കുതിച്ചുയർന്നിട്ട് നാലുചുറ്റും കിടുങ്ങുമാറുച്ചത്തിൽ ഉള്ളുരുകി അലറി വിളിച്ചു. അലർച്ചയോടൊപ്പം ഇരുകൈകളുംകൊണ്ട് ഉടവാൾ സ്വന്തം പള്ളയിലേക്ക് ആഞ്ഞു കുത്തിയിട്ട് നിലത്തേക്ക് കമിഴ്ന്നു വീണു. ചോരയിൽ മുങ്ങിയ വാൾ ഉമ്മിണിത്തങ്കയുടെ മുതുക് തുളച്ച് പുറത്തേക്ക് തല നീട്ടി.

കൺമുന്നിൽ രണ്ടുപേർ ജീവൻ വെടിഞ്ഞതുകണ്ട കൊച്ചുകുമാര പിള്ള ഉറക്കെ കരഞ്ഞുകൊണ്ടോടി. ആ ഓട്ടത്തിൽ അയാളുടെ കരച്ചിൽ ചിരിയായി മാറി. ഭ്രാന്തമായ ചിരി.

"മഴയില്ലെ കടവുളേ, നീരില്ലെ കടവുളേ, എല്ലാമേ കരുകി പോച്ചേ." അയാൾ പിച്ചും പേയും പറഞ്ഞു കാട്ടുവഴികളിലൂടെ ഭ്രാന്തു പിടിച്ചോടി. ഓടി ഓടി മറഞ്ഞു.

എല്ലാം നോക്കി പടയാളികൾ നിന്നു. തമ്പിമാർ തിരുവിതാങ്കോട് ഭരിക്കുമെന്നു കരുതി അടി തൊഴുതു വണങ്ങിയവരും രാജപത്നിയായ അഭിരാമിയെ രാജമാതാവായി കാണേണ്ടി വരുമെന്നു കരുതി താണു വണങ്ങിയവരും ആ പടയാളികളുടെ കൂട്ടത്തിലുണ്ടായിരുന്നു.

മനുഷ്യമാംസം തിന്നുനിറഞ്ഞ പരുന്തുകൾ വൃക്ഷത്തലപ്പുകളിൽ ചിറകൊതുക്കിയിരുന്നു. ആകാശം ഉരുണ്ടുകൂടി. വൃക്ഷലതാദികൾ ശ്വാസമടക്കി നിന്നു. ചുറ്റിലും മെല്ലെ ഇരുട്ടു വ്യാപിച്ചു.

എല്ലാം നോക്കിനിന്ന മാർത്താണ്ഡവർമ്മ ചുട്ടുപൊള്ളുന്ന ദീർഘനിശ്വാസത്തോടെയും ഹൃദയവേദനയോടെയും അകത്തേക്ക് നടന്നു.

"മഹാരാജാവ് നീണാൾ വാഴട്ടെ."

പുറത്ത് പടയാളികളുടെ ശബ്ദം ഉയർന്നു.

നേടിയതാണോ നഷ്ടപ്പെടുത്തിയതാണോ മഹത്തരം? മാർത്താണ്ഡ വർമ്മയുടെ മനസ്സിലുയർന്ന തേങ്ങൽ ഹൃദയം തുളച്ചു പുറത്ത് വന്നു. വേദന നീറിപ്പടർന്നു.

---

1. എടാ എന്നോട് ധിക്കാരം പറയുന്നോ?
2. രാമാ, മഹാരാജനായി സിംഹാസനത്തിലിരുന്നാൽ പോര, ശത്രുക്കളെ ഒന്നൊഴിയാതെ കൊന്നൊടുക്കണം. മുഖ്യ ശത്രു ആരെന്നിനിയും നിനക്കറിയില്ലേ? ആതിച്ചനെവിടെ? ആതിച്ചാ ...
3. തമ്പാട്ടീ, പോയവരോ പോയി. അതവരുടെ വിധി, ദൈവഹിതം. തമ്പാട്ടിയുടെ സ്ഥാനവും വാസവും ഇനി മഹാരാജാവ് നിശ്ചയിക്കും. പട്ടമഹിഷിയായി തമ്പാട്ടി ഒപ്പമുണ്ടെങ്കിലേ മഹാരാജാവിന് സ്വസ്ഥതയുള്ളൂ. തമ്പാട്ടിയെ കൂട്ടി ചെല്ലാൻ കല്പനയുണ്ട്.
4. പിടിച്ചുകെട്ടി തിരുമനസ്സിന്റെ മുന്നിലെത്തിക്ക്.

ഇരുപത്തിമൂന്ന്

അതുവരെ കണ്ടിട്ടില്ലാത്ത പടവിന്യാസം കണ്ടു തിരുവിതാങ്കോട് ഭയന്നു. 108 കളരിയിലുള്ള ചാന്നാർപട ആയുധങ്ങളുമായി ഊരുചുറ്റി. അനന്തപത്മനാഭനെ പടത്തലവനാക്കി നിയോഗിച്ചതിൽ രാമയ്യന് അനിഷ്ടം ഉണ്ടായിരുന്നു. നാട്ടിലെ മാടമ്പിമാരും നെറ്റിചുളിച്ചു. തങ്ങളിൽ വന്നുചേരേണ്ട പദവി ഒരു ചാന്നാന് നല്കിയതിൽ മാത്രമല്ല, ചാന്നാർപട രാജാവിന്റെ വിശ്വാസം പിടിച്ചുപറ്റിയതിലാണ് അവർ അസ്വസ്ഥരായത്.

അതീവ രഹസ്യമായി പിള്ളമാരും കുറുപ്പന്മാരും രാമനാമഠത്തിൽ പിള്ളയുടെ വീട്ടിൽ ഒത്തു ചേർന്നു. അവസാന നിമിഷം വരെ വീറോടെ പൊരുതിയ തമ്പിമാരുടെ ധർമ്മബോധമോ സത്യസന്ധ്യതയോ രാജാവിന് നൂറുജന്മം ജനിച്ചാലും കിട്ടില്ലെന്നവർ പറഞ്ഞു. സർവ്വ സന്നാഹങ്ങളും ഒരുക്കി കരുതിയിരിക്കാനും നഷ്ടപ്പെട്ട പടക്കരുത്ത് എത്രയുംവേഗം വീണ്ടെടുക്കാനും അവർ തീരുമാനിച്ചു. ഏറ്റവും ശക്തരായ അഞ്ഞൂറോളം അഭ്യാസികളെ ആറാട്ടുത്സവദിവസം നഷ്ടമായതിന്റെ ആഘാതം അവരെയെല്ലാം ആശങ്കപ്പെടുത്തിയിരുന്നു. കൊടുമൺപിള്ളയ്ക്കാണ് ഏറ്റവും കൂടുതൽ നഷ്ടമുണ്ടായത്. തങ്ങൾ ക്ഷയിക്കുകയും രാജാവ് അതീവ ശക്തനാവുകയും ചെയ്തതും പിള്ളമാരെ ആശങ്കപ്പെടുത്തി. അനന്തപത്മനാഭനും ഒപ്പമുള്ള അഭ്യാസികളും ഉയർത്തുന്ന വലിയ ഭീഷണിയെ നേരിടാൻ കൂടുതൽ പടയാളികളെ ഒപ്പം ചേർത്തു പടക്കരുത്ത് വർദ്ധിപ്പിക്കണമെന്നും അവർ തീരുമാനിച്ചു.

അടുത്ത യോഗം ചേരുന്നതുവരെ ഏറ്റവും വിശ്വസ്തരെയും ധൈര്യശാലികളെയും മാത്രമേ ദൂതുമായി വിടാൻ പാടുള്ളൂവെന്നും ഓല കൊടുത്തയയ്ക്കണ്ടെന്നും പനയറ കുറുപ്പ് പറയുകയും അടയാള ശ്ലോകം ചൊല്ലുകയും ചെയ്തു.

"രാമം ദശരഥം വിദ്ധി
മാം വിദ്ധി ജനകാത്മജാം
അയോദ്ധ്യാമടവിം വിദ്ധി
ഗച്ഛ താത യഥാസുഖം"

അവരെല്ലാം പതിവുപോലെ വട്ടംചേർന്നുനിന്നു ശ്ലോകം എട്ടുതവണ ചൊല്ലി. ഏത് പ്രതികൂലസാഹചര്യത്തെയും അനുകൂലമെന്നതു പോലെ കണ്ട് ഉൾക്കൊള്ളണമെന്നായിരുന്നു ശ്ലോകത്തിലൂടെ പനയറ കുറുപ്പ് പറയാതെ പറഞ്ഞതെന്ന് അവർ മനസ്സിലാക്കി.

യോഗം കഴിഞ്ഞു രഹസ്യവഴികളിലൂടെ അവർ പിരിഞ്ഞു. അടുത്ത് ഒത്തുചേരുന്നത് എന്നെന്നും അതിനുമുമ്പ് എന്തെല്ലാം സംഭവിക്കുമെന്നുമുള്ള ആശങ്ക അവരുടെയെല്ലാം മുഖത്തുണ്ടായിരുന്നു.

യോഗം കഴിഞ്ഞപ്പോൾ ആരംഭിച്ച കൊടുംമഴയിലൂടെ കുതിരപ്പുറത്തു പാഞ്ഞ കൊടുമൺപിള്ളയുടെ മനസ്സ് ഇളകി മറിഞ്ഞു. അഭിരാമിയുടെയും തമ്പിമാരുടെയും ദാരുണാന്ത്യം പിള്ളയെ അടിമുടി ഉലച്ചു. തനിക്ക് അഭിരാമിയോടും തിരിച്ചും ഉണ്ടായിരുന്ന സ്നേഹവും ആദരവും പിള്ള ഓർത്തു. പരസ്പരം രഹസ്യമായി ആഗ്രഹിച്ചിരുന്നത് ഇരുവർക്കും പറയാതെ അറിയാമായിരുന്നു. അത്രയധികം അഴകും ശരീരവടിവും ബുദ്ധിശക്തിയും ഒത്തുചേർന്ന സ്ത്രീയെ പിള്ള മറ്റെങ്ങും കണ്ടിട്ടില്ലായിരുന്നു.

വലിയ ലക്ഷ്യത്തോടെ ജീവിക്കുന്നവർക്ക് സൗഭാഗ്യങ്ങളും സന്തോഷവും ആസ്വദിക്കാനാവില്ല. വന്നണയാനുള്ള വലിയ സന്തോഷത്തെക്കുറിച്ചുള്ള ചിന്ത ഭ്രാന്തായി മാറും. മോഹപൂർത്തീകരണത്തിൽ എത്തിച്ചേരാനായില്ലെങ്കിൽ ജീവിതം വലിയ നിരാശയായിത്തീരും. അഭിരാമിക്ക് ജീവിതസൗഭാഗ്യങ്ങളിലൊന്നും ഒരിക്കലും മതിമറന്ന് ആനന്ദിക്കാനായിട്ടില്ല. ബാലരാമവർമ്മ മഹാരാജാവ് വിവാഹതാല്പര്യം അറിയിച്ചപ്പോൾ അഭിരാമി തന്റെ വലിയ ആഗ്രഹം ഉണർത്തിച്ചു, "അങ്ങേക്ക് എന്നിൽ ജനിക്കുന്ന പുത്രന് രാജാധികാരം നല്കണം." അവളുടെ അഴകിൽ സ്വയംമറന്ന രാജാവ് സമ്മതം മൂളി. അവരുടെ ആദ്യസംഗമത്തിലൂടെ രാജാവിന്റെ അഭിലാഷം സഫലമായപ്പോൾ അഭിരാമിയുടെ ആഗ്രഹങ്ങൾക്ക് ചിറകു മുളച്ചു. സംഗമ മുഹൂർത്തത്തിലും അവളുടെ മനസ്സ് വന്നണയാനിരിക്കുന്ന സൗഭാഗ്യങ്ങളിലാണ് മുഴുകിയത്. ആ ചിന്തകളുടെ ഉന്മാദം അവളെ മത്തുപിടിപ്പിച്ചു. ഓരോ പ്രണയസംഗമ നിമിഷത്തിലും തന്റെ മോഹം അവൾ പതിന്മടങ്ങ് ശക്തിയോടെ രാജാവിന്റെ ചെവിയിൽ മന്ത്രിച്ചു.

ഒടുവിൽ നിരർത്ഥകമായ കാത്തിരിപ്പായി അഭിരാമിയുടെ ജീവിതം എന്നെന്നേക്കുമായി ഒടുങ്ങി. ആരോ വലിച്ചെറിഞ്ഞ പൊട്ടിയ ചിലങ്ക പോലെ വഴിവക്കിലെ പൂഴിമണ്ണിൽ അനാഥയായി അവർ ജീവനറ്റു കിടന്നു.

പോരാളികളായ തമ്പിമാരെ ക്ഷണിച്ചുവരുത്തി ചതിച്ചുകൊന്ന മാർത്താണ്ഡവർമ്മയോട് കൊടുമൺപിള്ളയ്ക്ക് പക വർദ്ധിച്ചു. അളകപ്പ മുതലിയാരെ രഹസ്യമായി സ്വാധീനിച്ച് പൊന്നും പണവും ദാസി മാരെയും നല്കി പ്രീണിപ്പിച്ചു ചതിക്കെണിയൊരുക്കിയ കഥയും കൊടു മൺ പിള്ളയുടെ ചെവിയിലെത്തിയിരുന്നു. വിജയത്തിനുവേണ്ടി ഒരു മനുഷ്യന്, മഹാരാജാവിന്, ഇരുപത്തിയെട്ടുകാരനായ യുവാവിന് ഇത്രയധികം അധഃപതിക്കാനാവുമോ?

യോഗം കഴിഞ്ഞ് മൂന്നാം ദിവസവും കൊടുമൺപിള്ള പുറത്തേ ക്കൊന്നും ഇറങ്ങിയില്ല. നാടിനെ ആകമാനം ഭയം ഗ്രസിച്ചിരുന്നു. എട്ടുവീ ട്ടിൽ പിള്ളമാരോട് ആഭിമുഖ്യം കാണിക്കുന്ന പ്രഭുക്കളെയും മാടമ്പിമാ രെയും പടയാളികൾ തിരഞ്ഞുപിടിച്ചാക്രമിച്ചു. ചെറുത്തു നിന്നവരുടെ തലയരിഞ്ഞു. ആസന്നമായ ഒരു ഏറ്റുമുട്ടലടുക്കുകയാണെന്ന് പിള്ള മനസ്സിലാക്കി. തങ്ങളോടടുത്ത് നില്ക്കുന്നവരെ ഒന്നൊന്നായി കൊന്നൊ ടുക്കുന്നതിൽ രാജാവിന് രണ്ട് ഉദ്ദേശ്യം ഉണ്ടായിരുന്നു. ഒന്ന്, എട്ടുവീട്ടിൽ പിള്ളമാരുടെ പടക്കരുത്ത് ഇല്ലാതാക്കുക. രണ്ട്, ഒപ്പം നില്ക്കുന്നവരെ കൊന്നാലും കൊള്ളയടിച്ചാലും പിള്ളമാർ പ്രതികരിക്കില്ലെന്ന് അനുയായികളെ ധരിപ്പിക്കുക. രാജാവിന്റെ ഉന്നം പിഴച്ചില്ല. എട്ടുവീട്ടിൽ പിള്ളമാരോടൊപ്പം നിന്ന ഒട്ടുമിക്ക മാടമ്പിമാരും പ്രഭുക്കളും രാജപക്ഷ ത്തേക്ക് കളം മാറ്റി. കൂറുമാറി ചെന്നവർക്ക് പണവും പണ്ടങ്ങളും രാജാവ് നല്കി.

വേണാടിൽ അങ്ങോളമിങ്ങോളം പടയാളികൾ പടയോട്ടം നടത്തി. എട്ടുവീട്ടിൽ പിള്ളമാർക്ക് നേരേ ആക്രമണം ഉണ്ടാകുമെന്ന് ഏവരും കരുതിയിരുന്നെങ്കിലും അതുണ്ടായില്ല. പിള്ളമാർക്ക് പുറത്തിറങ്ങാനോ ആശയവിനിമയം നടത്താനോ കഴിഞ്ഞില്ല.

നാട്ടിൽ രാപകൽ ആക്രമണം നടക്കുന്നതിനിടയിൽ ഒരു ദിവസം പാതിരാത്രി കഴിഞ്ഞ നേരം കൊടുമൺപിള്ളയെ കാണാൻ ഒരു യുവാവ് വന്നു. കാവല്ക്കാർ കൂട്ടിക്കൊണ്ടുവന്ന യുവാവിനോട് പിള്ള ആഗമനോദ്ദേശ്യം ചോദിച്ചു. യുവാവ് ഒരു നിമിഷം പിള്ളയുടെ കണ്ണുകളിൽ നോക്കിയിട്ട് സ്ഫുടമായി ശ്ലോകം ചൊല്ലി.

“രാമം ദശരഥം വിദ്ധി
മാം വിദ്ധി ജനകാത്മജാം
അയോദ്ധ്യമടവിം വിദ്ധി
ഗച്ഛ താത യഥാസുഖം”

ശ്ലോകം കേട്ട കൊടുമൺപിള്ളയുടെ മുഖം വിടർന്നു. ചുറ്റിലും നിന്ന കാവല്ക്കാരോട് മടങ്ങിപ്പോകാൻ പിള്ള കണ്ണുകൊണ്ട് ആംഗ്യം കാട്ടി. അവർ പോയപ്പോൾ യുവാവ് അല്പം കൂടി അടുത്തേക്ക് വന്നു.

“അടിയൻ പനയറേന്നാ. മൂത്ത കുറുപ്പങ്ങത്ത കാത്തുനില്ക്കണ്.” യുവാവ് പറഞ്ഞു.

"എവിടെ?"

"ഇടയാവണത്ത്."

"ശരി പുറപ്പെടാം."

കൊടുമൺപിള്ള അംഗരക്ഷകരെയും കൂട്ടി കാട്ടുവഴിയിലൂടെ കുതിരപ്പുറത്ത് പാഞ്ഞു. ദൂതുമായി വന്ന യുവാവും പിള്ളയ്ക്ക് തൊട്ടു പിന്നിലായി കുതിച്ചു.

ഇടയാവണത്ത് വലിയകുളത്തിന്റെ കരയിൽ അവർ എത്തി. യുവാവ് വായ്ക്കു ചുറ്റും കൈകോട്ടി കുറുനരിയെപ്പോലെ മൂന്നു തവണ ഓരിയിടുകയും രണ്ടുതവണ പട്ടി കുരയ്ക്കുന്നതുപോലെ ശബ്ദം ഉണ്ടാക്കുകയും ചെയ്തു. അല്പം കഴിഞ്ഞപ്പോൾ കുളക്കടവിന്റെ പിന്നിലെ കാട്ടിൽനിന്നു മൂന്നു തവണ കൂമൻ വിളി ഉയർന്നു. അതു കേട്ടയുടനേ യുവാവ് ഇടതുവശത്തെ കാട്ടിലേക്ക് കുതിരയെ പായിച്ചു.

"പിടിക്കവനെ." കൊടുമൺപിള്ള അലറി.

ആ നിമിഷം തന്നെ ആയുധധാരികളായ ഒരുപറ്റം പടയാളികൾ പിള്ളയ്ക്കു നേരെ നാലു ദിക്കിൽനിന്നു പാഞ്ഞടുത്തു.

ചതിവു പറ്റിയെന്നുറപ്പിച്ച പിള്ളയും സംഘവും അരയിൽ നിന്ന് ഉടവാൾ ഊരിയെടുത്ത് പോരിനൊരുങ്ങി. ചുറ്റിലും നില്ക്കുന്ന പടയാളികൾ എത്രയെന്നോ ആയുധങ്ങളെന്താണെന്നോ ഇരുൾ കാരണം പിള്ളയ്ക്ക് കാണാൻ കഴിഞ്ഞില്ല.

അനന്തപത്മനാഭന്റെ നേതൃത്വത്തിലുള്ള നാൽപ്പതോളം അംഗങ്ങളുള്ള ചാന്നാർ പടയായിരുന്നു എന്തിനും തയ്യാറായി നിന്നത്. അംഗരക്ഷകർ പിള്ളയ്ക്കു ചുറ്റും അണിനിരന്നു. അനന്തപത്മനാഭൻ ഇരുളിലൂടെ മിന്നൽപോലെ ഉയർന്നുചാടി കൊടുമൺപിള്ളയുടെ അംഗരക്ഷകരിൽ പ്രമുഖന്റെ തല വെട്ടിയെറിഞ്ഞ ശേഷം ഉറക്കെ അലറി. അലർച്ച ഒടുങ്ങുന്നതിനു മുമ്പ് ചാന്നാർപ്പട പോരു തുടങ്ങി. പിള്ളയുടെ അംഗരക്ഷകർ ഒന്നൊന്നായി തലയറ്റു വീണു. ഒറ്റയ്ക്കു നിന്ന് പോരാടിയ പിള്ളയുടെ അഭ്യാസമികവ് അനന്തപത്മനാഭനെയും കൂട്ടരെയും അത്ഭുതപ്പെടുത്തി. കൊടുമൺപിള്ളയെ പോരിൽ തോല്പിക്കണമെന്ന വാശി അനന്തപത്മനാഭനുണ്ടായിരുന്നു. ആ വീരന്മാർ നേർക്കുനേർ പോരാട്ടം നടത്തി. വാളുകൾ കൂട്ടിമുട്ടി തീപാറുകയും ഉഗ്രശബ്ദമുണ്ടാകുകയും ചെയ്തു. വാൾ വീശി വട്ടം കറങ്ങി മിന്നൽ വേഗത്തിൽ പോരാടിയ പിള്ളയുടെ വാൾത്തലപ്പേറ്റ് അനന്തപത്മനാഭന്റെ ഭുജത്തിൽ ആഴത്തിൽ മുറിവേറ്റു. ചോര ചീറ്റിത്തെറിച്ചു. അനന്തൻ ഉറക്കെ അലറി. ആ അലർച്ചയിൽ രോഷവും വേദനയും മാത്രമല്ല ഭയവും ഉള്ളതായി ഒപ്പംനിന്നു പോരാടിയ അയ്യാളൻ എന്ന പോരാളി തിരിച്ചറിഞ്ഞു. അധികം ആലോചിക്കാനോ അനുവാദം വാങ്ങാനോ നില്ക്കാതെ അയ്യാളൻ അരയിൽ വരിഞ്ഞു കെട്ടിയിരുന്ന കയർ അഴിച്ചെടുത്ത് അതിലൊരു

ഊരാക്കുരുക്കിട്ട് പിള്ളയുടെ കഴുത്തിന് നേർക്ക് എറിഞ്ഞു. കുരുക്കിൽ വീണ കൊടുമൺപിള്ള പിന്നോട്ടു പതിച്ചു. ഓടിയടുത്ത പടയാളികൾ നിമിഷനേരംകൊണ്ട് പിള്ളയുടെ കൈകാലുകൾ വരിഞ്ഞു കെട്ടി.

"ഞാനൊറ്റയ്ക്കാ. ആണായിപ്പെറന്നോന്മാരുണ്ടെങ്കി ആയുധവുമെടുത്തോണ്ട് വാ. വന്ന് പോരിൽ തോപ്പിക്ക്. അതാ ആണത്തം. കൊല്ലണ രാജാവിന് തിന്നണ പട. ത്ഫൂ." പിള്ള ആഞ്ഞു തുപ്പി.

കൊല്ലാതെ കൊണ്ടുചെല്ലണമെന്ന രാജകല്പന ശിരസാവഹിച്ച അനന്തപത്മനാഭൻ പിള്ളയേയുംകൊണ്ട് പാഞ്ഞു.

ചുറ്റിലും ഘനീഭവിച്ചുനിന്ന ഇരുട്ടുപോലും ആ ചതിപ്രയോഗം കണ്ടു ലജ്ജിച്ചു.

16 കുടുംബക്കാർ അതീവ രഹസ്യമായി സൂക്ഷിച്ചിരുന്ന അടയാള ശ്ലോകം എങ്ങനെ ചോർന്നു എന്നതിനെക്കുറിച്ചാണ് കൊടുമൺപിള്ള ചിന്തിച്ചത്. ജീവൻ പോയാലും രഹസ്യങ്ങൾ പുറത്തു പറയില്ലെന്നു പ്രതിജ്ഞ ചെയ്തവരാണ് പിള്ളമാരും കുറുപ്പന്മാരും. വാക്കിന് ജീവനെക്കാളും വിലയുണ്ടെന്നു കരുതുന്നവർ. പിള്ളയ്ക്ക് എത്ര ചിന്തിച്ചിട്ടും ഉത്തരം കിട്ടിയില്ല. സംശയങ്ങൾ കൂടിക്കൂടി വന്നു.

ഇരുപത്തിനാല്

കൊടുമൺപിള്ളയെ തടവിലാക്കിയ തന്ത്രമുപയോഗിച്ച് കുള ത്തൂർ പിള്ളയെയും രാമനാമഠത്തിൽ പിള്ളയെയും കുടുക്കിയെന്നും മൂവരും പരസ്പരമറിയാതെ അടുത്തടുത്ത തടവറകളിൽ കിടക്കുകയാ ണെന്നുമറിഞ്ഞ മഹാരാജാവും രാമയ്യനും ഉറക്കെ ചിരിച്ചു. അനന്ത പത്മനാഭനെ രാജാവ് വാനോളം പ്രകീർത്തിച്ചു. അത്യന്ത സന്തോഷ ത്തിനിടയിലും രാജാവിന്റെ ആവർത്തിച്ചുള്ള അനന്തപത്മനാഭസ്തുതി രാമയ്യന് അലോസരമുണ്ടാക്കി. രാജാവിന് അനന്തപത്മനാഭനോടുള്ള താല്പര്യം ദിവസംതോറും വർദ്ധിക്കുകയാണെന്നും രാമയ്യൻ മനസ്സി ലാക്കി. തനിക്കുമീതെ അവൻ വളരുമോയെന്ന ഭീതിയാണ് രാമയ്യനെ ആശങ്കപ്പെടുത്തിയത്.

പ്രമുഖരായ മൂന്നു പേരുടെ തിരോഭാവം എട്ടുവീട്ടിൽ പിള്ളമാ രുടെയും കുറുപ്പന്മാരുടെയും കുടുംബങ്ങളെ ഭീതിയിലാഴ്ത്തി. മൂവരു ടെയും ഒപ്പമുണ്ടായിരുന്ന അംഗരക്ഷകരുടെ മൃതദേഹങ്ങൾ കണ്ടെ ത്തിയെങ്കിലും പിള്ളമാർക്ക് സംഭവിച്ചതെന്തെന്നറിയാതെ അവർ ഉല്ക്കണ്ഠപ്പെട്ടു.

പിള്ളമാരിൽ കരുത്തന്മാരായ മൂന്നുപേരെ നിഷ്പ്രയാസം തടവി ലാക്കിയ രാജഭടന്മാർ അത്യാഹ്ലാദത്തിലായിരുന്നു. അനന്തപത്മനാഭന്റെ നേതൃത്വത്തിൽ ആയിരത്തോളം ഭടന്മാർ സർവ്വ സന്നാഹങ്ങളുമായി നാട്ടിലേക്കിറങ്ങി. അവശേഷിച്ച പിള്ളമാരായിരുന്നു ലക്ഷ്യം. സംഘം സംഘമായി തിരിഞ്ഞ് അവർ എട്ടുവീട്ടിൽ പിള്ളമാരുടെ കുടുംബങ്ങൾക്കു നേരെ ആക്രമണം ആരംഭിച്ചു. അവരുടെ വരുതിയിലുള്ള ക്ഷേത്രങ്ങളും കൃഷിയിടങ്ങളും നശിപ്പിച്ചു. വീടുകൾ തകർത്തു. എതിർത്തവരേയും

വിലക്കിയവരേയും നിർദ്ദാഷിണ്യം കൊന്നു. വലിയ ചെറുത്തുനില്പിനുള്ള അംഗബലമില്ലാത്തതിനാലും എട്ടിടത്തായി ശക്തി ചിതറിക്കിടന്നതിനാലും സർവ്വസന്നാഹവുമായി വന്ന ഭടന്മാരോട് അധികനേരം ചെറുത്തു നില്ക്കാനവർക്കായില്ല. നാലുവീട്ടിൽ കുറുപ്പന്മാർക്കും നാലുവീട്ടിൽ പിള്ളമാർക്കും നേരേ ആക്രമണം ഉണ്ടായി. അവശേഷിച്ച എട്ടുവീട്ടിൽ പിള്ളമാരിൽ പ്രമുഖരെയും നാലുവീട്ടിൽ പിള്ളമാരെയും കുറുപ്പന്മാരെയും തടവിലാക്കുകയും മറ്റുള്ളവരെ വധിക്കുകയും ചെയ്തു.

വർദ്ധിതവീര്യത്തോടെ കുതിച്ച രാജസൈന്യം ഒട്ടനവധി മാടമ്പിമാരെ കൊല്ലുകയും വീടുകൾ തീയിട്ട് നശിപ്പിക്കുകയും ചെയ്തു. ഭ്രാന്തിളകി വരുന്ന രാജസൈന്യത്തോടൊപ്പം മാടമ്പിമാരിൽ പലരും അണിചേർന്നു. രാജാവിനെ പ്രകീർത്തിച്ച് അവർ ആർത്തുവിളിച്ചു. എതിർശബ്ദങ്ങളെയെല്ലാം തുടച്ചുനീക്കിയ പടയാളികൾ കടൽപോലെ ഇരച്ചുകയറി. ജനം ഭയന്നു വിറച്ചു. ഇത്രയധികം പടയാളികളെ അവർ അതിനുമുമ്പ് ഒന്നിച്ചു കണ്ടിട്ടില്ലായിരുന്നു. ഒരു രാജാവ്, ഒറ്റ വാക്ക്. തിരുവായ്ക്ക് എതിർവായില്ല.

പിള്ളമാർക്കും കുറുപ്പന്മാർക്കുമൊപ്പം എട്ടരയോഗം പോറ്റിമാർ, ഇളമ്പയിൽ പണ്ടാല, നൂറുകണക്കിന് മാടമ്പിമാർ എന്നിവരെയും രാജഭടന്മാർ തടവിലാക്കി.

വിചാരണ ആരംഭിച്ചു. കുറ്റാരോപണങ്ങൾ ഒന്നൊന്നായി ദളവ വായിച്ചു. രാജ്യദ്രോഹം, കൊല, കൊള്ള, രാജാവിനെതിരെ ഗൂഢാലോചന, വധശ്രമം, ഭരണം അട്ടിമറിക്കാനുള്ള ശ്രമം തുടങ്ങി നിരവധി ആരോപണങ്ങൾ നിരത്തി. തങ്ങൾക്കു മാത്രം അറിയുന്ന അതീവ രഹസ്യങ്ങൾപോലും ദളവ വായിച്ചതുകേട്ട് കൊടുമൺപിള്ള ഞെട്ടിപ്പോയി.

"മരുമക്കത്തായ സമ്പ്രദായം അവസാനിക്കണം. ജനകീയ ഭരണം വരണം."

പ്രകോപിതനായ കൊടുമൺപിള്ള ഉറക്കെ പറഞ്ഞു. മാർത്താണ്ഡവർമ്മ കോപംകൊണ്ട് വിറച്ചു.

ഒപ്പം നിന്ന മാടമ്പിമാരിൽ പലരും കരഞ്ഞപേക്ഷിച്ച് മാപ്പു പറഞ്ഞു. നിരവധി പേരെ പിള്ളമാർക്കെതിരെ കള്ളസാക്ഷി പറയാൻ കച്ചകെട്ടി നിർത്തിയിട്ടുണ്ടായിരുന്നു. പറഞ്ഞു പഠിപ്പിച്ച കള്ളങ്ങൾ ഒന്നൊന്നായി അവർ നിരത്തി. ആറ്റിങ്ങലിൽ കമ്പനിപ്പടയാളികളെ കൊടുമൺപിള്ള വധിച്ചത് കൊള്ളയ്ക്കുവേണ്ടിയാണെന്നും റാണിക്ക് കപ്പം കൊടുക്കാൻ കൊണ്ടുവന്ന പണവും പാരിതോഷികങ്ങളും കവർന്നെടുത്ത പിള്ള കമ്പനിപ്പടയാളികളെ ചതിച്ചാണ് കൊന്നതെന്നും വഞ്ചിമുട്ടത്ത് പിള്ള വ്യാജതെളിവുകൾ നിരത്തി സാക്ഷി പറഞ്ഞു.

കുറ്റാരോപണങ്ങൾ കേട്ട പിള്ളമാരും കുറുപ്പന്മാരും കോപാകുല

രായി. മാപ്പു പറയാനോ തെറ്റു ചെയ്തെന്നു സമ്മതിക്കാനോ അവർ തയ്യാറായില്ല.

വിചാരണ കഴിഞ്ഞു. എട്ടുവീട്ടിൽ പിള്ളമാർ, നാലുവീട്ടിൽ കുറുപ്പന്മാർ, നാലുവീട്ടിൽ പിള്ളമാർ, ആറുകൂട്ടത്തിൽ പിള്ളമാർ അവരുടെ കുടുംബാംഗങ്ങളായ പുരുഷന്മാർ, കൂറുമാറാതെ നിന്ന മാടമ്പിമാർ ഉൾപ്പെടെ 82 പേരെ തൂക്കിക്കൊല്ലാൻ മഹാരാജാവ് കല്പിച്ചു. പിള്ളമാരോടൊപ്പംനിന്ന ബ്രാഹ്മണരെ നെറ്റിയിൽ പട്ടിക്കാൽ വരച്ച് നാടുകടത്താൻ വിധിച്ചു.

തൂക്കിക്കൊല്ലാൻ വിധിക്കപ്പെട്ടവരുടെ കുടുംബത്തിലെ അവശേഷിക്കുന്ന എല്ലാ ആണുങ്ങളെയും വധിക്കാനും വീടുകൾ ഇടിച്ചുനിരത്തി നിലവറകളിൽ സൂക്ഷിച്ചിരിക്കുന്ന പണവും പണ്ടങ്ങളും കണ്ടുകെട്ടി ക്ഷേത്ര സ്വത്തിൽ ചേർക്കാനും വിധിച്ചു. എട്ടുവീട്ടിൽ പിള്ളമാരുടെ കുടുംബത്തിലെ സ്ത്രീകളെ മുക്കുവർക്ക് ലേലം ചെയ്തു കൊടുത്ത് ആ പണവും വക ചേർക്കണം. എട്ടു വയസ്സിനു താഴെയുള്ളവരെ കൊന്നുകളയാൻ കല്പനയുണ്ടായി.

തൂക്കിക്കൊല്ലാനുള്ള വിധിയെക്കാളും ജനങ്ങളെ അമ്പരപ്പിച്ചത്, സ്ത്രീകളെ തുറകയറ്റാനുള്ള ഹൃദയം പിളർക്കുന്ന തീരുമാനമായിരുന്നു. അങ്ങനെയൊരു ശിക്ഷാവിധി മുമ്പ് കേട്ടിട്ടില്ലാത്തതും ചിന്തിക്കാൻ പോലും കഴിയാത്തതുമായിരുന്നു. മഹാരാജാവിന്റെ ഹൃദയത്തിൽ കരുണയുടെ അംശംപോലും ഇല്ലേയെന്നവർ ഉല്ക്കണ്ഠപ്പെട്ടു.

കൽക്കുളത്തിന് വടക്കു പടിഞ്ഞാറുള്ള മുഖമണ്ഡപത്തിൽ കൊലക്കയറുകൾ ഒരുങ്ങി. 82 പേരെയും നിരനിരയായി കൊലക്കയറിനു മുന്നിലെത്തിച്ചു. കൊടുമൺപിള്ളയുടെ ഇടതുവശത്ത് മാർത്താണ്ഡ മഠത്തിൽ പിള്ളയെയും വലത്ത് രാമനാമഠത്തിൽ പിള്ളയെയും നിർത്തി. പ്രമുഖരെല്ലാം നിർഭയരായി തലയുയർത്തി നിന്നു. എല്ലാവരുടെയും കൈകൾ പിന്നിൽ ബന്ധിച്ചിരുന്നു. ആരാച്ചാർമാർ എല്ലാവരുടെയും കഴുത്തിൽ കൊലക്കയർ മുറുക്കി. കാഴ്ചക്കാർ ശ്വാസമടക്കി നിന്നു. സർവ്വാഭരണവിഭൂഷിതനായി മഹാരാജാവ് ആനപ്പുറത്ത് എഴുന്നള്ളി. ഒരറ്റം മുതൽ മറ്റേ അറ്റം വരെ 82 പേരുടെയും മുഖഭാവം ശ്രദ്ധിച്ച് രാജാവ് സഞ്ചരിച്ചു. അനന്തപത്മനാഭന്റെ നേതൃത്വത്തിലുള്ള 36 ചാന്നാർ യുവാക്കൾ മഹാരാജാവിന് അകമ്പടി സേവിച്ചു. തൂക്കുകയറുകളുടെ എതിർവശത്ത് ഒത്ത നടുക്കായി മുൻ നിശ്ചയിച്ച സ്ഥലത്ത് രാജാവ് ആനപ്പുറത്ത് ഇരുന്നു. ഇരുവശവും ആയുധധാരികളായ ചാന്നാർ പടയാളികൾ ജാഗരൂകരായി നിന്നു. നിരവധി ഭടന്മാർ ആയുധവുമേന്തി നാലുപാടും നിലയുറപ്പിച്ചു. രാജാവ് കൊടുമൺപിള്ളയെ പരിഹാസത്തോടെ നോക്കി ചോദിച്ചു.

"എന്തടോ പിള്ളേ, മാപ്പുപറഞ്ഞ് പ്രാണൻ രക്ഷിക്കണമെന്നു തോന്നുന്നുണ്ടോ?"

"മാപ്പപേക്ഷിക്കേണ്ടത് ധീരന്റെ മുന്നിലാ. ദാനം വാങ്ങിയ പ്രാണനുമായി ജീവിക്കാൻ മാത്രം ഭീരുത്വം അടിയനില്ല മഹാരാജാവേ." കൊടുമൺപിള്ളയുടെ വാക്കുകേട്ട മാർത്താണ്ഡവർമ്മയുടെ മുഖം കോപത്താൽ ചുവന്നു.

"എടാ, നീ മാത്രമല്ല നിന്റെ വംശവും അവസാനിക്കും. ശേഷക്രിയ ചെയ്യാൻ എട്ടുവീട്ടിൽ പിള്ളമാരുടെ കുടുംബത്തിൽ ആണൊരുത്തനും ശേഷിക്കില്ല. ഗതി കിട്ടാതെ ആത്മാക്കൾ അലയും. നിന്റെ സ്ത്രീകൾ മുക്കുവക്കിടാങ്ങളെ പ്രസവിക്കും." മാർത്താണ്ഡവർമ്മ അലർച്ചപോലെ ചിരിച്ചു.

"ചതിച്ചുപിടിച്ചു കൊല്ലുണതല്ല മഹാരാജാവേ ധീരത്വം." കൊടുമൺപിള്ള പല്ല് ഞെരിച്ചുകൊണ്ട് പറഞ്ഞു.

"രാജ്യദ്രോഹിക്ക് ശിക്ഷ മരണം. പിന്നെ ചതി. പണോം പദവീം കിട്ടുമെന്നറിഞ്ഞപ്പോൾ വാലും മടക്കി വന്നത് നിന്റെ കൂട്ടത്തിലുള്ളവൻ തന്നെയാ."

"മഹാരാജാവേ, ചതി അടിയങ്ങളുടെ കൂട്ടത്തിലാരും ചെയ്യൂല്ല."

കൊടുമൺ പിള്ള പറഞ്ഞു.

"ഹ ഹ ഹ കൊള്ളാം. ഭേഷ്. എന്നാ കേട്ടോ, നിന്റെയും നിന്റെ കൂട്ടരുടേയും രഹസ്യങ്ങൾ വള്ളിപുള്ളി വിടാതെ ചോർത്തി തന്നത് നിന്റെ ഉറ്റവൻ തന്നെയാ..." മാർത്താണ്ഡവർമ്മ പറഞ്ഞു.

"ആരാണാ ചതിയൻ." കൊടുമൺപിള്ള അലറി.

"കഴുത്തിൽ കൊലക്കയർ, കൈകൾ ബന്ധനത്തിൽ. അരനാഴിക പോലും ആയുസ്സില്ലാത്തവൻ അഹങ്കരിക്കുന്നോ? നിന്റെ കൂട്ടത്തിൽ ഒരുത്തൻ മാത്രം രക്ഷപ്പെടും. എട്ടുവീട്ടിൽ പിള്ളമാർ ഇനിയില്ല. ഒറ്റവീട്ടിൽ പിള്ള തിരുവിതാങ്കോടിന്റെ സർവ്വാധികാരിയാവും. അതാ ധാരണ."

കൂടെയുള്ളവൻ ചതിച്ചെന്ന വാർത്ത കൊടുമൺപിള്ളയെ തളർത്തി.

"പക്ഷേ, കേട്ടോ, നിന്നെയും കൂട്ടരെയും കൂടെനിന്നു ചതിച്ചവൻ നാളെ നമ്മെയും ചതിക്കും. നിന്നോടൊപ്പം അവനും കൊലക്കയറിൽ ഒടുങ്ങും." രാജാവ് പറഞ്ഞു.

അടുത്ത നിമിഷം മാർത്താണ്ഡമഠത്തിൽ നരസിംഹൻപിള്ള തേങ്ങി.

"മഹാരാജാവേ..." വാക്കുകൾ പൂർത്തിയാക്കാനാവാതെ മാർത്താണ്ഡമഠത്തിൽ പിള്ള അപേക്ഷാ സ്വരത്തിൽ കേണു.

"ദ്രോഹീ." കൊടുമൺപിള്ള ഉറക്കെ അലറുകയും വലത്തേക്കാൽ നെഞ്ചോളം ഉയരത്തിൽ പൊക്കി മാർത്താണ്ഡമഠത്തിൽ പിള്ളയെ തൊഴിക്കുകയും ചെയ്തു. ചവിട്ടിന്റെ ആഘാതത്തിൽ മാർത്താണ്ഡമഠത്തിൽ പിള്ളയെ താങ്ങിനിർത്തിയിരുന്ന പലകത്തുണ്ട് പിന്നിലേക്ക് നീങ്ങി. അയാൾ കൊലക്കയറിൽ തൂങ്ങിപ്പിടഞ്ഞു. അടുത്ത നിമിഷം

കൊടുമൺ സൂര്യരാഘവപിള്ള തന്നെ താങ്ങി നിർത്തിയിരുന്ന പലക പിന്നിലേക്ക് ആഞ്ഞു ചവിട്ടിത്തെറിപ്പിച്ച് കൊലക്കയറിൽ സ്വയം ഒടുങ്ങി.

കാലങ്ങളോളം ഉയർന്ന ധീരമായ എതിർശബ്ദം പിടഞ്ഞൊടുങ്ങി.

മിന്നൽവേഗത്തിൽ സംഭവിച്ചതു കണ്ടു മഹാരാജാവ് അമ്പരന്നു. കോപം കൊണ്ടലറി. അലർച്ചയോടൊപ്പം കൈ ഉയർത്തി തൂക്കിക്കൊലയ്ക്കുള്ള ആജ്ഞ നല്കി. മഹാരാജാവിന്റെ ശബ്ദം പുറത്തു വന്നില്ലെങ്കിലും ആരാച്ചാർമാർ രാജഹിതമറിഞ്ഞ് ശിക്ഷ നടപ്പാക്കി. ഒരേ സമയം 80 പലകകൾ പിന്നിലേക്ക് വലിച്ചു. വലിയ ശബ്ദം കേട്ട് നാടുനടുങ്ങി. കാക്കകൾ കൂട്ടമായി കരഞ്ഞു. ആകാശം കാർമേഘങ്ങളാൽ മൂടി.

എട്ടുവീട്ടിൽ പിള്ളമാരും അനുയായികളും മരിച്ചെന്നുറപ്പാക്കിയ രാജഭടന്മാർ ഉറക്കെ വിളിച്ച് ആഹ്ലാദം പ്രകടിപ്പിച്ചു. ഭ്രാന്തു പിടിച്ച പടയാളികൾ വാളുമുയർത്തിപ്പിടിച്ച് നാട്ടിലേക്കിറങ്ങി. പിള്ളമാരോട് അനുഭാവമുണ്ടെന്നു സംശയിച്ചവരെപ്പോലും കൊന്ന് വീടുകൾ ഇടിച്ചു നിരത്തി സമ്പത്ത് കൊള്ളയടിച്ചു. സ്ത്രീകളെ അപമാനിച്ചും മാനഭംഗപ്പെടുത്തിയും വലിച്ചിഴച്ചും അവർ അട്ടഹസിച്ചു. ഉന്മാദം ബാധിച്ച ആ പടയാളികൾ കുട്ടികളെപ്പോലും വെറുതെ വിട്ടില്ല. തിരുവിതാംകോട് വിറങ്ങലിച്ചു. അവശരായ അനേകമനേകം സ്ത്രീകളെ ഒടുവിൽ വലിച്ചിഴച്ചു തുറയിലെത്തിച്ചു മുക്കുവർക്ക് ലേലം ചെയ്തു വിറ്റു.

രാജഭടന്മാർ നാടെങ്ങും ആഹ്ലാദത്തോടെ ആർപ്പുവിളിച്ച് ആഘോഷത്തോടെ നീങ്ങി. അവർക്കു പിന്നിൽ മാടമ്പിമാരും അണിചേർന്നു. അതുവരെ വാഴ്ത്തിയവർ പിള്ളമാരെ രാജ്യദ്രോഹികളെന്നു പറഞ്ഞ് അധിക്ഷേപിച്ചു.

“മഹാരാജാവ് നീണാൾ വാഴട്ടെ.”

പ്രഭുക്കളും മാടമ്പിമാരും ഉറക്കെ വിളിച്ചു. മെല്ലെ മെല്ലെ അവരുടെ ശബ്ദം രാജഭടന്മാരുടെ ശബ്ദത്തിനും മീതെ ഉയർന്നു.

“മഹാരാജാവ് നീണാൾ വാഴട്ടെ.”

നോവലിസ്റ്റും എഡിറ്ററും

2021 ഏപ്രിൽ 16 രാത്രി

നോവലിസ്റ്റിനെ ഫോണിൽ വിളിച്ച് എഡിറ്റർ ദീർഘനേരം സംസാരിച്ചു. നോവൽ പ്രസിദ്ധീകരണം ആരംഭിക്കുന്ന ലക്കത്തിൽ നോവലിസ്റ്റിന്റെ അഭിമുഖം നല്കാമെന്നു പറഞ്ഞു. നോവലിൽ പറയാതെ വിട്ട രണ്ട് കാര്യങ്ങളെക്കുറിച്ചായിരുന്നു എഡിറ്റർ പ്രധാനമായും സൂചിപ്പിച്ചത്.

1. മാർത്താണ്ഡവർമ്മയുടെ ഒളിവു ജീവിതവും ജ്യേഷ്ഠൻ രാമവർമ്മയുടെ കൊലപാതകവും.

2. സ്ത്രീകളെയും തുറകയറ്റിയ സംഭവം.

രണ്ടാമത്തെ വിഷയം പലതവണ എഴുതാൻ ശ്രമിച്ചിട്ടും എഴുതാനുള്ള മനക്കരുത്ത് തനിക്കില്ലാത്തതിനാൽ ഒറ്റവരിയിൽ അത് ഒതുക്കിയെന്നു നോവലിസ്റ്റ് പറഞ്ഞു.

തുടർന്നു നോവലിസ്റ്റ് പറഞ്ഞതിന്റെ സംക്ഷിപ്തം ചുവടെ ചേർക്കുന്നു. അഭിമുഖത്തിനൊപ്പം ബോക്സിൽ കൊടുക്കാനായി എഡിറ്റർ തയ്യാറാക്കിയത്.

1737 ൽ എട്ടുവീട്ടിൽ പിള്ളമാരെയും മാടമ്പിമാരെയും തൂക്കി കൊന്നതിനെ തുടർന്ന് തിരുവിതാംകൂറിൽ അരങ്ങേറിയ കൊലപാതക പരമ്പര അത്യന്തം നീചവും ക്രൂരവുമായിരുന്നു. എട്ടുവീടരുമായും തമ്പിമാരുമായും വിദൂരബന്ധമോ അനുഭാവമോ പുലർത്തിയിരുന്നവരെപ്പോലും രാജഭടന്മാർ വധിച്ചു.

പിള്ളമാരിൽനിന്നും മാടമ്പിമാരിൽനിന്നും പിടിച്ചെടുത്ത ഭൂമിയെ (ചേരിക്കൽ ഭൂമി) കർഷകർക്ക് കാണപ്പാട്ടമായി വീതിച്ചു നല്കി. ആദാ

യത്തിന്റെ നിശ്ചിത ശതമാനം തുക (കാണം) കർഷകർ സർക്കാരിന് നല്കണമെന്നും വ്യവസ്ഥ ചെയ്തു. ഭൂമിയുടെ അളവല്ല ആദായത്തിനനുസരിച്ചാണ് നികുതി (കണ്ടെഴുത്ത്) നല്കേണ്ടത്. സ്വത്തും സമ്പത്തുമില്ലാതിരുന്ന നിരവധി പേർ ഒറ്റയടിക്ക് ഭൂവുടമകളായി. കണ്ണെത്താ ദൂരത്തോളം ഭൂമിയുണ്ടായിരുന്ന മാടമ്പിമാരുടെ സ്വത്ത് കർഷകർക്ക് വീതിച്ചു നല്കിയ അനിഴം തിരുനാൾ മാർത്താണ്ഡവർമ്മ മഹാരാജാവ് (1729–1758) തിരുവിതാംകൂറിലെ മാടമ്പിത്തം പൂർണ്ണമായും അവസാനിപ്പിച്ചു.

എട്ടുവീട്ടിൽ പിള്ളമാരുടെ സ്ത്രീകളെ ദിവസങ്ങളോളം മാനഭംഗപ്പെടുത്തിയിട്ടാണ് പടയാളികൾ അവരെ തുറയിൽ എത്തിച്ചത്. ശുക്ലവും രക്തവുമൊലിച്ചിറങ്ങുന്ന തുടയും കീറിമുറിഞ്ഞ ശരീരവും ഉടുതുണിയില്ലാത്ത ദേഹവുമായി നൂറുനൂറു സ്ത്രീകളും പേടിച്ചുവിറച്ച പെൺകുട്ടികളും കടൽപ്പുറത്ത് കൂട്ടംകൂടി അലമുറയിട്ടും ബോധം ക്ഷയിച്ചും കരയാനോ അനങ്ങാൻ പോലുമോ ശക്തിയില്ലാതെയും കിടന്നു. പടയാളികളിൽ പലർക്കും അവരെ സ്വന്തമാക്കാനാഗ്രഹമുണ്ടായിരുന്നെങ്കിലും അതിന് അനുവാദമില്ലാത്തതിനാൽ എല്ലാ ആർത്തിയും അവർ ആ സ്ത്രീകളുടെ മേൽ കാണിച്ചു.

സ്ത്രീകളെ മുക്കുവർക്ക് ലേലം ചെയ്തു കൊടുക്കുന്ന വാർത്തയറിഞ്ഞു നാലു ദിക്കിൽനിന്നും നിരവധിപേർ പാഞ്ഞെത്തി. പണം കൊടുത്തു വെള്ളയച്ചികളെ ലേലത്തിലൂടെ സ്വന്തമാക്കാമെന്നു മുക്കുവർക്ക് വിശ്വസിക്കാനായില്ല. പണമുള്ളവർ അവരുടെ കൂട്ടത്തിൽ വളരെ കുറവായിരുന്നു. കലിയൻ, പീതകലിയൻ, അനന്തരായൻ, പരശുരാമൻ, വരാഹൻ എന്നിങ്ങനെയുള്ള പണമായിരുന്നു അന്ന് പ്രചാരത്തിലുള്ളത്.

ഒരു വശത്ത് ആർത്തലറുന്ന തിരമാലകളും മറുവശത്ത് 'റ' വട്ടത്തിൽ ആൾക്കൂട്ടവും. അതിന് മദ്ധ്യത്തായി നഗ്നരായ നൂറുനൂറു സ്ത്രീകളും അവരെ വളഞ്ഞു നിൽക്കുന്ന ആയുധമേന്തിയ പടയാളികളും. സ്ത്രീകളെ ഓരോരുത്തരെയും ആൾക്കൂട്ടത്തിന് കാണുംവിധം ഉയർത്തി നിർത്തിയാണ് ലേലം നടത്തിയത്. ആദ്യം പെൺകുട്ടികൾ, പിന്നെ യുവതികൾ, ഒടുവിൽ വൃദ്ധകൾ എന്ന വിധമായിരുന്നു ലേലം. ഉന്തും തള്ളും ആർപ്പുവിളികളും കടലിരമ്പവും വിലാപങ്ങളും കുഴഞ്ഞുമറിഞ്ഞു.

പണമുള്ളവർ നാലും അഞ്ചും സ്ത്രീകളെവരെ സ്വന്തമാക്കി. കുറച്ചു പണമുള്ള പലർ ചേർന്ന് ഒരു സ്ത്രീയെ സ്വന്തമാക്കി. തീരെ കുറച്ച് പണമുള്ളവർ വൃദ്ധകളെ സ്വന്തമാക്കി. ലേലത്തിൽ പിടിച്ച സ്ത്രീകളെയുംകൊണ്ട് കാമാവേശപ്പെട്ട മുക്കുവർ ഓടി. ഒരാൾ ഒന്നിലേറെ സ്ത്രീകളെ, ഒരു സ്ത്രീയെ ഒന്നിലേറെ പുരുഷന്മാർ. അങ്ങനെ കടൽപ്പുറം ഭോഗശാലയായി മാറി. കുട്ടികളും വൃദ്ധകളും അലറിവിളിച്ചു. കുതറിയോടിയ ചില സ്ത്രീകൾ കടലിൽ ചാടി മരിച്ചു.

ലേലം കഴിഞ്ഞു പടയാളികൾ മടങ്ങിയപ്പോൾ കടൽത്തീരം നൂറു നൂറ് സ്ത്രീകളെ കൂട്ടമായി ഭോഗിക്കുന്ന ഇടമായി മാറി. ആർത്തിപൂണ്ട നിർദ്ധന പുരുഷന്മാർ കൊതിയോടെ ആ രംഗം നോക്കി കുടിനീരിറക്കി. കെഞ്ചിയും കേണപേക്ഷിച്ചും അവരും രാത്രിയായപ്പോൾ കുറച്ചു നേരത്തേക്കെങ്കിലും ഓരോ സ്ത്രീകളെ സ്വന്തമാക്കി. ദിവസങ്ങളോളം കടൽപ്പുറത്ത് കൂട്ടഭോഗം തുടർന്നു.

മാർത്താണ്ഡവർമ്മ ആഗ്രഹിച്ചതുപോലെ കാര്യങ്ങൾ നടന്നു. എട്ടു വീടരുടെ സ്ത്രീകൾ മുക്കുവരുടെ സന്താനങ്ങളെ പ്രസവിക്കും. അവരുടെ കുലം എന്നന്നേക്കുമായി അറ്റുപോകും. വർത്തമാനകാലത്തിൽ നിന്നും ചരിത്രത്തിൽനിന്നും അവർ നിഷ്കാസിതരാവും. അവരെക്കുറിച്ചുള്ള കള്ളക്കഥകൾ പെറ്റുപെരുകും. വേരുകളറ്റ എട്ടുവീട്ടിൽ പിള്ളമാർ ഊരും പേരുമില്ലാത്ത രാജ്യദ്രോഹികളും കുലദ്രോഹികളുമായി കള്ളക്കഥകളിൽ നിറയും.

'വീരശൂര പരാക്രമിയും സദ്ഗുണസമ്പന്നനുമായ' അനിഴംതിരുനാൾ മാർത്താണ്ഡവർമ്മ ഉറക്കെ ചിരിക്കും. ചരിത്ര പുസ്തകങ്ങളിൽ ആ ചിരി തിടം വച്ച് തളിർക്കും. വാഴ്ത്തുപാട്ടുകാർ പിന്നെയും പിന്നെയും പിറക്കും. മാർത്താണ്ഡവർമ്മ അവരുടെ വായ്ത്താരിയിലും വരമൊഴിയിലും വളർന്ന് വാളുമുയർത്തി വീരനായകനായി തലയുയർത്തി നില്ക്കും.

"ജനക്ഷേമ തല്പരനായ മാർത്താണ്ഡവർമ്മ മഹാരാജാവ് വിജയിക്കട്ടെ."

ഏറ്റുവിളിക്കാർ ഉറക്കെ വിളിക്കും. ചരിത്രപുസ്തകം അതൊപ്പിയെടുക്കും. കാലമത് കാണാപാഠമാക്കും.

ഒരാൾ യഥാർത്ഥത്തിൽ ആരായിരുന്നു എന്നതും മറ്റുള്ളവരാൽ സൃഷ്ടിക്കപ്പെട്ടത് എന്തായിരുന്നു എന്നതും കാലാനന്തരം തിരിച്ചറിയപ്പെടാനാകാത്തവിധം തകിടം മറിയും. മറ്റുള്ളവരാൽ സൃഷ്ടിക്കപ്പെട്ട വ്യക്തിത്വം യാഥാർത്ഥ്യമെന്ന നിലയിൽ പ്രചരിക്കപ്പെടും. ഞാനും നിങ്ങളുമൊക്കെ നാളെ (ഇന്നും) മറ്റുള്ളവർ ചമയ്ക്കുന്ന കള്ളക്കഥകളായി മാറും. രാജാക്കന്മാരും ചരിത്രപുരുഷന്മാരും മാത്രമല്ല സാധാരണ മനുഷ്യരും കള്ളക്കഥകളിലൂടെയാണ് നിലനില്ക്കുന്നത്.

ഇരുപത്തിയഞ്ച്

പടയാളികളുടെ ആഹ്ലാദം ദിവസങ്ങളോളം നീണ്ടു. കൊട്ടാരവും ആഹ്ലാദത്തിൽ തന്നെയായിരുന്നു. രാമയ്യനും സംഘവും രാത്രി പാട്ടും കൂത്തുമായി ഒത്തുകൂടി. കൊന്നവനാണോ കൊല്ലപ്പെട്ടവനാണോ ആത്യന്തികമായി വിജയിക്കുന്നതെന്ന ഇരുതലമൂർച്ചയുള്ള ചോദ്യം മഹാരാജാവിന്റെ ഉറക്കം കെടുത്തി. പേരറിയാത്ത കുട്ടികളുടെയും സ്ത്രീകളുടെയും വിലാപം തിരമാലകളായി ആർത്തിരമ്പി വന്നു രാജാവിനോട് നിരന്തരം ചോദ്യങ്ങൾ ചോദിച്ചു. താൻ ജയിക്കുകയാണോ തോല്ക്കുകയാണോ? ശാപങ്ങൾ തനിക്കു ചുറ്റും വട്ടം കറങ്ങുന്നു. എതിർത്തു നിന്നവരെയും എതിർസ്വരം ഉയർത്തിയവരെയും കൊന്നു കുലം മുടിച്ചിട്ടും തന്റെ ആധി അടങ്ങുന്നില്ലല്ലോയെന്ന് മാർത്താണ്ഡവർമ്മ ചിന്തിച്ചു.

മഹാരാജാവ് ആടയാഭരണങ്ങൾ അഴിച്ചുമാറ്റി. പൂർണ നഗ്നനായി. മുറിയിലെ വലിയ തടിയലമാര തുറന്നു. നിറയെ ആഭരണങ്ങളും വസ്ത്രങ്ങളും. രാജാവ്, പ്രജ, പടയാളി, സ്ത്രീ, ഭിക്ഷാംദേഹി, ഭ്രാന്തൻ, വൃദ്ധൻ, വൃദ്ധ, കറുത്തവൻ, വെളുത്തവൻ, ഏതു വേഷവും കെട്ടാനുള്ള വസ്ത്രങ്ങളും ആഭരണങ്ങളും. ഏതു വേഷമാണ് തനിക്ക് ഏറ്റവും ഇണങ്ങുന്നത്? തല പുകച്ചു. ഉത്തരം കിട്ടുന്നില്ല. മഹാരാജാവിന്റെ ഊരിയിട്ട വസ്ത്രം രാജ്യം നഷ്ടപ്പെട്ട രാജാവിനെപ്പോലെ ഒറ്റപ്പെട്ടു കിടന്നു. ആഭരണങ്ങൾ കിടക്കയിൽ ചിതറിക്കിടന്നു.

തടിയലമാരയിൽ നിന്ന് വസ്ത്രങ്ങളോരോന്നായി താഴേക്ക് വലിച്ചിട്ടു. നൂറുനൂറു വസ്ത്രങ്ങൾ നിലത്ത് കുമ്പാരമായി. അണിയുന്നയാൾ തനിക്ക് ചേർന്നയാളാണെന്ന് ബോദ്ധ്യം വസ്ത്രത്തിനുണ്ടായാലേ അഴകും

ഇണക്കവും ഉണ്ടാകൂ. ഇണങ്ങുന്നയാളിന്റെ ദേഹത്തിലെത്തിച്ചേരാനാകാത്തതിന്റെ നിരാശ വസ്ത്രത്തിന്റെ ശോഭ കെടുത്തിക്കളയും.

വാരിക്കൂട്ടിയിട്ട വസ്ത്രങ്ങൾക്കും ആഭരണങ്ങൾക്കും മദ്ധ്യേ നഗ്നനായി മഹാരാജാവ് മലർന്നു കിടന്നു. കൂട്ടിയിട്ട വസ്ത്രങ്ങൾക്കിടയിൽ ഒരു പൊൻപട്ടും പത്മനാഭന്റെ രൂപംകൊത്തിയ ഒരു സ്വർണച്ചുട്ടിയും പറ്റിച്ചേർന്നു കിടക്കുന്നുണ്ടായിരുന്നു. അതിൽ നിന്ന് തപ്തനിശ്വാസം ഉയർന്നു. മലർന്നു കിടന്ന മാർത്താണ്ഡവർമ്മയുടെ ഹൃദയത്തിലേക്ക് ഇരച്ചുകയറിയ ആ പിടച്ചിലിന് ആത്മാവിനെപ്പോലും നീറ്റാനുള്ള ചൂടുണ്ടായിരുന്നു.

അതുവരെയനുഭവിച്ചിട്ടില്ലാത്ത ഭയം മാർത്താണ്ഡവർമ്മയെ ഗ്രസിച്ചു. പുറത്തെ ഇരുളിൽനിന്നു മെല്ലെ ഉയർന്ന ശബ്ദം ഉച്ചസ്ഥായിയിലായി. മാർത്താണ്ഡവർമ്മ ചെവി പൊത്തി കണ്ണുകൾ ഇറുകെയടച്ചു. ഒരു സംഘം പടയാളികൾ വെള്ളക്കുതിരപ്പുറത്ത് പാഞ്ഞടുത്തു. സംഘത്തിനു മുന്നിൽ ഊരിപ്പിടിച്ച വാളുമായി അലറിയടുത്തത് കൊടുമൺ സൂര്യരാഘവപിള്ളയായിരുന്നു. മാർത്താണ്ഡവർമ്മ ഉറക്കെ അലറി. ശബ്ദം പുറത്തു വന്നില്ല. ചുറ്റിലും കുതിരക്കുളമ്പടി ശബ്ദം വർദ്ധിച്ചുകൊണ്ടേയിരുന്നു.

ശ്രീപത്മനാഭദാസ വഞ്ചിപാല മഹാരാജ ശ്രീ അനിഴം തിരുനാൾ വീര ബാല മാർത്താണ്ഡ വർമ്മ കുലശേഖരപെരുമാൾ ഭയന്നുവിളിച്ചു. ത്രികാലങ്ങൾ അതിനെ ഗർജ്ജനമായി പരാവർത്തനം ചെയ്തു.

പിടയ്ക്കുന്ന ചിത്രം

2021 ഏപ്രിൽ 17. രാത്രി. 11:05

നോവൽ വായിച്ചുതീർന്ന പ്രകാശൻ കുറെ നേരം കണ്ണടച്ചിരുന്നു. എവിടെനിന്നു വരച്ചു തുടങ്ങണം? ആരെയാ ആദ്യം വരയ്ക്കേണ്ടത്? കൊടുമൺ സൂര്യരാഘവപിള്ളയെ വരച്ചു തുടങ്ങിയാലോ? പാത്രത്തിൽ ചുവന്ന ചായം ഇറ്റിച്ച് വെള്ളം ചേർത്ത് ചാലിച്ചു. ഹാൻഡ് മെയ്ഡ് പേപ്പറിൽ ബ്രഷ് ഒന്നു തൊട്ടു. സ്വയമറിയാതെ കൈ ചലിച്ചു. ചെമ്പട്ടിന്റെ ചിത്രം പേപ്പറിൽ രൂപമെടുത്തു. വസ്ത്രക്കൂമ്പാരവും അതിനു മുകളിൽ നഗ്നനായി കിടക്കുന്ന രാജാവിനെയും വരയ്ക്കാൻ ഏതു വർണ്ണം ഉപയോഗിക്കുമെന്നു ചിന്തിച്ചപ്പോൾ ഒരു തുള്ളി ചായം പേപ്പറിൽ ഇറ്റുവീണു. നാലു വശത്തേക്കും ചായം പടർന്നു. മെല്ലെ അതൊരു ചുവന്ന ശലഭമായി രൂപാന്തരപ്പെട്ടു. ഒന്നു രണ്ടായി. രണ്ട് നാലായി. നാല് എട്ടായി... ചിത്രശലഭങ്ങൾ പെരുകി. ചെമ്പട്ട് കാറ്റിലിളകി. പൂമ്പാറ്റകൾക്കൊപ്പം ചെമ്പട്ടും പറന്നുയർന്നു. മുറി നിറയെ, ആകാശം നിറയെ പറന്നു.

പ്രകാശൻ ആ കാഴ്ചയിൽനിന്നു കണ്ണെടുക്കാനാകാതെ, പിടയ്ക്കുന്ന മനസ്സോടെ, ചിത്രം വരയ്ക്കാനാകാതെ ഇരുന്നു.

www.ingramcontent.com/pod-product-compliance
Lightning Source LLC
La Vergne TN
LVHW090347051026
849518LV00006B/2064